வாச்சியம்

வாச்சியம்

ஸீரோ டிகிரி இலக்கிய விருது 2025

நெடும்பட்டியலில் தேர்ந்தெடுக்கப்பட்டது

தருணாதித்தன்

எழுத்து
பிரசுரம்

Title: Vaachiyam
Author's Name: Tharunathithan

Published by Ezutthu Prachuram

Ezutthu Prachuram
(An imprint of Zero Degree Publishing)
No.75 & 76, I Floor, Kuppusamy Street,
Balaji Nagar, Padi,
Chennai - 600050

Website: www.zerodegreepublishing.com
E Mail id: zerodegreepublishing@gmail.com
Phone: 89250 61999

Ezutthu Prachuram First Edition: December 2025
ISBN: 978-93-47206-80-1
TITLE NO EP: 606

Rs. 320/-

Cover Design & Layout: Vijayan, Creative Studio
Printed at Manipal Technologies, India

சமர்ப்பணம்

ஸ்ட்ராடிவாரி என்ற மாபெரும் கலைஞனையும்
அவனுடைய மகத்தான வயலின்களையும்
இன்னும் பலவற்றையும் அறிமுகப்படுத்தி
எனக்கு சிறுவயதிலிருந்து ஆர்வம் ஊட்டிய
அப்பாவுக்கு

பகுதி – 1
கருவி

1

ஜூன் 2024, ஜெனிவா

*மா*லைக் கதிரவனின் ஒளி சரிய ஆரம்பித்திருந்தது.

ஜெனிவா ஏரியின் கரையில் இருந்த ஷாட்டொ டெ ஷிலோன் *(château de Chillon)* கோட்டையும் அரண்மனையும், பின்னால் பனி மூடிய சிகரங்களுடன் ஃப்ரெஞ்சு ஆல்ப்ஸ் மலைத் தொடரும் ஒரு தேர்ந்த ஓவியன் தீட்டிய வண்ண ஓவியம் போல இருந்தன. சுண்ணாம்புக் கல்லால் ஆன ஆயிரம் வருடத்து மதிலின் மேல் காற்றில் கொடி மட்டும் படபடத்துக் கொண்டிருந்தது. அந்தக் காட்சியே ஒரு மாய உலகம் போல இருந்தது. அது மட்டும் அல்ல, அந்தி சாயும் வேளையில் உலகத்தில் எல்லாக் காட்சிகளும் மிக அழகாக இருந்தன.

மூடும் நேரம் ஆகிவிட்டதால் பெரும்பாலான சுற்றுலாப் பயணிகள் வெளியே வந்துவிட்டனர். சிலர் லாக் லெமா *(Lac Léman)* தீவையும் ஏரிக் கரையையும் இணைக்கும் தொங்கு பாலத்தின் அருகே மெதுவாக உலாவிக் கொண்டிருந்தார்கள்.

அந்த மங்கும் வெளிச்சத்தில் ஒரு பெண் காற்றில் புரளும் கூந்தலை சீர்செய்து கொண்டு கோட்டையின் பின்னணியுடன் படம் எடுத்துக்கொள்ள நின்றாள். இன்னும் சிலர் அதே இடத்தில் தாங்களும் படம் எடுக்கக் காத்திருந்தார்கள்.

அப்போது வாகனங்கள் அணியாக வந்தன. முன்பாகச் சுழல் விளக்குகளுடன் ஒரு கார் வந்தது, நடுவில் ஒரு கவச வாகனம், இறுதியாக ஒரு பருமனான எஸ்யுவி வாகனம், இரு பக்கமும் பெரிய மோட்டார் பைக்குகளில் சீருடையுடன் ஆயுதம் தாங்கிய போலீசார் என்று வரிசையாக வந்தனர். வழக்கமாக பாலத்துக்கு அருகில் அறிவிப்புப் பலகை வைத்திருப்பார்கள், கோட்டை மீட்டமைப்பு பற்றிய பேருரை, புகழ் பெற்ற இசைக் கலைஞரின் நிகழ்ச்சி என்று ஏதாவது இருக்கும். அன்று அப்படி எதுவும் இல்லை. வண்டிகள் நின்றன. ஒரு சிறுமி ஏதோ கேட்க விரும்பினாள், ஆனால் போலீசார் புன்னகையுடன் தலையை மறுத்து அசைத்து இறங்கினார்கள்.

இன்னும் நிறைய கார்கள் வந்தன. எல்லாம் ஆடம்பர, விலை உயர்ந்த வாகனங்கள். ஓசை இல்லாமல் அவை வரிசையாக வந்து நின்றன. நேர்த்தியான சீருடை அணிந்த பணியாளர்கள் இரண்டு பக்கமும் வந்து வாகனங்களின் கதவுகளைத் திறந்தார்கள்.

முதலில் வந்து நின்றது ஒரு மெர்சிடஸ் மேபாக் வாகனம். அதிலிருந்து வயதான ஜெர்மனியர் பெரிய மூக்கின் மீது கண்ணாடியுடன் இறங்கினார். அடுத்தது ஒரு லெக்சஸ் ஆர்சி எஃப் கார் வந்து நின்றது. நேர்த்தியான மூன்றணி சூட்டில் வந்து இறங்கிய ஜப்பானியர் மிகையாகப் புன்னகையுடன் நன்றி தெரிவித்து நடக்க ஆரம்பித்தார். அடுத்ததாக வந்தது பளபளக்கும் ரோல்ஸ் ராய்ஸ் ஃபான்டம். அதிலிருந்து இறங்கிய சீனக் கனவானுக்கு என்ன வயது என்று சொல்ல முடியவில்லை. அவர் இறங்கியவுடன் சுற்றுமுற்றும் கண்காணிப்பது போல பார்த்தார். சிப்பாய் போல இறுக்கத்துடன் நடந்தார். பழைய மெர்சிடிஸ் காரிலிருந்து இறங்கிய தங்க விளிம்புடன் கண்ணாடி அணிந்திருந்தவர் ஜெனிவா வங்கியாளராகத்தான் இருக்க வேண்டும். வாகனங்களின் அணிவகுப்பு இன்னும் நீண்டது. கனவான்களைப் பணியாளர்கள் உள்ளே அழைத்துச் சென்றனர்.

கோட்டைக்குள் அவுலா மாக்னா *(Aula Magna)* கூடம் அற்புதமாகக் கருஞ்சிவப்பு நிறத்தில் அலங்கரிக்கப்பட்டிருந்தது. ஒரு புறம் சிறிய மேடை இருந்தது. மேடையைப் பார்த்தபடி வசதியான பெரிய நாற்காலிகள், வெல்வெட் துணியில் உட்கார்ந்தால் மென்மையாக அழுந்தின. எல்லாம் ஆழ்ந்த சிவப்பு நிறம். நாற்காலிகளுக்கு

அருகே சிவப்பு ஸாடின் துணி போர்த்திய சிறிய மேசைகள் இருந்தன. அறை முழுவதும் சிவப்பு நிறத்தால் ஆன மெழுகு வர்த்திகளின் ஒளி ஆங்காங்கே விழுந்தது. பளபளக்கும் மரச் சுவர்களும் மேலே உத்தரமும் சேர்ந்து அந்த அறை மத்திய காலத்து அரண்மனையாகவே இருந்தது.

அந்தக் கூடத்தில் இருநூறு பேர் தாராளமாக அமரலாம், ஆனால் முப்பது பேர்தான் இருந்தார்கள். சிலர் பண்பட்ட புன்னகையுடன் மெல்லிய குரலில் பேசியபடி இருந்தார்கள். அந்தக் கூடத்தில் அன்றைய நிகழ்ச்சிக்கு மொபைல் போன்களுக்கு அனுமதி இல்லாததால், மற்றவர்களுடன் பேச விரும்பாதவர்கள் மேடையைப் பார்த்துக்கொண்டிருந்தார்கள்.

பணியாளர்கள் சிறிய சக்கரங்களுடன் கூடிய ஒரு மேசையைத் தள்ளிக் கொண்டு வந்தார்கள். மேசையின் மேல் செவ்வக வடிவத்தில் சுமார் மூன்றடி நீளத்தில் ஏதோ ஒன்று சிவப்பு சாடின் துணியால் மூடப்பட்டு இருந்தது. ஆயுதம் தாங்கிய இரண்டு பேர் சீருடையில் அந்த மேசைக்கு இரண்டு பக்கமும் விறைப்பாக நின்று கொண்டு அறை முழுவதும் நிதானமாக நோட்டம் விட்டனர். எல்லோரும் எதிர்பார்ப்புடன் காத்திருந்தார்கள்.

2

நேர்த்தியான மூன்றணி சூட், சிவப்பு டை, கூரான நாசி, தீர்க்கமான கண்கள், வெள்ளி விளிம்புகளுடன் கண்ணாடி அணிந்த உயரமான மனிதர் அறைக்கு உள்ளே வந்து எல்லோரையும் அமர்ந்துகொள்ளுமாறு சைகை செய்தார். அவர் மேடையின் நடுவில் நின்று கொண்டு காலரில் பொருத்தப்பட்டிருந்த மைக் சரியாக வேலை செய்கிறதா என்று மெலிதாகத் தட்டிப் பார்த்தார். அறையில் நிசப்தம் நிலவியது. சிலர் கொடுக்கப்பட்டிருந்த சிறிய துண்டுப் பிரசுரத்தை மங்கிய வெளிச்சத்தில் நெற்றியைச் சுருக்கிக் கொண்டு படிக்க முயற்சி செய்தார்கள். மேடைக்கு வந்தவருடைய அறிமுகம் அதில் இருந்தது.

அங்கே வந்திருந்த பெரும்பாலானோருக்கு அவருடைய அறிமுகம் தேவை இல்லை. அவர் ஒரு கலை வரலாற்று ஆய்வாளர். ஐரோப்பாவின் கலை வரலாறு பற்றிப் புத்தகங்கள் எழுதி இருக்கிறார். அதிலும் குறிப்பாக ஐரோப்பிய இசை வரலாறு பற்றி ஆராய்ச்சி செய்தவர். அவர் மேடையிலிருந்து பொதுவாக எல்லோரையும் பார்த்துப் புன்னகைத்தார். சில தெரிந்த முகங்களைப் பார்த்துக் கண்களால் விசாரித்தார், புன்னகையை இன்னும் அகலமாக்கினார்.

"கனவான்களே, நல்ல மாலை ஆகட்டும், நான் டேவிட் க்ரீன் *(David Green)*. ஷாட்டு டெ ஷியோனுக்கு சாத்பியின் சார்பாக உங்கள் எல்லோரையும் நான் வரவேற்கிறேன். ஜப்பான், சீனா, சிங்கப்பூர், ஐரோப்பா மற்றும் அமெரிக்காவிலிருந்து

விருந்தினர்களாக வந்திருக்கும் உங்களுக்கு எங்களது நன்றிகள். இன்று ஒரு பிரத்தியேக ஏலம் நடக்க இருக்கிறது. இன்று 1714இல் அதாவது, சுமார் முன்னூறு ஆண்டுகளுக்குமுன் செய்யப்பட்ட ஒரு ஸ்ட்ராடிவாரி *(Stradivari)* வயலின் *(Violin)* வாத்தியம் ஏலம் விடப்படுகிறது. இதுபோல ஓர் அபூர்வ ஸ்ட்ராடிவாரி வயலின் ஏலத்துக்கு வந்தது பல ஆண்டுகளுக்கு முன்னால். கடந்த சில ஆண்டுகளில் ஸ்ட்ராட் *(Strad)* வயலின்களை ஏலத்தில் பல மில்லியன் டாலர்களுக்கு விற்கப்பட்டன. ஆனால் எதுவுமே நாம் இன்றைக்குக் காணப்போகும் வயலினுக்கு நிகர் ஆகாது. இந்த அபூர்வத்திலும் அபூர்வ நிகழ்ச்சிக்கு மீண்டும் உங்களை வரவேற்கிறேன்.”

கூட்டத்தில் இருந்தவர்கள் மெலிதாகக் கைகளைத் தட்டினார்கள். டாக்டர் க்ரீன் தொடர்ந்தார்.

“ஸ்ட்ராட் வயலின்களில் என்ன சிறப்பு என்று நான் உங்களுக்கு விளக்க வேண்டியதில்லை. இருந்தாலும் உங்களில் சிலர் முதல் முறையாக வந்திருக்கிறீர்கள். அதனால் ஓர் அறிமுகம் கொடுக்கிறேன். அன்டோனியோ ஸ்ட்ராடிவாரி *(Antonio Stradivari)* நவீன வயலின் பிறப்பிடமான இத்தாலியில் க்ரெமோனாவின் *(Cremona)* தலைசிறந்த லூதியர் *(Luthier)* அதாவது வயலின் வாத்தியம் செய்பவர். அவர்தான் வயலின் வாத்தியத்தையே இன்று இருப்பதுபோல வடிவமைத்தவர். அவர் தன்னுடைய கையால் செய்த வயலின் வாத்தியங்கள் எழுப்பும் நாதம் வேறு எந்த வாத்தியங்களிலும் வராது. இன்றுவரை பல மில்லியன் டாலர் விலை போகும் ஸ்ட்ராடிவாரி வயலின்களின் ஒலிக்கு என்ன காரணம் என்று முழுமையாக நமக்குத் தெரியாது. பலர் இத்தாலியில் அவர் மரம் எடுத்த அதே காட்டிலிருந்து மரம் அறுத்து எடுத்திருக்கிறார்கள். அந்த மரங்களை ஸ்ட்ராடிவாரி காலத்தில் ஆற்றில் மிதக்கவிட்டு எடுத்து வந்தார்கள் என்று சொல்லுவது உண்டு. அப்படி வரும்போது ஒருவித பூசணம் அந்த மரங்களில் உண்டாகி, அதனால் அப்படி ஒரு நாதம் என்று சொல்லுவது உண்டு.”

“ஸ்ட்ராடிவாரியின் வார்னிஷ் *(Varnish)* கலவையில் ஏதோ ரகசியம் இருபதாகச் சொல்லுவார்கள் அல்லவா?” கேள்வியாகக் கேட்டதை விட, தனக்குத் தெரியும் என்கிற மாதிரி சொன்னது ஒரு அமெரிக்கன்.

"ஆமாம், வயலின் வாத்தியத்துக்குப் பூசப்படும் வார்னிஷ் அந்த ஒலியை அடக்காமல் இருக்க வேண்டும். இன்னும் சிலர், ஸ்ட்ராடிவாரி பல வருடங்கள் ஆராய்ச்சி செய்து உருவாக்கிய வயலினின் வடிவத்திலும் அளவுகளிலும்தான் ரகசியம் என்பார்கள்."

"அப்படியானால், கிடைத்திருக்கும் வயலின்களை அளந்து அதே மாதிரி செய்யலாமே?"

"செய்யலாம். ஸ்ட்ராடிவாரியே தன் கைப்பட எழுதிய அளவைகள் கிடைத்திருக்கின்றன. அவற்றை வைத்துக்கொண்டு வயலின்களை மீண்டும் உருவாக்கப் பல முயற்சிகள் செய்திருக்கிறார்கள். ஆனாலும் ஸ்ட்ராடிவாரி முன்னூறு வருடங்களுக்கு முன்னால் செய்தது மாதிரி யாராலும் செய்ய முடியவில்லை."

வந்திருந்தவர்களில் பலர் ஆமோதித்துத் தலை அசைத்தனர்.

"மேலே தொடரலாமா? அவர் தன்னுடைய கையால் செய்த ஆயிரத்து இருநூறு வாத்தியங்களில் சுமார் எழுநூறு இன்றளவில் தப்பிப் பிழைத்திருக்கின்றன. ஸ்ட்ராடிவாரி தன்னுடைய குரு அமாதியிடம் *(Amati)* பதின்பருவத்தில் கற்றுக்கொள்ள ஆரம்பித்தது முதல் தொண்ணூற்று மூன்று வயதில் இறந்தது வரை ஒவ்வொரு நாளும் புதிய முயற்சி செய்து வயலின் வாத்தியத்தைப் பரிபூரணமாக்கினார். இன்றைக்கு ஏலத்தில் வந்திருப்பது ஸ்ட்ராடிவாரியின் பொற்காலம் எனப்படும் 1700 முதல் 1720 வரையிலான காலத்தில் செய்த வாத்தியம்."

"பொற்காலம் என்று எப்படிச் சொல்லுகிறீர்கள்?" அமெரிக்கன் விடுவதாக இல்லை.

"1700இல் அவர் நிறைய பரிசோதனைகளுக்குப் பிறகு, மிகச் சிறந்த முறையில் வாத்தியத்தைச் செய்தார். 1720க்குப் பிறகு அவருக்கு வயதாகி கண் சரியாகத் தெரியாமல் போனது. இடைப்பட்ட அந்தக் கால கட்டத்திலிருந்து மிகச் சில வயலின்கள் மட்டுமே கிடைத்திருக்கின்றன."

"அப்படி இருந்தாலும் சில நூறு வயலின்கள் கிடைத்திருக்குமா?"

"இல்லை, கிடைத்த பல ஸ்ட்ராடிவாரி வயலின்கள் உடைந்து, விரிசல் விட்டு, இல்லை பிற்காலத்தில் சரியான அனுபவம் இல்லாத லூதியர்களால் பழுது பார்க்கப்பட்டுச் சேதம் அடைந்தவை.

இந்த வயலின் அப்படி சேதம் எதுவும் அடையாமல், முன்னூறு ஆண்டுகளுக்கு முன்பு இருந்தது போலக் கிடைத்திருக்கிறது. அதுவும் அசலான பழைய காலப் பெட்டியில், வில் மற்றும் நரம்புத் தந்திகளுடன் கிடைத்திருக்கிறது."

சிலர் விடாமல் கேள்விகள் கேட்டுக்கொண்டிருந்தவரைத் திரும்பிப் பார்த்தார்கள்.

"இந்த மகத்தான வயலினுக்கு "லே வின்செண்ட்" *(Le Vincent)* என்று பெயரிடப்பட்டிருக்கிறது. உங்களுக்குத் தெரியும் அல்லவா, ஸ்ட்ராடிவாரியின் வயலின்களுக்கு பெயர் கொடுக்கப்பட்டிருக்கின்றன. அந்தப் பெயர்கள் அதை வாசித்த இசைக் கலைஞனின் பெயராக இருக்கலாம், இல்லை அந்த வாத்தியத்தைப் பழுது பார்த்த லூதியரின் பெயராக இருக்கலாம், இல்லை வாங்கிய பிரபுக்களின் அரசனின் குடும்பப் பெயராக இருக்கலாம். இந்த அருமையான வாத்தியத்தின் பெயர்க் காரணத்தைப் பிறகு சொல்லுகிறேன்."

டாக்டர் க்ரீன், துணியால் மூடி வைக்கப்பட்டிருந்த மேசையிடம் சென்றார்.

"கனவான்களே உங்களுக்காக மகத்தான லூதியர் அன்டோனியோ ஸ்ட்ராடிவாரி மூன்று நூற்றாண்டுகளுக்கு முன்பு 1714இல் தன்னுடைய கைகளால் செய்த லே வின்செண்ட் வயலின்" என்று மந்திரவாதி செய்வது போல நாடகீயமாகச் சிவப்பு சாடின் துணியை உருவினார்.

கண்ணாடிப் பேழைக்குள் இருந்த வயலின், பக்கங்களில் வெண்ணிறச் சித்திர வேலைப்பாடுகளுடன் மேலிருந்து கற்றையாக விழுந்த ஒளியில் பளபளத்தது. அமர்ந்திருந்தவர்களில் பலர் மூச்சைப் பிடித்துக்கொண்டு எம்பிப் பார்த்தார்கள். வியப்பு ஒலிகள் கேட்டன. பாராட்டித் தலை அசைத்தார்கள். மெல்லிய குரலில் ரகசியம் பேசினார்கள்.

டாக்டர் க்ரீன் கவனத்தைக் கோரினார், "நீங்கள் இந்த அருமையான வாத்தியத்தைப் பார்த்து இன்னும் தொடர்ந்து ஆச்சரியப்படலாம், கூடவே இதன் சரித்திரத்தைக் கேளுங்கள்."

3

எல்லோரும் ஓரக்கண்களால் வயலினைப் பார்த்தபடியே அவர் பக்கம் திரும்பினார்கள்.

"இந்த வாத்தியத்தின் சரித்திரம் சந்தேகம் இல்லாமல் நிரூபிக்கப் பட்டுள்ளது. உங்களுக்குத் தெரியும், அவ்வப்போது ஸ்ட்ராட் வயலின்கள் வீட்டில் அட்டத்திலிருந்து கிடைக்கும். அவற்றில் பெரும்பாலானவை 19ஆம் நூற்றாண்டில் செய்யப்பட்ட போலி பிரதிகள். அசல் மாதிரியே அளவுகளுடன், உள்ளே ஸ்ட்ராடிவாரியின் லேபில் ஒட்டி தொழிற்சாலைகளில் செய்தார்கள். ஆனால் இது அந்த மாதிரியான வயலின் அல்ல என்று உறுதியாக நிரூபிக்கப்பட்டுள்ளது. சரித்திர ஆவணங்களும், அறிவியல் பூர்வமான பரிசோதனைகளும் செய்யாமல் ஸாத்பியில் ஏலம்விடமாட்டோம்."

வந்திருந்தவர்கள் ஆர்வமாகக் கதை கேட்கத் தயாரானார்கள்.

"இந்த வாத்தியத்தைப் பற்றிய முதல் குறிப்பு ஸ்பெயின் நாட்டில் கிடைத்திருக்கிறது. 1780ம் வருடத்தில் மட்ரிட் *(Madrid)* நகரத்தில் நான்காம் சார்லஸ் *(Charles)* அரசவையில் இருந்த வின்செண்ட் *(Vincent)* என்ற பெயர் கொண்ட லூதியர் இந்த வாத்தியத்தைப் பழுது பார்த்திருக்கிறார். அவர் பழுது பார்த்து லேபிலின் தன்னுடைய பெயரையும் தேதியையும் ஸ்ட்ராடிவாரியின் பெயருக்குக் கீழே எழுதி இருக்கிறார். தவிர, ஸ்ட்ராடிவாரி அரசர்களுக்காக வயலின்

செய்யும்போது இந்த மாதிரி சித்திர வேலைப்பாடுகளைச் செதுக்கிச் செய்தார். வெகு சில வயலின்கள்தான் இதுபோல முத்துச் சிப்பியின் ஓடுகளால் ஆன பளபளக்கும் வேலைப்பாட்டுடன் கிடைத்திருக்கின்றன."

சிலர் எழுந்து அருகில் சென்று அந்த வேலைப்பாடுகளைப் பார்த்தார்கள்.

"இந்த வாத்தியத்தைப் பிறகு பகானினி *(Paganini)* என்ற பிரசித்தி பெற்ற வயலின் கலைஞர் வாசித்ததாகத் தெரிகிறது. அவர் ஒரு இசையமைப்பாளரும் கூட. பகானினி 18ம் நூற்றாண்டில் ஐரோப்பா முழுவதும் புகழ்பெற்று சுற்றுப் பயணம் செய்து பல இசை நிகழ்ச்சிகள் செய்தவர்."

"ஓ! பகானினி வாசித்ததா!" என்று ஒருவர் ஆச்சரியமாகச் சொன்னார்.

"ஆமாம், ஸ்பானிஷ் அரசவைக்குப் பிறகு பகானினியிடம் இந்த வாத்தியம் வந்து சேர்ந்திருக்கிறது. அவருக்கு எப்படிக் கிடைத்தது என்பது ஊகம்தான். பக்கியோக்கி *(Paciochi)* என்ற இத்தாலியர் ஃப்ரான்ஸ் நாட்டிலிருந்து மட்ரிட்டில் அரசாங்கத் தூதுவராக இருந்தார். அவர் பகானினியிடம் வயலின் வாசிக்கக் கற்றுக் கொண்டார். அவர் வழியாக பகானினி வாங்கி இருக்கலாம். 1840இல் இறப்பதற்கு முன் பகானினி உயில் ஒன்றை எழுதி வைத்தார். அதில் தன்னுடைய பதினொன்று வயலின்களையும் பத்திரமாகப் பாதுகாக்கச் சொல்லித் தன்னுடைய வழக்கறிஞருக்கு எழுதி இருந்தார்."

"பிறகு இப்போது எப்படி ஏலத்துக்கு வந்திருக்கிறது?"

"1885இல் பாரீஸ் நகரத்திலிருந்த ஒரு பிரபல வயலின் வாத்தியங்களை விற்கும் கடையிலிருந்து ராத்ஸ்சைல்டு *(Rothschild)* குடும்பத்தைச் சேர்ந்த ஒரு யூத வங்கியாளர் வாங்கியதாகத் தெரிகிறது. அவர் இந்த வாத்தியத்தைப் பாரீஸில் இசை நிகழ்ச்சிகள் செய்யும் பிரபல கலைஞர்களுக்கு வாடகைக்குக் கொடுத்திருக்கிறார். அதற்குப் பிறகு ஆவணங்கள் சரியாக இல்லை. ஒருவேளை இரண்டாம் உலகப் போரின் போது நாஸிகளுக்குப் பயந்து ஒளித்து வைக்கப் பட்டிருந்திருக்கலாம். இப்போது ஒரு பெயர் வெளியிட விரும்பாத குடும்பத்திலிருந்து ஏலத்துக்கு வந்திருக்கிறது."

ஜெர்மானியர் கேள்வி கேட்கக் கையைத் தூக்கினார். டாக்டர் க்ரீன் அனுமதித்தவுடன் அவர் கேட்டார்.

“வேறு என்ன ஆதாரங்கள் கிடைத்திருக்கின்றன?”

“லண்டனின் *W.E* ஹில் *(W.E.Hill)* கம்பெனியார் இந்த வயலினைப் பரிசோதித்து நிஜமானது, போலி அல்ல என்று உறுதி அளித்திருக்கிறார்கள். அவர்கள்தான் பல ஸ்ட்ராடிவாரி வயலின்களைப் பழுது பார்த்து மீட்டமைத்திருக்கிறார்கள். அவர்கள்தான் ஸ்ட்ராடிவாரியின் வாழ்க்கையையும் வயலின்களையும் பற்றிப் புத்தகம் எழுதியவர்கள். இதைத் தவிர அமெரிக்காவின் எம் ஐ டி பரிசோதனைச் சாலையில் எக்ஸ்ரே மற்றும் எக்கோ டாப்ளர் *(Echo Doppler)* சோதனைகள் செய்து நிரூபித்திருக்கிறார்கள்.”

“மிக்க நன்றி, விரிவாக இந்த வயலினுடைய வரலாற்றை எடுத்துச் சொன்னீர்கள். ஆனாலும் நடுவில் சில இடைவெளிகள் இருக்கின்றனவே? அறிவியல் பூர்வமாக சோதனை செய்தாலும் சரியாக நிரூபிக்க முடியாது என்றுதான் நான் படித்திருக்கிறேன், நீங்கள் எப்படி அவ்வளவு உறுதியாகச் சொல்லுகிறீர்கள்? இந்தக் காலத்தில் தொழில் நுட்பத்துடன் கண்டுபிடிக்கவே முடியாதபடி போலிகளைச் செய்துவிடுவார்கள்.”

“நல்ல கேள்வி, கேட்டதற்கு நன்றி, உங்களில் வேறு யாருக்காவது இதே கேள்வி இருக்கிறதா?”

இன்னும் சிலர் கை தூக்கினார்கள்.

“உண்மைதான், என்னதான் அறிவியல் பூர்வமாக பரிசோதனை செய்தாலும், நூறு சதவிகிதம் உறுதியாகச் சொல்ல முடியாது.”

மேலே என்ன சொல்லப்போகிறார் என்று எல்லோரும் காத்திருந்தார்கள்.

“அதனால்தான் நாங்கள் க்ரெமோனாவிலிருக்கும் சர்வதேச வயலின் கலைக் கல்லூரியின் தலைவரிடம் கொடுத்தும் பரிசோதித்து இந்த வயலினை உண்மையானது என்று உறுதி செய்தோம். அவர் ஒரு ஸ்ட்ராட் வயலினைப் பார்த்தாலே உண்மையானதா இல்லை போலியா என்று சொல்லிவிடுவார். அவருக்கு ஸ்ட்ராடிவாரியின் கைவேலை நன்றாகத் தெரியும். எந்தக் காலகட்டத்தில் எந்த உளியால் அதைச் செய்தான் என்றும் சொல்லிவிடுவார்.”

எல்லோரும் திருப்தி அடைந்த மாதிரி இருந்தது.

ஜெர்மன் விடுவதாக இல்லை. தன்னுடைய குறிப்புப் புத்தகத்தை ஒருமுறை பார்த்துவிட்டு "சரி இது போலி அல்ல என்று வைத்துக் கொள்வோம், எனக்கு இன்னும் ஒரு கேள்வி இருக்கிறது. சட்ட பூர்வமாக வேறு யாரும் உரிமை கொண்டாட மாட்டார்கள் என்று என்ன நிச்சயம்?" என்றார்.

மற்றவர்கள் என்ன பதில் என்று கவனமாகக் காத்திருந்தார்கள்.

"உலகப் பெயர் பெற்ற சாத்பியில் நாங்கள் மிகக் கவனமாக எல்லா ஆவணங்களையும் சோதித்து, உரிமையில் சட்டபூர்வமாக எந்த வில்லங்கமும் இல்லை என்று உறுதிசெய்த பிறகுதான் ஏலத்துக்குக் கொண்டு வந்திருக்கிறோம். உங்களுக்குத் தேவைப் பட்டால் எங்கள் சட்ட நிபுணர் ஆவணங்களைக் காண்பித்து விளக்குவார்."

திருப்தியான தலையசைப்புகளும் மெல்லிய குரலில் ஆமோதிப்புகளும் எழுந்தன.

டாக்டர் க்ரீன் தன்னுடைய கண்ணாடியைக் கழற்றித் துடைத்து விட்டு, ஒரு மிடறு தண்ணீர் குடித்துவிட்டுத் தொடர்ந்தார்.

"இதே மாதிரி ஸ்ட்ராடிவாரியின் குறிப்புப் புத்தகத்திலிருந்து ஆரம்பித்துத் தலைமுறைகளாக எப்படிக் கைமாறியது என்ற ஆவணங்கள் வரை கிடைத்த ஒரு வயலின் வாத்தியம் லண்டன் க்ரிஸ்டி நிறுவனத்தால் 2021இல் தனிப்பட்ட ஏலத்தில் விற்கப் பட்டது. அது முப்பத்தைந்து மில்லியன் டாலர் விலைக்கு விற்கப்பட்டது."

இப்போது அமெரிக்கன் மறுபடியும் குறுக்கிட்டார். "நான் அறிந்த வரை 2022இல் டாவின்சி *(Davinci)* என்ற வாத்தியம் பதினைந்து மில்லியன் டாலர்களுக்கு டாரிசியோவால் *(Tarisio)*ஏலத்தில் விற்கப்பட்டது. ஹெல்லர் என்ற வயலின் எதிர்பார்த்த விலை வராததால் விற்கப்படவில்லை. முப்பத்தைந்து மில்லியன் பற்றி நான் எங்கும் கேள்விப்படவில்லையே."

"அதிகாரபூர்வமாக பொது ஏலம் தவிர நாங்கள் பல கலைப் பொருட்களைத் தனிப்பட்ட ஏலத்தில் விற்கிறோம். அப்படிப்பட்ட ஏலங்களில் விற்பவர், வாங்குபவர், விலை போன்ற விபரங்கள் வெளியிட மாட்டோம்."

“அப்படியானால் நீங்கள் சொல்கின்ற மதிப்பீட்டு விலையை ஆதாரமாக வைத்துக் கொண்டுதான் ஏலம் நடக்கும் அல்லவா?”

“ஆமாம், அப்படித்தான். மேலே தொடரட்டுமா?”

அமெரிக்கன் முகத்தில் வரவழைத்துக் கொண்ட புன்னகையுடன் திருப்தி இல்லாமல் தலை அசைத்தார்.

“அதற்குப் பிறகு ஸ்ட்ராடிவாரியின் வயலின் எதுவும் ஏலத்துக்கு வரவில்லை. இப்போது இந்த ‘லே வின்சென்ட்’ என்கிற வயலின், அருமையான ஒலியும் வேலைப்பாடும் உடைய ஒரே வயலின், மாபெரும் கலைப் பொக்கிஷம் உங்களில் ஒரு அதிர்ஷ்டசாலிக்குக் கிடைக்க இருக்கிறது.”

சிலர் பெருமிதத்துடன் ஆமோதித்தார்கள். ஜெர்மனியர், “நல்லது, ஏலம் ஆரம்பிக்கலாமா?” என்று கேட்டார். ஜப்பானியர் அந்தச் சூழ்நிலையை, அந்தத் தருணத்தைப் புன்னகையுடன் அனுபவித்துக் கொண்டிருந்தார். சீனன் தன் கையில் இருந்த குறிப்புப் புத்தகத்தில் வேகமாக ஏதோ எழுதிக் கொண்டான்.

4

டாக்டர் க்ரீன் எல்லோருடைய கவனத்தியும் கோரினார்.

"கனவான்களே, ஏலத்துக்கு முன்பு இன்னொரு முக்கிய நிகழ்ச்சி இருக்கிறது. இந்த வயலின் சீரான நிலையில் இருக்கிறது என்று உங்களுக்கெல்லாம் காட்டவும், அதன் நாதத்தைக் கேட்கவும் இப்போது இசை நிகழ்ச்சி ஏற்பாடு செய்திருக்கிறோம். நீங்கள் எல்லோரும் அதிர்ஷ்டசாலிகள்.

வலப்புறம் இருந்த கதவின் பக்கம் திரும்பி, "மேடம், நீங்கள் இங்கு வந்திருப்பதே எங்களுக்கெல்லாம் பெருமை" என்று வரவேற்றார்.

உயரமான ஒரு பெண்மணி ஒருவர், சிவப்பு நிற நீண்ட அங்கியில் உள்ளே வந்தார். பலமான கைதட்டு அவரை வரவேற்றது.

டாக்டர் க்ரீன் "கனவான்களே, இந்த நூற்றாண்டின் ஒரு மகத்தான வயலின் இசைக் கலைஞர் ஆன்-சோஃபி முட்டர் *(Anne-Sophie Mutter)!*" என்று அறிமுகம் செய்தார்.

மெல்லிய புன்னகையுடன் அவர் கம்பீரமாக நடந்து வந்து லேசாக வணங்கினார். எல்லோரும் எழுந்து நின்று அவருக்குக் கைதட்டி வரவேற்றார்கள்.

"இவரிடம் இரண்டு ஸ்ட்ராடிவாரி வயலின்கள் இருக்கின்றன. எமிலியானி *(Emiliani)* என்ற பெயர் பெற்ற 1703 வயலின் மற்றும் லார்ட் டன் ரேவன்*(Lord Dunn-Raven)* 1710 வயலினும் இருக்கிறது. அப்படிப்பட்ட வயலின்களை வாசிக்கும் உலகப் புகழ் பெற்ற கலைஞர் லே வின்சென்டை உங்களுக்காக வாசிக்கப் போகிறார்."

கண்ணாடிப் பேழை திறக்கப்பட்டது. ஒரு குழந்தையை எடுப்பது போல அவர் அந்த வயலினை எடுத்தார். தந்திகளை ஒரு முறை சுண்டினார். கண்களை மூடிக்கொண்டு சில வினாடிகளுக்குப் பிறகு வில்லால் இழைத்தார். பளீரென்று காலையில் கதிரவன் ஒளிபோல நாதம் எழுந்தது.

அறையில் மூச்சின் மெல்லிய ஒலி இழைகூட இல்லை. வாசிப்பதற்குக் கடினமான மொஸார்ட்டின் வயலின் கான்செர்டோ 4, டி மேஜரில் (Violin Concerto 4, D Major) வலுவான வில்லின் வீச்சுகளில் பொங்கியது. முட்டர் அவருடைய பதின்மூன்று வயதில் முதன் முதலாக மேடையில் லுசெர்ன் விழாவில் பங்கெடுத்தபோது வாசித்ததை நினைத்துக்கொண்டு புன்னகைத்து ஆரம்பித்தார்.

ஒருசில வினாடிகளிலேயே அவர் வேறு உலகத்தில் இருப்பது போலத் தோன்றியது. முட்டர் இடது கை விரல்களுக்கும் வலது கை வில்லும் ஒத்திசைய, மேலே வாசிக்கப்படும் சஞ்சாரங்கள், தந்திகள் மாறி பாய்ச்சல்கள், சுரங்களை விட்டு விட்டு மேலும் கீழுமாகத் தாவும் கோவைகள், என உடலும் மனமும் லயித்து லாகவமாய் வாசித்தார்.

வயலின் வாத்தியம் அதனுடைய தந்திகளின் சுருதி சேர்த்த அமைப்பினால் டி மேஜரில் இயற்கையாக அதிர்ந்து ஒலித்தது. கார்வைகள் நீண்டு மெல்ல அடங்கின. ஜப்பானியன் கண்களை மூடி ஸென் தியானம் போல அமர்ந்திருந்தான். ஜெர்மானியன் எந்த உணர்ச்சியும் காட்டாமல் திறந்த கண்களுடன் பார்த்துக் கொண்டிருந்தான், சீனனுக்கு மற்றவர்கள் மேல்தான் கவனம், அமெரிக்கன் பொறுமையுடன் உட்கார முடியாமல் அசைந்து கொண்டிருந்தான்.

முன்னூறு ஆண்டுகளுக்கு முன்னால் செய்யப்பட்ட லே வின்சென்ட் வயலினின் நாதம் அந்த அறையையும், கேட்டவர்களின் மனதையும் நிறைத்தது. இன்னும் சில இசைக் கோவைகளுக்குப் பிறகு எல்லோரும் எழுந்து நின்று மரியாதையாகக் கைதட்ட, இசை நிகழ்ச்சி முடிந்தது.

ஆன்-சோஃபி முட்டர் எழுந்து சற்று குனிந்து வணங்கி "நன்றி, வயலின் ஓர் அற்புதமான வாத்தியம். அதன் நாதத்துக்கு எல்லைகள் இல்லை. தெய்வீகக் கலைஞன் ஸ்ட்ராடிவாரி தன்னுடைய கைகளால் செய்த இந்த லே வின்சென்ட் மிக

அருமையான வாத்தியம். ஜி தந்தியில் மழை மேகம் உறுமுவது போலவும், ஏ தந்தியில் கானகப் பறவையின் பாடல் போல மிக மென்மையாகவும் வாசிக்கும் சாத்தியங்களை அழகாகத் தருகிறது. இதன் இசை ஒரு கதையைச் சொல்லி, கனவை உருவாக்கி உங்கள் இதயங்களைத் தொட்டிருக்கும் என நம்புகிறேன். இதன் உரிமையாளராக ஆகப்போகும் உங்களில் ஒருவருக்கு என்னுடைய வாழ்த்துகள்," என்றார்.

டாக்டர் க்ரீன் "கனவான்களே, நீங்கள் இதுவரை இசையைச் சுவைத்தீர்கள், இப்போது வேறு சில சுரங்களையும் சுவைக்கலாம்." என்று கை அசைக்க, கதவுகள் வழியே பணியாளர்கள் நேர்த்தியான கண்ணாடிக் குப்பிகளில் சிவப்பு வைன் எடுத்துக்கொண்டு வந்தனர்.

"இப்போது நீங்கள் க்ளோ டி ஷியோன் *(Clos de chillon)* என்கிற மகத்தான சிவப்பு வைன் சுவைக்கப் போகிறீர்கள். இது ஜெனிவா ஏரியின் கரையில் கோட்டையின் திராட்சைத் தோட்டத்தில் விளைந்த அருமையான திராட்சைகளிலிருந்து தயாரிக்கப் பட்டது. இது ஓக் மர பீப்பாய்களில் நிரப்பி பல வருடங்களாகக் கோட்டையின் நிலவறையில் பதனமாக வைக்கப்பட்டிருந்தது. எந்த நிலவறை தெரியுமா? ஃப்ரான்ஸ்வா பொனிவர் *(François Bonivard)* என்ற பிரபு பைரனின்*(Byron)* ஷில்லானின் கைதி "கவிதையின் நாயகன் சிறை இருந்த இடத்துக்கு அருகில். சிவப்பு திராட்சையின் மணத்துடன் காஃபி, சாக்லெட் மற்றும் வெனிலாவின் சுரங்களும் விரவி இருக்கும். அனுபவித்து மகிழுங்கள்!"

"லே வின்செண்ட் வயலினுக்கு!" என்று கோப்பையை உயர்த்தினார். எல்லோரும் அதை எதிரொலித்தார்கள்.

"கனவான்களே, நாம் இப்போது ஏலத்தை ஆரம்பிக்கலாம், உங்களுக்குக் கடந்த ஏலத்தில் இந்த மாதிரியான வயலின் முப்பத்தைந்து மில்லியன் டாலர்களுக்கு விலை போனது என்பதை நினைவூட்ட விரும்புகிறேன். இந்த ஏலம் அதை முறியடிக்கும் என்று நம்புகிறேன்" என்றார்.

ஏலம் ஆரம்பித்தது.

அன்றைக்கு லே வின்செண்ட் வயலின் நாற்பத்து ஏழு மில்லியன் டாலர்களுக்கு அமைதியாகக் கேள்விகள் எதுவும் கேட்காமல் இருந்த ஜப்பானியக் கனவானுக்கு விற்கப்பட்டது.

5

ஜூலை 1684, இலக்கம் 1, பியாஸா ஸான் டொமெனிகோ, க்ரெமோனா, இத்தாலி

(Piazza San Domenico, Cremona, Italy)

காலை கதிரவனின் முதல் ஒளி பரவ ஆரம்பித்திருந்தது. மேகச் சிகரங்களில் பொன்னிறத்து தீக் கங்குகள், கீழே பொங்கி வழியும் செந்நிறத்து ஓடைகள் என வானத்தின் வண்ணக் களஞ்சியத்தைப் பார்த்து அன்டோனியோவின் மனம் எழுச்சி அடைந்தது. அந்த மாயத் தருணத்தில் இயற்கையின் சிவந்த ஓவியங்களுடன் அவனுக்குப் புதிய எண்ணங்கள் உதித்து எழுந்தன.

"இன்றைக்குச் செய்து முடிக்க வேண்டிய வயலின் வாத்தியங்களுக்குச் சிவப்பு கலந்த வண்ணம்தான் கொடுக்க வேண்டும். அந்த அளவுக்குத் தனித்துவமான வண்ணம் மற்றவர்கள் கொடுப்பது இல்லை." ஆழ்ந்த சிவப்பு நிற வயலினைக் கற்பனை செய்யும்போதே அவனுக்கு உடல் சிலிர்த்தது.

"எத்தனை ஆராய்ச்சி, சோதனை முயற்சிகள் நடத்தி, முன்பைவிட அசாத்தியமான நாதம் எழுப்பும் வாத்தியங்களைச் செய்திருக்கிறேன். ஆனாலும் முழு திருப்தி இல்லை, இன்னும் முயற்சி செய்ய வேண்டும். இன்னும் நான் மகத்தான வாத்தியம் செய்யவில்லை. தேவனே எனக்கு இன்று இன்னொரு நல்ல வாத்தியம் செய்ய

உன்னுடைய கருணை வேண்டும்" என்று எழுந்திருக்கும் போதே பிரார்த்தனை செய்தான்.

"வண்ணம் மட்டும் இல்லை, இந்த முறை வாத்தியத்தின் அமைப்பிலும் அளவுகளிலும் வடிவத்திலும் செய்திருக்கும் சூட்சுமமான மாறுதல்களால் நிச்சயமாக ஒலி இன்னும் துல்லியமாகப் பளீரென்று எழும்" என்று சொல்லிக்கொண்டு எழுந்தான். வேகமாக எழுந்ததில் ஒரு காலில் நரம்பு இழுத்தது.

"வயது நாற்பத்து ஒன்று ஆகிவிட்டது. அமாதியின் பட்டறையில் பனிரெண்டு வயதில் ஓடி வேலை செய்ததைப் போல இப்போது என்னால் வேகமாக எழுந்து விரைய முடிவதில்லை," என்று காலைத் தேய்த்துக் கொண்டான்.

நேராக நிமிர்ந்த உயரமான மெலிந்த உடல். காலணிகள் மரப்பலகைத் தரையில் தேய மெதுவாக நடந்து எல்லாச் சாளரங்களையும் திறந்தான். உடலைச் சற்று நீட்டி வெளியே எட்டிப் பார்த்தான். கல் பதித்த க்ரெமோனாவின் பாதைகளில் யாரும் தெரியவில்லை. மெல்லிய காலைக் காற்று உடலை வருடிச் சென்றது.

"இப்போது குளிர்ச்சியாக இருந்தாலும், வெயில் ஏற ஏற வெம்மை வரும். இன்று சரியான தட்பவெப்பம் இருக்கும் நாள்," என்று அவதானித்தான். கதிரவன் காண்பித்த அதே சிவப்பு நிறம் அன்றைக்கு வயலின் வாத்தியங்களுக்குக் கடைசி வார்னிஷ் மேற்பூச்சாகக் கொடுக்க வேண்டும் என்ற எண்ணம் வலுத்தது.

"இந்தக் கோடைதான் வார்னிஷ் பதமாக உலர்வதற்குச் சரியான பருவம். பிசின் மாதிரி கையில் ஒட்டாது. அதிகம் உலர்ந்து பூச்சில் விரிசலும் விடாது. கண்ணாடி மாதிரி பளபளக்கும். அதே சமயம் உள்ளே மரத்தின் வரிகள் தெளிவாகத் தெரியும். இந்த நுட்பங்களை மகன்களுக்குக் காட்டிக் கொடுக்க வேண்டும். ஆனால் அவர்கள் முதலில் கவனித்துத் தானாக அறிந்துகொள்ள வேண்டும்," என்று நினைத்தான்.

"உலர்ந்த பிறகு தந்திகளைப் பொருத்தி, அவற்றை மீட்டி முதல் நாதத்தைக் கேட்க வேண்டும், வில்லினால் இழைத்து அதன் நாதத்தில் ஆழ வேண்டும். இதுவரை யாருமே செய்திராத இன்னொரு அதிசயக் கருவி இன்றைக்கு உருவாகும்." என்ற

நினைப்பிலேயே அன்டோனியோவுக்கு உடலில் புதிய சக்தி கிடைத்த மாதிரி இருந்தது.

முழுவதாக விழிப்புடன் கால்களை ஊன்றி விரைந்தான். வழியில் அவனுடைய மகன்கள் படுத்திருக்கும் அறைக் கதவை ஓசைப்படாமல் திறந்தான். அவனுடைய இரண்டாவது மகன், பிரிய சீடன் ப்ரான்செஸ்கோ (*Francesco*) உடலை வளைத்துப் படுத்திருந்தான். பாவம், இன்னும் சற்று உறங்கட்டும், வயது பதிநான்குதான் ஆகிறது, முந்தைய இரவு வெகு நேரம் கண் விழித்து வாத்தியப் பட்டறையில் வேலை செய்திருக்கிறான். நல்ல வெயில் நாளை சரியாகப் பயன்படுத்திக் கொண்டு வாத்தியங்களைச் செய்து முடிக்க வேண்டுமானால் முன்கூட்டியே ஆயத்தம் செய்ய வேண்டும்.

அன்றைய வேலைகளை மனதுக்குள் பட்டியலிட்டுக்கொண்டே மாடிப்படிகளில் ஏறினான். மேல் மாடியில் அவனுடைய வாத்தியப் பட்டறை இருந்தது. முதலில் பணிமேசையைப் பார்த்தான். வேலை செய்யத் தேவையான எல்லாக் கருவிகளும் சீராக வைக்கப் பட்டிருந்தன. அளப்பதற்கான அளவுகோல், எண் எட்டின் வடிவ காலிப்பர், வளைத்த கம்பிகள் இருந்தன. வயலின் செய்வதற்கு வலுவான இரும்பினால் ஆன சீவுளிகள் நீண்டது, வளைந்தது, குறுகியது என்று பல தேவை. ஒரு பக்கம் அவை வரிசையாக வைக்கப்பட்டிருந்தன.

மேசையின் அருகே வந்தான். வரிசையாக வைத்திருந்த உளிகளில் ஒன்றை எடுத்துக் கையில் லேசாக உரைத்துப் பார்த்தான். பட்டதே தெரியாமல் சில உரோமத் துண்டுகள் விழுந்தன.

திருப்தியாக “வாத்தியத்தின் வளைவுகளில் அலங்காரத்துக்காகப் பொருத்தப்படும் மெல்லிய பட்டைகள் நன்றாக வரும், பிசிறுகள் வராது. ப்ரான்செஸ்கோ தானாகவே மாலையில் ஆயுதங்களைச் சாணை பிடித்துக் கூர்மைப்படுத்தி அடுத்த நாள் காலையில் வேலை ஆரம்பிக்கத் தயாராக வைப்பதற்குக் கற்றுக்கொண்டிருக்கிறான்” என்று சொல்லிக்கொண்டான்.

தன்னுடைய பிரத்தியேக முறையில் ஸ்ப்ரூஸ் மரப் பட்டைகளைச் சூடு செய்து வளைக்க உபயோகிக்கும் உலோகத் தகடுகளைச் சரிபார்த்தான். இன்னும் படிகள் ஏறி வயலின்களைக் காய வைக்கும் செக்கடோர் (*Seccadour*) எனப்படும் மேல் மாடிக்கு வந்தான்.

வீட்டின் உச்சியிலிருந்து புனித டொமெனிகோ தேவாலயத்தின் முகப்பைப் பார்த்தான். அதன் செங்கல்கள் காலைச் சூரியக் கதிர்கள் பட்டு ஒளிர்ந்துகொண்டு, அன்டோனியோவுக்கு அன்று செய்யப்போகும் வயலின்களை மறுபடியும் நினைவுபடுத்தின. நின்றபடியே தொழுதான்.

அவன் பட்டறையில் பணி செய்யும்போது அணியும் பருத்தித் துணியால் ஆன வெள்ளைத் தொப்பியையும், தோலால் செய்யப்பட்ட வெள்ளை மேலங்கியையும் அணிந்து கொண்டிருந்தான். இரவு உறங்கும் நேரம் தவிர மற்ற எல்லா நேரமும் பணி உடைதான். பணி உடுப்புகளை அணிந்ததுமே ஒரு விசை வந்தது. உடல் நிமிர்ந்தது. பணி மேசையில் அப்போதைய தேவையான கருவிகளை எடுத்து வைக்கும்போது அந்த வாத்தியங்களைச் செய்வதற்கான பணி ஒப்பந்தம் செய்து கொண்ட நாள் நினைவுக்கு வந்தது.

குறிப்புப் புத்தகத்தை எடுத்து ஒருமுறை பார்த்தான். செப்டம்பர் எட்டாம் தேதி 1682, சுமார் இரண்டு வருடங்களுக்கு முன்பு. வயலின், வயோலா, செல்லோ, பாஸ் எனப்படும் நான்கு இசைக் கருவிகளையும் செய்து கொடுக்க வேண்டி கேட்டிருந்தார்கள். அன்று காலை வழக்கம் போல அன்டோனியோ பட்டறையில் இருந்தான். குதிரை குளம்பொலிகள் வீட்டை நெருங்கி வந்து நின்றன. கீழே விசாரிக்கும் குரல்கள் கேட்டன. மேலங்கியைக் கழட்டிவிட்டு இறங்கி வந்தான். குதிரையில் வந்திருப்பதால் அரசவைக்காக அல்லது பிரபுக்களாக இருக்கும் என்று நினைத்தான்.

“வாருங்கள்” என்று வரவேற்று அமரச் செய்து யார் என்ன என்று விசாரித்தான். அவன் நினைத்தது சரிதான். வெனிஸிலிருந்து மிக்கேல் மோன்ஸி *(Michael Monzi)* என்ற வங்கியாளர் வந்திருந்தார்.

செய்து முடித்திருந்த சில வாத்தியங்களைக் காண்பித்தான்.

மோன்ஸி “ஸ்ட்ராடிவாரி அவர்களே, உங்களுடைய குருவான அமாதிக்குப் பிறகு நீங்கள்தான் மிகச் சிறந்த லூதியர் என்ற பெயர் இத்தாலியில் மட்டும் இல்லாமல் ஐரோப்பா முழுவதும் பரவி இருக்கிறது. இங்கிலாந்து அரச குடும்பத்து ஜேம்ஸுக்கு *(King James)* பரிசளிக்க நான்கு வாத்தியங்களையும் எனக்குச் செய்து தர முடியுமா?” என்று கேட்டார்.

அன்டோனியோ ஆச்சரியப்படவில்லை, உடனே ஒப்புக் கொள்ளவில்லை. அவன் குறிப்புப் புத்தகத்தை எடுத்துப் பக்கங்களைப் புரட்டினான். புத்தகத்திலிருந்து பார்வையை எடுக்காமல்,

“மிக்க நன்றி, நான் ஏற்கெனவே ஒத்துக்கொண்டிருக்கும் வாத்தியங்களைச் செய்து முடிக்கவே குறைந்தது மூன்று வருடங்கள் ஆகும்,” என்றான்.

மோன்ஸி “முடியாது சொல்லக் கூடாது, நான் காத்திருக்கிறேன்,” என்றார்.

அன்டோனியோ குறிப்புப் புத்தகத்தை எடுத்துப் “பாருங்கள் இன்னும் எவ்வளவு அரசர்கள், பிரபுக்கள் பணி ஒப்பந்தம் கொடுத்திருக்கிறார்கள்,” என்று பெயர்களைப் படித்துக் காண்பித்தான்.

“தவிர பணம் முன்னூற்று இருபது டகட்டுகள் *(Ducat)* ஆகும்,” என்றான்.

மோன்ஸி “என்ன இது எதிர்பார்த்ததைவிட இருமடங்காகச் சொல்லுகிறாரே” என்று நினைத்துக்கொண்டான். ஆனாலும் ஸ்ட்ராடிவாரியின் வயலின்களை அரசருக்குப் பரிசாகக் கொடுப்பதால் வரும் ஆதாயம் இன்னும் பல மடங்கு என்று தோன்றியது.

“மிக்க நன்றி, நான் மூன்று வருடங்கள் ஆனாலும் காத்திருக்கிறேன். முன்பணமும் கொடுக்கிறேன்” என்று ஒப்பந்தம் செய்து கொண்டார்.

அன்டோனியோ குறிப்புப் புத்தகத்தைப் பார்த்தபடி யோசித்தான்... “இதேபோல ஒவ்வொவொரு வாரமும் யாராவது வந்துகொண்டிருக்கிறார்கள். ஏற்கெனவே ஒத்துக்கொண்ட வாத்தியங்களைச் செய்து முடிப்பதற்கே இரண்டு வருடங்கள் ஆகும். மகன்களைத் தவிர வேறு யாரையும் சீடர்களாக வைத்துக் கொள்ளவில்லை. என்னுடைய வயலின் தயாரிப்பு முறைகளை எப்படியாவது கற்றுக்கொள்ள இளையவர்களும், சக லூதியர்களும் எத்தனையோ முயற்சி செய்திருக்கிறார்கள். ஆனால், இதுவரை மிக ரகசியமாக என்னுடைய மகன்களுக்கு மட்டும் சொல்லிக் கொடுத்து வந்திருக்கிறேன். அதனால் மற்றவர்கள் மாதிரி நிறைய சீடர்களை வைத்துக்கொண்டு வேகமாகச் செய்ய முடியாது.”

அன்டோனியோ சுவரில் இருந்த அலமாரியின் பூட்டைத் திறந்தான். அடுக்கு வரிசையாகக் கண்ணாடிப் புட்டிகளில் தேன் போல பல நிறங்களில் வார்னிஷ் திரவங்கள் இருந்தன. புட்டிகளில் இளம் மஞ்சள் நிறம் முதல் ஆழ்ந்த பழுப்பு வரை பல நிறத் திரவங்கள் இருந்தன. சிவப்பு நிறம் அதிகமாக இருந்த மூன்று புட்டிகளை எடுத்து உயரே தூக்கி வெளிச்சத்தில் பார்த்தான். அவற்றில் ஒன்றைத் தேர்ந்தெடுத்தான். தீக்கங்கு போல உள்ளிருந்து ஒளிவீசும் பூச்சாக அது இருக்கும் என அவனுக்குத் தோன்றியது.

படிகளில் ஓடிவரும் ஓசை கேட்டுத் திரும்பிப் பார்த்தான். ப்ரான்செஸ்கோ விரைவாக வந்துகொண்டிருந்தான். அவன் தாமதமாக வந்ததற்குக் குற்ற உணர்வுடன் சற்றுத் தலைகுனிந்து நின்றான். அன்டோனியோ அவனைப் பார்த்து வாஞ்சையுடன் புன்னகைத்தான்.

“வா மகனே, இன்றைக்கு வயலின்களை முடித்துவிடவேண்டும், நல்ல வெயில் உள்ள நாளாக இருக்கிறது. இரண்டுமே நன்றாக அமையும் என்று தோன்றுகிறது.”

“ஆமாம் அப்பா, ஏதாவது காரணத்தினால் ஒன்று சரியாக அமையாவிட்டால் இன்னொன்று இருக்கட்டும் என்று நாம் இரட்டையாகச் செய்கிறோம், ஆனால் இந்த இரண்டுமே நன்றாக அமைந்திருக்கின்றன.”

மகன் மகத்தான வாத்தியங்களை உருவாக்கும் பணியில் தனக்கும் பங்கு இருப்பதையும், தான் கலையைக் கற்றுக்கொள்வதிலும் மகிழ்ந்தவனாகப் பெருமிதத்துடன் புன்னகைத்தான்.

அன்டோனியோ தேர்ந்தெடுத்த புட்டியைத் திறந்து நறுமணத்தை நுகர்ந்தான். மகனுக்கும் கையை நீட்டி புட்டியிலிருந்து முகர்ந்து பார்க்கக் கொடுத்தான். அந்த நறுமணத்தின் போதையில் இருவரும் திருப்தியாகப் பணிமேசைக்கு வந்தார்கள்.

“ஓமபோனோ *(Omobono)*இன்னும் எழுந்திருக்கவில்லையா?”

ப்ரான்செஸ்கோ பதில் சொல்லாமல் கவனமாக மேசை மேல் இரண்டு வயலின்களையும் வைத்தான்.

அன்டோனியோ வார்னிஷ் பூசப்படாத வயலின்களை எடுத்து முகர்ந்து பார்த்தான். ஸ்ப்ரூஸ் மரப் பலகைகள் மணமாக

இருந்தன. வேலை துவங்கியது. ம், ம்ஹூம் போன்ற முனகல்கள் கூடவே சிறு சைகைகள் மட்டுமே போதுமானதாக இருந்தன. அன்டோனியோ திறமையான ஓவியன் தூரிகையால் வரைவது போல வார்னிஷை முதல் வயலின் மேல் பூசினான். அதைத் தூக்கிப் பிடித்து முன்னும் பின்னும் பார்த்தான். திருப்தியாக இருந்தது. ஒரே வீச்சில் பூசியிருந்ததால் வண்ண வேறுபாடு இல்லாமல் சீராக அமைந்து இருந்தது.

செய்து முடித்த வயலினை எடுத்துக்கொண்டு மேல்மாடிக்குச் சென்றான். சுற்றிலும்திரும்பி காற்றை முகர்ந்தான். வயலின் எந்தக் கோணத்தில் தொங்கவிடப்படவேண்டும், எவ்வளவு நிழல் இருக்க வேண்டும், காற்றில் வெப்பம், ஈரப்பதம் எவ்வளவு என்று அவதானித்தான். அங்கே கட்டி இருந்த கம்பியில் வயலினை மிகக் கவனமாகத் தொங்கவிட்டான். ப்ரான்செஸ்கோ அருகில் நின்றுகொண்டு பார்த்துக்கொண்டிருந்தான். அவனுக்குச் சில சந்தேகங்கள் எழுந்தன. கவனம் சிதறி ஒரு சிறு தவறு செய்தாலும் கூட, மாதக் கணக்கில் செய்த வேலை வீணாகிவிடும் என்று தெரியுமாதலால் அவன் அப்போது கேள்வி எதுவும் கேட்கவில்லை.

பின் மதியத்துக்குள் தொங்கவிடப்பட்டிருந்த வாத்தியங்கள் ஒளிர்ந்து கொண்டிருந்தன. அன்டோனியோ விரைந்து சென்று முதல் வயலினைக் கவனமாக எடுத்தான். ஒரு தந்தை, பிறந்த குழந்தையின் முகத்தைக் காணச் செல்லும் அவசரம். வயலினை முன்னும் பின்னும் ஓரங்களையும் சுருளையும் திருப்பித் திருப்பிப் பார்த்து ஆய்ந்தான். எந்தக் குறைபாடும் இல்லாமல் வாத்தியம் இருந்தது. ஆழ்ந்த சிவப்பு நிறம் உள்ளிருந்து தீக்கங்கு போல ஒளிர்ந்தது. அன்டோனியோ நரம்புத் தந்திகளை எடுத்து ஆர்வத்துடன் வாத்தியத்தில் பொருத்தி பிருடைகளை முடுக்கினான்.

தன்னுடைய குழந்தையை எடுப்பது போல வயலினை ஆசையுடன் கைகளில் எடுத்தான். தந்திகளைச் சுருதி சேர்த்தான். ஒவ்வொரு தந்தியாக விரலால் சுண்டினான். அருமையான ஒலி எழும்பியது. பெருமூச்சுவிட்டான். இன்னும் ஒருமுறை சுருதியைத் துல்லியமாகச் சேர்த்தான். ஒரு வயலின் வில்லை எடுத்துக் கண்களை மூடிக் கொண்டு தந்திகளின் மேல் வருடினான், அழுத்தினான், இழைத்தான். அபூர்வமான நாதம் அவன் இதயத்தை நிரப்பியது. வாசித்தபடி புன்னகைத்தான்.

"இருபது வருட ஆராய்ச்சியும் கடும் உழைப்பும் முழுப் பலன் தந்திருக்கிறது. எத்தனை வகை மரங்கள், எத்தனை வடிவங்கள், எத்தனை அளவுகள், எத்தனை வித பூச்சுகள், எத்தனை முயற்சிகள் எல்லாம் தாண்டி இப்போது நான் ஒரு தேர்ந்த லூதியர், ஆனாலும் இன்னும் சாதிக்க நிறைய இருக்கிறது," என்று நினைத்த கலைஞன் கண்களில் நீர் தன்னிச்சையாகத் துளிர்த்தது.

அந்த உணர்ச்சி வசப்பட்ட தருணத்திலிருந்து திடீரென்று விடுபட்டு ஏதோ நினைவுக்கு வந்தவனாக வயலினைத் திருப்பி எஃப் வடிவத்தில் இருந்த ஒலித் துளையின் வழியே உள்ளே பார்த்தான். மறக்கவில்லை, அவன் பெயரும், ஏ எஸ் என்ற முத்திரையும் கையெழுத்தால் கடைசி இரண்டு இலக்கமும் எழுதப்பட்ட லேபில் காகிதம் ஒட்டப்பட்டிருந்தது.

"அன்டோனியஸ் ஸ்ட்ராடிவாரியஸ் க்ரெமோனென்ஃபெஸ் ஃபகியபத் ஆன்னோ 1685"

(Antonius Stradivarius Cremonenfis Faciebat Anno 1685)

அவனுடைய பெயரும், சொந்த ஊரும், செய்த வருடமும் லத்தீன் மொழியில் பொறித்த லேபில் உள்ளே இருந்தது. அன்டோனியோ அதைப் பார்த்துத் திருப்தியுடன் புன்னகைத்தான். கண்களில் நீர் துளிர்க்க இன்னொரு முறை தந்திகளை மீட்டி அந்த நாதத்தில் ஆழ்ந்தான்.

6

ஆகஸ்ட் 1685, இலக்கம் 1, பியாஸா ஸான் டொமெனிகோ, க்ரெமோனா, இத்தாலி.

ஸ்ட்ராடிவாரி தன்னுடைய குறிப்புப் புத்தகத்தைப் புரட்டினான். அடுத்த பணி ஒப்பந்தம் யாருடையது என்று. செப்டம்பர் 13, 1682 என்ற அடுத்த குறிப்பு இருந்தது. வயலின், வயோலா, செல்லோ, பாஸ் என்ற நான்கு வாத்தியங்களையும் செய்வதற்கான ஆர்டர் அது. ஸ்பெயின் நாட்டிலிருந்து சார்லஸ் அரசனுக்காக. அரச குடும்பத்திலிருந்து ஒரு பிரபு நேரில் வந்திருந்தார். அன்றைக்கே வேலையை ஆரம்பிக்கலாம் என்று தீர்மானித்தான்.

சென்ற முறை ஒரு மாதம் முன்பு செய்து முடித்த அளவுகள் சரியாக இருந்தன, வாத்தியத்தின் அமைப்பு திருப்திகரமாக இருந்தது. நாதமும் மிக அழகாக எழும்பியது. இப்போதைக்கு மாற்றம் எதுவும் தேவை இல்லை. செய்து முடிக்கச் சில மாதங்கள் ஆகும். தன்னுடைய மகன்கள் ப்ரான்செஸ்கோ மற்றும் ஓமபோனோ இருவரையும் அழைத்து வேலையை ஆரம்பிக்கலாம் என்று நினைத்தான். பட்டறையிலேயே அவர்களுக்கு என்ன வாத்தியம், எப்படி அமைப்பு என்று விளக்க ஆரம்பித்தான்.

"ப்ரான்செஸ்கோ, ஓமபோனோ, இன்றையிலிருந்து நாம் ஸ்பெயின் அரசருக்கான வாத்தியங்களைச் செய்யப்போகிறோம்.

க்வார்டெட்டுக்குத் தேவையான நான்கு வாத்தியங்களும் செய்ய வேண்டும்."

"இன்றைக்கே என்ன அவசரம்?" என்று முதல் கேள்வி ஆரம்பித்தான் ஓமபோனோ.

ஸ்ட்ராடிவாரி கண்களைச் சுருக்கிக்கொண்டு அவனை முறைத்தான்.

"அவசரமா, இதைவிட வேறு என்ன வேலை நமக்கு?"

ப்ரான்செஸ்கோ பேச்சை மாற்றினான்.

"அப்பா, நாம் இப்போது செய்து முடித்த வாத்தியங்கள் நன்றாக வந்திருக்கின்றன அல்லவா?"

"நீ சொல்லு, ப்ரான்செஸ்கோ, எப்படி வந்திருக்கின்றன?"

"அப்பா, வடிவம் மிக நேர்த்தியாகவும், ஒலி மிகத் துல்லியமாகவும் வந்திருக்கிறது. நாம் முன்பு செய்த வாத்தியங்களை விட இன்னும் நன்றாக வந்திருக்கிறது."

புன்னகையுடன் "அப்படியா? எதனால் முன்பைவிட நன்றாக வந்திருக்கிறது என்று நீ நினைக்கிறாய்?" அன்டோனியோ அவன் தலையை வருடியபடி கேட்டான்.

"அப்பா, இந்த முறை பாஸ் (*bass*) பட்டையின் நீளத்தை ஒரு அங்குலத்தில் பதினாறில் ஒரு பங்குக்கு அதிகரித்து இருக்கிறோம்."

"ம், சரியாகக் கவனித்திருக்கிறாய், அதைத் தவிர?"

"தவிர இந்த முறை எஃப் துளைகளுக்கு..."

அவனை மேலே பேசவிடாமல் ஓமோபோனோ குறுக்கிட்டான். அவன் கைகளில் குறிப்புப் புத்தகம் இருந்தது.

"நீங்கள் குறைந்த பணத்துக்கு ஒப்புக்கொண்டிருக்கிறீர்கள், வருடத்துக்கு ஒருமுறை விலை உயர்த்த வேண்டாமா?"

"மகனே, உயர்த்தலாம், ஆனால் அதற்குத் தகுந்தபடி நாம் கொடுக்கும் தரமும் உயர வேண்டாமா?"

"வேண்டாம், நீங்கள் தரத்தை அதிகம் செய்கிறேன் என்று பரிசோதனைகள் செய்வதிலேயே பாதி நேரம் போய்விடுகிறது.

அதனாலேயே ஒரு புதிய செட் செய்வதற்குப் பல மாதங்கள் ஆகின்றன. இப்படி வாங்கிய பணி ஒப்பந்தப்படி செய்து கொடுக்க மூன்று வருடம் எடுத்துக்கொண்டால், வேறு லூதியர்களிடம் போக ஆரம்பித்து விடுவார்கள்."

"போகட்டுமே, அவர்களுக்குத் தேவையானது கிடைத்தால் போகட்டும். என்னால் பரிசோதனைகள் செய்யாமல் புதுமையாக அமைக்காமல் செய்தவற்றையே செய்ய முடியாது."

"அதுதான் உங்களுடைய பிரச்சினையே, இன்னும் நான்கு அப்ரண்டிஸ்களை எடுத்துக்கொண்டு, அவர்களுக்குப் பயிற்சி கொடுத்து விரைவாகச் செய்து முடிக்கலாம் என்று யோசிக்கலாம். நீங்களும் ப்ரான்செஸ்கோவும் எப்போது பார்த்தாலும் ஒலிக் கம்பத்தை இன்னும் தள்ளலாமா, ஒலித் துளைகளை நேர்கோடாக முதலில் அறுக்கலாமா. வார்னிஷை இன்னும் நீர்க்கக் கரைக்கலாமா என்று விவாதித்துக்கொண்டிருக்கிறீர்கள்."

"ஓமோபோனோ என்ன பேச்சு இது, வேறு யாராவது சொல்லக் கேட்டாயா?"

"யாராவது சொன்னால் என்ன, அதில் உண்மை இருக்கிறதா இல்லையா? இன்னும் நிறைய வாத்தியங்களைச் செய்து நிறையப் பணம் செய்வோம்."

"பணமா? நமக்குத் தேவையானது இருக்கிறது. இன்னும் எத்தனை வேண்டும்?"

"தேவையானது இருக்கிறதா? சில வருடங்களில் நானும் திருமணம் செய்துகொண்டு மனைவியுடன் நல்ல வாழ்க்கை வாழவேண்டும் என்றால் அதற்கு எங்கிருந்து வரும் பணம்?"

"உனக்கு எதற்குத் தனியாகப் பணம்? நான் இல்லையா? எல்லாம் தேவன் பார்த்துக்கொள்ளுவார்."

"அப்பா, பணம் என்பது நல்ல வாழ்க்கைக்கு மட்டும் அல்ல, உங்களுக்கு வயலின் செய்வதில் எவ்வளவு ஆர்வமோ, அதே போல எனக்குப் பணம் சம்பாதிக்கும் கலையில் ஆர்வம்."

"கடவுளே! பணம் சம்பாதிப்பதைக் கலை என்கிறான், அதை வயலின் செய்வதுடன் ஒப்பிடுகிறான். மகனே, என்னுடைய வாக்குக்கும் மதிப்பு உண்டு, நல்ல வாத்தியங்களைச் செய்பவன்

என்ற பெயர் மட்டும் இல்லை, நாணயமான லூதியர் என்ற பெயரும் எனக்கு உண்டு. அந்தப் பணத்தை வைத்துக்கொண்டு என்ன செய்யப் போகிறாய்? இங்கே வீடு இருக்கிறது, ஏற்கெனவே நிறுவப்பட்ட குடும்பத் தொழில் இருக்கிறது, வாங்குவதற்கு அரசர்களும் பிரபுக்களும் காத்திருக்கிறார்கள், இன்னும் என்ன வேண்டும்?"

"உங்களுக்குச் செய்து முடித்த வயலினைக் குழந்தை போல கொஞ்சுவதில் மகிழ்ச்சி அல்லவா? அதன் தந்திகளைச் சுண்டி, வில்லால் இழைத்துக் கண்களை மூடி ரசிக்கிறீர்களே அது எதற்கு?"

"வயலினின் நாதத்துக்கு இணை உண்டா? அதுவும் நான் என்னுடைய கையால் செய்த வாத்தியம் என்னுடைய குழந்தைதான்."

"அப்பா, அதேபோல எனக்கு என்னுடைய வணிகத் திறமையால் சம்பாதித்த பணத்தைக் கையால் தொட்டு வருடுவதும் தங்க வெள்ளி நாணயங்களின் ஒலியைக் கேட்பதும், பணப் பையைத் திறந்து அதிலிருந்து வரும் உலோக மணத்தை முகர்வதும் பையிலிருந்து கொட்டி மறுபடி எண்ணுவதும் ஆனந்தம். உங்களுக்குப் பணத்தின் நாதம் கேட்பதில்லை, எனக்குக் கேட்கிறது."

"மூடனே பணத்தை எண்ணுவதும் தன் கையால் செய்த வயலின் வாத்தியத்தின் நாதத்தை அனுபவிப்பதும் ஒன்றா?" குரல் வீறிட்டது.

"இரண்டும் ஒன்றுதான். நீங்கள் விரும்புவது பரிசோதனைகள் நடத்துவதையும், வயலினைக் கைகளால் செய்வதையும் மட்டுமே அல்லவா?"

"ஆமாம் அதுதான் என்னுடைய வாழ்க்கை லட்சியம்."

"அதேபோல மகத்தான வாத்திய வணிகனாக இருப்பது என்னுடைய லட்சியம்."

"உனக்கு யாரோ தவறாகப் போதனை செய்கிறார்கள். நான் வாத்தியங்களைச் செய்வதே என்னுடைய திருப்திக்காக, இது ஒரு தவம், நம் வீடும் இந்தப் பட்டறையும் தேவாலயம். இது விற்பனைக் கூடம் அல்ல."

"உங்களுக்கு என்ன விலைக்கு விற்கலாம் என்று தெரியவில்லை. வாங்க வருபவர்களிடம் பேரம் பேசவும் வராது. இதை எல்லாம்

எனக்கு விட்டு விடுங்கள், நான் பார்த்துக்கொள்ளுகிறேன். நீங்கள் சம்பாதிப்பதைவிட பல மடங்கு சம்பாதிக்கலாம்."

"உனக்கு வயது என்ன அனுபவம் என்ன என்று புரிந்துகொள், எனக்கே அறிவுரை சொல்லுகிறாய்."

"வயதானால் என்ன, வியாபாரம் செய்யும் திறமை உங்களுக்கு இல்லை. மறுபடியும் சொல்லுகிறேன், இன்னும் நான்கு அப்ரண்டிஸ்களை வைத்துக்கொள்ளலாம். அவர்களுக்குப் பயிற்சி கொடுத்தால், ஒரு மாதத்துக்கு ஒரு வாத்திய செட் தயாரிக்கலாம்."

"மகனே உன்னுடன் பேசி ஒரு பயனும் இல்லை. நான் இன்னும் நிறைய அப்ரென்டிசுகளை எடுத்துக்கொள்ள முடியாது. அவசரப் பட்ட பூனை குருட்டு குட்டிகளை ஈன்றது போல என்னால் வாத்தியம் செய்ய முடியாது. இது நம்முடைய குடும்பச் சொத்து. பல வருடங்கள் முயற்சி செய்து, பரிசோதனைகள் செய்து இன்று பெயர் வாங்கி அருமையான வாத்தியங்களைச் செய்து கொண்டிருக்கிறேன். இதை எல்லோருக்கும் சொல்லிக்கொடுக்க முடியாது. விதண்டாவாதத்தை விட்டுவிட்டு உன்னுடைய தம்பி ப்ரான்செஸ்கோ மாதிரி தினமும் என்னுடன் பட்டறையில் வேலை செய்து தொழிலைக் கற்றுக்கொள்."

ஓமபோனோ தரையில் காலை உதைத்தான். மரத்தால் ஆன மாடிப்படிகளில் ஓசைப்பட இறங்கிச் சென்றான்.

ஸ்ட்ராடிவாரி தண்ணீர் எடுத்துக் குடித்துவிட்டு

"ப்ரான்செஸ்கோ, நீயாவது என்னுடைய வாரிசாக இருப்பாயா? இல்லை உனக்கும் பணத்தாசையா, இப்படி மௌனமாக இருக்கிறாயே?"

"அப்பா நான் என்றைக்குப் பணம் பற்றி உங்களுடன் பேசி இருக்கிறேன்?"

"வா, நாம் அடுத்த வயலின் செய்ய ஆரம்பிக்கலாம். முதலில் சரியான பதத்தில் மரப் பலகை அறுத்து எடுக்க வேண்டும். இரண்டு ஆண்டுகளுக்கு முன்பு வாங்கிய வால் டி ஃபியமே (*Val di Fiemme*) பிரதேசத்திலிருந்து எடுக்கப்பட்ட மரத் துண்டுகள் இருக்கின்றன அல்லவா?"

"இருக்கின்றன அப்பா, நீங்கள் மிக நல்ல தரம் என்று சொன்னதால் அவற்றைத் தனியாகக் கீழே கிடங்கில் வைத்திருக்கிறேன்."

"ஆமாம், அவை சரியாக டிசம்பர் மாதத்தில், அமாவாசை அன்று, மரத்தில் சாறு அதிகம் இல்லாத நாளில் அறுக்கப் பட்டவை. இரண்டு ஆண்டுகளில் நல்ல பதம் அடைந்திருக்கும், வா பார்க்கலாம்."

"மரத்தைப் பார்த்தாலே உங்களுக்கு எப்படி அதில் நல்ல வாத்தியம் செய்ய முடியும், நல்ல நாதம் வரும் என்று தெரியவருகிறது?"

"எல்லாம் அனுபவம்தான், இந்த வருடம் டிசம்பரில் மரம் தேர்ந்தெடுக்கப்போகும் போது என்னுடன் வா, கற்றுக்கொள்ளலாம். அங்கே நல்ல ஸ்ப்ரூஸ்(*Spruce*) மரத்தைத் தேர்ந்தெடுத்து, கணித்த நாளிலே, சரியான நேரத்தில் சேதமாகாமல் வீழ்த்தி, ஓடைத் தண்ணீரின் விசையினால் இயங்கும் எந்திரத்தால் அறுத்து, அதை நமக்குத் தேவைப்படும் பலகைகளாக எடுப்பதை நேரில் காண வேண்டும், ஒவ்வொரு செயல்முறையிலும் அத்தனை நுட்பங்கள் இருக்கின்றன."

ப்ரான்செஸ்கோ புன்னகைத்தான்.

ஸ்ட்ராடிவாரி அவனை அணைத்துக்கொண்டான். இருவரும் மவுனமாக வீட்டின் கீழே இருந்த நிலவறைக்குச் சென்றார்கள்.

7

ஆகஸ்ட் 1685, க்ரெமோனா, இத்தாலி

அன்டோனியோவும் ப்ரான்செஸ்கோவும் மறுநாள் காலை வழக்கம் போல உற்சாகத்துடன் எழுந்து பட்டறையில் வேலைகளை ஆரம்பித்தார்கள்.

“மகனே ப்ரான்செஸ்கோ, இன்றைக்குத் தொடங்கும் வயலினில் மேல் கீழ்ப் பலகைகளில் அளவு வளைவு இரண்டிலும் சிறு மாற்றங்கள் செய்யலாம் என்று எனக்குத் தோன்றுகிறது.”

“என்ன மாற்றம் அப்பா?”

அன்டோனியோ வரைபடங்களைக் காட்டி விளக்க ஆரம்பித்தான். இருவரும் விவாதித்துக்கொண்டிருந்தார்கள்.

“மகனே, இப்படி விவாதம் செய்யும்போதுதான் எனக்கும் தெளிவு கிடைக்கிறது. வளைவு மட்டும் அல்ல, பலகைகளின் தடிமனையும் சற்றுக் குறைக்கலாம், நாதம் இன்னும் நன்றாக எழும்பும் என்று தோன்றுகிறது.”

ஓமபோனோ மெதுவாக எழுந்து பத்து மணிக்கு மேலே பட்டறைக்கு வந்தான்.

“அடுத்த வேலை ஆரம்பித்துவிட்டீர்களா? முடித்த வாத்தியங்கள் என்ன ஆயின?”

வேலையை நிறுத்திவிட்டு அன்டோனியோ நிமிர்ந்து பார்த்தான்.

“செய்து முடித்த வாத்தியங்களை உரிமையாளருக்குக் கொடுத்தால்தானே மீதிப் பணம் வாங்க முடியும்?”

“வருவார், வந்து வாங்கிக்கொள்ளுவார்.” திரும்பி பணி மேசையில் ஒரு அரம் எடுத்து மரத்தை அறுக்க ஆரம்பித்தான்.

“நீங்கள் தகவல் சொல்லி அனுப்பாவிட்டால் எப்படி வருவார்?”

“மிக்கேல் மோன்ஸி வெனிஸிலிருந்து நம் ஊருக்கு வரும் வணிகர்களிடம் விசாரிக்கச் சொல்லி இருக்கிறார். இரண்டு மூன்று மாதங்களுக்கு ஒருமுறை யாராவது வந்து விசாரித்துக் கொண்டுதான் இருக்கிறார்கள், யாராவது வருவார்கள், தகவல் சொல்லலாம்.”

“இப்படி நீங்கள் வணிகத்தில் சற்றும் ஆர்வம் இல்லாமல் இருப்பதனால்தான் நாம் இப்படியே இருக்கிறோம்.”

“மகனே ஓமபோனோ, உனக்கு என்ன குறை இந்த வீட்டில்? ஏன் இப்படிப் மறுபடியும் பேசுகிறாய்?”

“வாத்தியங்களை என்னிடம் கொடுங்கள், நானே வெனிஸுக்குச் சென்று அவரிடம் கொடுத்துவிட்டு பணத்தையும் வாங்கி வருகிறேன்.”

“நான் செய்திருப்பது வீட்டுக் கூடத்தில் அலங்காரமாக வைக்கும் மேசை நாற்காலிகள் அல்ல. இசை எழுப்பும் வாத்தியங்கள். இவற்றைக் கொடுத்து அனுப்ப முடியாது. எப்படிப் பாதுகாக்க வேண்டும், எப்படி உபயோகிக்க வேண்டும் என்று நானே நேரில் விளக்க வேண்டும்.”

“எதற்கு நீங்களே விளக்க வேண்டும்? இந்த மாதிரி மரம் தேர்ந்தெடுத்து வாங்குவதிலிருந்து, அறுத்து வாத்தியம் செய்து, வார்னிஷ் அடித்து காயவைத்து ஒப்படைப்பது வரை நீங்களே செய்வ விரும்புவதுதான் பிரச்சினையே.”

“உன்னதமான குடும்பத் தொழிலைத் தொடர்ந்து கற்றுக் கொண்டு நல்ல மனதுடன் வாத்தியம் செய்து வாழ்வோம், எனக்குப் பட்டறையில் இன்னும் குடும்பத்தினர் தேவை. நானே வெனிஸுக்குத் தகவல் சொல்லி அனுப்புகிறேன், நீ எங்களுடன் வந்து வேலை கற்றுக்கொள்கிறாயா?”

“யாரிடம் சொல்லி அனுப்ப வேண்டும்? நான் முதலில் அவரிடம் போய்ப் பேசி வருகிறேன்.”

“தங்கும் விடுதியும் வட்டிக் கடையும் வைத்திருக்கிறாரே டி பவுலோ *(De Paulo)* அவர்தான் மாதம் ஒருமுறை வெனிஸுக்குப் போய்வருகிறார்.”

“நான் இப்போதே அவரிடம் சொல்லிவருகிறேன். இன்னும் எவ்வளவு பணம் வர வேண்டும்? இரண்டு வருடம் ஆகி விட்டதால் விலை உயர்ந்துவிட்டது என்றும் தகவல் சொல்லி அனுப்பட்டுமா?”

அன்டோனியோ பதில் சொல்லாமல் சீவுளியை எடுத்தான்.

8

டிசம்பர் 1685, க்ரெமோனா, இத்தாலி

"ப்ரான்செஸ்கோ இதைப் பார்த்தாயா, இப்படித்தான் மேல் பலகையிலும் கீழ்ப் பலகையிலும் தடிமன் சரியாக இருக்க வேண்டும்."

அன்டோனியோ பலகைகளை எடுத்து ஒரு கண்ணை மூடி உயர்த்திப் பிடித்து சரிபார்த்தான்.

ப்ரான்செஸ்கோ ஆர்வத்துடன் கவனித்தான், "இந்த அளவுகள் உங்களுக்கு எப்படிக் கிடைத்தன?"

"கிடைத்தனவா? யாரும் சொல்லவில்லை. என்னுடைய குரு அமாதியின் பட்டறையில் நான் வேலை செய்தபோது கவனித்தது. அவர் செய்த வயலின்கள் நல்லவை, ஆனால் நான் அதைச் சிறிது சிறிதாக மாற்றி, பரிசோதனைகள் செய்து இப்போது நீ பார்க்கும் அளவுகளைக் கண்டுபிடித்தேன்."

ப்ரான்செஸ்கோ புன்னகையுடன் கைவிரல்களால் அந்தப் பலகைகளை வருடினான். அவற்றின் நறுமணத்தை நுகர்ந்தான். மென்மரத்தின் பலகை விரல்களின் வழியே அவனுக்குக் கிளர்ச்சியைக் கொடுத்தது.

"வெனிஸிலிருந்து செய்தி வந்துவிட்டது" மூச்சிரைக்க மாடி ஏறி வந்த ஓமபோனோ கூவினான்.

அன்டோனியோ தலையை நிமிர்த்தாமல், "அப்படியா?" என்றான்.

தரை அதிரப் பணி மேசை அருகே வந்து, அன்டோனியோவின் கைகளைப் பிடித்து நிறுத்தினான்.

"நான் சொல்லுவதைச் சற்றுக் கவனித்துக் கேளுங்கள். டி பவுலோ வெனிஸிலிருந்து இன்றுதான் திரும்பி வந்தார், அவர் மிக்கேல் மோன்ஸியைப் பார்த்தாராம். வாத்தியங்கள் தயாராகிவிட்டன என்று சொன்னாராம்."

அன்டோனியோ தான் வேலை செய்துகொண்டிருந்த வாத்தியத்திலிருந்து கண்களை அகற்றாமல், "மோன்ஸி என்ன சொன்னாராம்?"

"அவர் அவ்வளவாக ஆர்வம் காட்டவில்லையாம், எப்போது வந்து வாங்கிக்கொள்ளுவார் என்றும் சொல்லவில்லையாம்."

"போகட்டும், வாத்தியங்கள் நம்முடன் இன்னும் சில காலம் இருக்கட்டும்."

"ஆமாம், ஏற்கெனவே மூன்று வருடங்கள் ஆகிவிட்டன. இன்னும் பணம் கைக்கு வரவில்லை. ஒன்றுக்கும் உபயோகம் இல்லாமல் வாத்தியங்கள் நம் வீட்டிலேயே கிடக்கும்."

"ஓமோபோனோ ஏன் இப்படிப் பேசுகிறாய்? அப்படி என்ன பணத்தின் மேல் ஆசை? சம்பாதித்து என்ன செய்யப் போகிறாய்?"

"நீங்கள் செய்த வயலினை நீங்கள் வாசிப்பதில்லையே, யாரோ வாங்கிச் சென்று வாசிக்கிறார்கள், கைதட்டல் பெறுகிறார்கள். அதுபோல நான் சம்பாதித்த பணம் என்ன ஆகும் என்பது பற்றி எனக்குக் கவலை இல்லை, சம்பாதிக்க வேண்டும், நிறைய சம்பாதிக்க வேண்டும், சம்பாதிக்கும் வழிகளைக் கற்றுக்கொள்ள வேண்டும். ஐரோப்பாவின் மாபெரும் வாத்திய வணிகன் ஆக வேண்டும்."

அன்டோனியோ குரலை உயர்த்தி "நீ இப்படிப் பணம் பணம் என்று அலைந்துகொண்டிருந்தால், பட்டறைக்கு வராதே, நம் இல்லத்தில் நீ இருப்பதே ஒரு களங்கம்."

"ஆமாம், நான் உங்கள் குடும்பத்துக்குக் களங்கம்தான், ஒரு நாள் இந்த வீட்டை விட்டுப்போய் விடுவேன். அதற்கு முன்பு

வெனிஸிலிருந்து கிடைத்த தகவலை முழுவதாகச் சொல்லி விடுகிறேன்."

"என்ன அது?"

"இந்த வாத்தியங்களை யாருக்காகச் செய்தீர்கள்?"

"இங்கிலாந்து அரசன் ஜேம்சுக்காக என்றுதான் மிக்கேல் மோன்ஸி சொன்னார்."

"அந்த அரசர் உள்நாட்டுக் கலகத்தில் சிக்கிக்கொண்டிருக்கிறாராம். மோன்ஸி இந்த வாத்தியங்களை வைத்துக் கொண்டு என்ன செய்யப்போகிறார்? அதனால்தான் ஆர்வம் காட்டவில்லை என்பது என்னுடைய ஊகம்."

"அவர் ஆர்வம் காட்டாவிட்டால் போகட்டும், இந்த அருமையான வாத்தியங்கள் நம்முடன் இருக்கட்டும்."

"ஆமாம் இருக்கட்டும், நீங்கள் தினமும் அவற்றை எடுத்துத் தடவிக் கொடுத்து, தந்திகளை மீட்டி வில்லால் இழைத்து கண்களை மூடிக்கொண்டு ரசிக்கலாம்."

பெருமூச்சுடன் அமர்ந்தான் அன்டோனியோ.

9

1698, மே மாதம் அன்டோனியோ ஸ்ட்ராடிவாரியின் மனைவி இறந்து, அடக்கம் செய்த அடுத்த நாள்–

"ப்ரான்செஸ்கோ, இந்த வளைவைப் பார். நான் முன்பு செய்த எஃப் துளைகளுக்கும் இதற்கும் வித்தியாசம் தெரிகிறதா?"

"தெரிகிறது அப்பா, இந்த இடத்தில் நேராக ஒரே வீச்சில் துளை அமைந்திருக்கிறது. இதனால் ஒலி என்ன ஆகும்?"

"சரியான அவதானிப்பு, என்ன ஆகும் என்பதை நீயே பார்க்கப் போகிறாய், இப்படி நேராக ஒரே வீச்சில் துளை இட்டு, ஒலிக் கம்பத்தை இப்படி நகர்த்துவதாக இருக்கிறேன் , இங்கே கவனி. வயலினின் மேல் பலகையையும் கீழ்ப் பலகையையும் இணைத்து நடுவில் நிற்கும் சிறு மரத் துண்டுக்கு அவ்வளவு மகிமை. அது எங்கே பொருத்தப்படுகிறது என்பது வயலினின் ஒலியின் தரத்தை நிர்ணயிக்கும்."

மாடிப்படிகளில் ஓசையுடன் யாரோ வந்தார்கள்.

அன்டோனியோ கவனமாக வயலினை வைத்துவிட்டு திரும்பினான்.

ஓமோபோனோதான். மறுபடியும் ப்ரான்செஸ்கோவைச் சைகை செய்து கவனத்தை வயலினுக்குத் திருப்பினான்.

"உங்கள் இருவருக்கும் உணர்ச்சிகளே இல்லையா? அம்மா இறந்து நேற்றுதான் அடக்கம் செய்தோம், அதற்குள் மறுபடியும் ஆரம்பித்துவிட்டீர்கள்."

அன்டோனியோ நிமிர்ந்துகூட பார்க்கவில்லை.

"இதோ பார், இப்படி நூலால் கட்டி ஒலிக்கம்பத்தை எஃப் துளையின் வழியாக உள்ளே தள்ளி, பிறகு பொறுமையாக அதை நகர்த்தி அமர்த்த வேண்டும். வேகமாக இழுக்கக் கூடாது. நீ செய்கிறாயா?"

ஓமோபோனோ அருகில் வந்தான்.

ப்ரான்செஸ்கோ கவனமாகத் துளைகளுக்குள் பார்த்தான். "அப்பா, முன்பும் இப்படியேதானே செய்து வந்தீர்கள், இப்போது என்ன வித்தியாசம் என்று எனக்குத் தெரியவில்லை."

"மகனே, இப்போது பலகையின் உள் வளைவுகளையும், தடிமனையும் சிறிது மாற்றி இருக்கிறேன், அதனால் ஒலிக்கம்பத்தை எப்படி எங்கே நிறுத்துவது என்று பரிசோதனை செய்துதான் முடிவுக்கு வரவேண்டும்."

"ஓ, அப்படியா."

"வெவ்வேறு இடங்களில் பொருத்தி ஒலி எப்படி மாறுபடுகிறது என்று கேட்க வேண்டும்."

அதற்குள் ஓமபோனோ சுற்றிலும் பார்த்தான். பக்கச் சுவரில் பூட்டி இருந்த அலமாரியைக் காட்டி-

"நீங்கள் ஆராய்ச்சியைத் தொடருங்கள், நான் எப்படி அதைப் பணமாக ஆக்கலாம் என்று பார்க்கிறேன். இதை ஏன் பூட்டினீர்கள்?"

அந்த அலமாரியில்தான் அன்டோனியோவின் பிரத்யேக வயலின் வார்னிஷ் புட்டிகள் இருந்தன. இளம் மஞ்சள் நிறத்திலிருந்து சிவப்பு, கருஞ்சிவப்பு, ஆழ்ந்த பழுப்பு என்று பல நிறங்களில் வார்னிஷ் வகைகள் புட்டிகளில் அடைக்கப் பட்டு இறுக மூடப் பட்டு வரிசையாக நிறவாரியாக அடுக்கப்பட்டிருந்தன.

"இங்கே நம் குடும்பத்தினரைத் தவிர வேறு யாரும் வருவதில்லையே? எதற்குப் பூட்ட வேண்டும்?"

"இப்போது உனக்கு என்ன வேண்டும்?"

“நான் முன்பே சொல்லி இருந்தேனே, க்ரெமோனாவிலேயே நிறைய லூதியர்கள் நம்முடைய வார்னிஷை நல்ல விலை குடுத்து வாங்கத் தயாராக இருக்கிறார்கள்.”

“அவர்கள் தயாராகத்தான் இருப்பார்கள், என்னுடைய வயலின்களுக்கு இணையாக எப்படியாவது தாங்களும் செய்ய வேண்டும் என்று ஆசை அவர்களுக்கு. ஆனால் நான் கொடுக்கத் தயாராக இல்லை, முன்பே சொல்லி இருக்கிறேன்.”

“ஏன் கொடுக்கக் கூடாது? ஒவ்வொரு மாதமும் நாம் நூற்றுக் கணக்கான புட்டிகள் விற்கலாம், அதிலிருந்து நமக்கு வருமானம்.”

அன்டோனியோ அதற்குள் குரலை உயர்த்திக் குறுக்கிட்டான் “விற்பனைக்கு ஒருநாளும் கொடுக்க மாட்டேன்.”

“உங்களுக்கு வயலின் செய்வதில் எவ்வளவு ஆர்வமோ, எனக்கு அதைப்போல வணிகம் செய்வதில் ஆர்வம். அதில் என்ன தவறு?”

“தவறுதான், இதெல்லாம் நான் கண்டுபிடித்தவை, நான் பரிசோதனைகள் செய்து செம்மை செய்த தொழில் நுட்பம். உனக்கு அப்படி வணிகம் செய்ய வேண்டுமானால், வேறு ஏதாவது பார்த்துக்கொள். வாத்தியங்களில் வியாபாரத்தைக் கொண்டு வராதே. உங்கள் இருவரையும் நம்பித்தான் நான் இருக்கிறேன். குடும்பத் தொழிலைக் கற்றுக்கொள்ளாமல், வணிகம் செய்வதாகச் சொல்லுகிறாய், சொன்னாலும் கேட்பதில்லை, எக்கேடு கெட்டுப் போ.”

“போகிறேன் நீங்கள் பின்னாளில் வருத்தப்படப்போகிறீர்கள்” என்று அருகிலிருந்த நாற்காலியை உதைத்துவிட்டு ஓசை எழுப்பிக் கொண்டு மரப்படிகளில் இறங்கினான்.

அன்டோனியோ அவன் சென்ற வாயிலை வெற்றுப் பார்வையில் பார்த்துக்கொண்டிருந்தான்.

“ப்ரான்செஸ்கோ, இன்று முதல் பட்டறையில் வேலை செய்து முடிக்கும்போது எல்லாவற்றையும் எடுத்துப் பூட்டி வைக்க வேண்டும். வயலின் அளவுகள் கொண்ட வரைபடங்கள், மரப் பலகைகள், கருவிகள் எதையும் வெளியே வைக்கக் கூடாது.”

“சரி அப்பா.”

"இவனே வந்து திருடினாலும் ஆச்சரியப்பட முடியாது. ஒழுங்காகத்தான் இருந்தான். க்ரெமோனாவின் மற்ற லூதியர்கள் மோசமானவர்கள்."

ப்ரான்செஸ்கோ எதுவும் பேசாமல் இருந்தான்.

மறுபடியும் படியில் ஓசை கேட்டது. ஓமபோனோதான். அவன் கைகளில் இங்கிலாந்து அரசனுக்காகச் செய்து முடித்த வயலின் இருந்தது.

"இந்த வாத்தியங்களை மீதிப் பணம் கொடுத்து வாங்க யாரும் இல்லை. இதை நான் நீங்கள் ஒப்புக்கொண்ட பணத்துக்கு இரண்டு மடங்கு விலைக்கு விற்று வருகிறேன்."

"அடேய் மடையா உனக்குப் பத்தொன்பது வயது, என்ன உலக அனுபவம் இருக்கிறது? வாத்தியங்களைத் தொடாதே, அவை என்னுடைய குழந்தைகள், உனக்கு எந்த உரிமையும் இல்லை."

"எனக்கு உரிமை இல்லையா? நான் உங்கள் மகன், நினைவிருக்கட்டும்."

பதிலுக்குக் காத்திராமல் பணி மேசையில் இருந்த கருவிகளைக் கைகளால் தள்ளிவிட்டு ஓமோபோனோ கீழே இறங்கிச் சென்றான்.

"அடேய் மூர்க்கனே, உனக்கு வாத்தியம் செய்வதில் எல்லா நுட்பங்களையும் கற்பித்தேன். இத்தனை வருடங்கள் சொல்ல வேண்டிய அறிவுரை எல்லாம் சொன்னேன். இப்போது ஒரு தந்தை தன்னுடைய நாவினால் சொல்லக் கூடாததைச் சொல்லுகிறேன். நீ நன்றாக இருக்க மாட்டாய், அதுதான் உன் விதி."

பேசி முடித்த அன்டோனியோ தாள முடியாமல் பணி மேசையில் மேசையில் சாய்ந்து உட்கார்ந்தான். பேசாமல் சில கணங்கள் பெருமூச்சுவாங்கினான். சிறிது நீர் எடுத்துக் குடித்தான்.

"கெட்டுப்போன பாலுக்கு அழுது என்ன பயன், ப்ரான்செஸ்கோ வா, நாம் ஒலிக்கம்பம் பொருத்துவதைப் பார்க்கலாம்."

அடுத்த நாள் காலை ஓமபோனோ வீட்டில் காணவில்லை.

அவன் வீட்டை விட்டு ஓடிப்போயிருப்பான், போகட்டும் என்று சொல்லிவிட்டு அன்டோனியோ வழக்கம் போல அங்கி அணிந்து கொண்டு வாத்தியம் செய்யும் வேலையைத் தொடர்ந்தான்.

10

1700 க்ரெமோனா, இத்தாலி.

அன்டோனியோவும் ப்ரான்செஸ்கோவும் பட்டறையில் வேலையில் இருந்தார்கள். ஒரு புதிய வயலின் செய்ய வரைபடங்களை எடுத்து விவாதித்துக்கொண்டிருந்தார்கள்.

“மகனே ப்ரான்செஸ்கோ, நீதான் என்னுடைய வாரிசு, நீதான் என்னுடைய கலையை முழுமையாகக் கற்றுக்கொள்ளவேண்டும். பல ஆயிரம் பரிசோதனைகள் செய்து வயலின் செய்வதில் நிறையப் புதுமைகள் செய்திருக்கிறேன். மரத்தைத் தேர்ந்தெடுப்பதுமுதல், வடிவம், பலகைகளின் தடிமன், பக்கப் பலகைளை எப்படி சூட்டினால் வளைப்பது, எஃப் துளைகள், சுருள் ஸ்க்ரோல், ஒலிக்கம்பத்தின் இடம், வார்னிஷ் என்று ஒவ்வொன்றிலும் நான் செய்திருப்பதைப் போல நேர்த்தியாக வேறு யாரும் செய்வதில்லை. என்னுடைய வயலினின் நாதம் போல வேறு யாராலும் செய்ய முடிவதில்லை. இத்தனை வருடங்கள் செய்தும் எனக்கு முழு திருப்தி இல்லை. இன்னும் அருமையான வாத்தியங்களைச் செம்மையாகச் செய்ய வேண்டும். எனக்கு இன்னும் புதுமைகள் செய்ய ஆர்வம், நீ என்னுடன் கூட இருப்பாயா?”

“அப்பா, நான்தானே உங்களுடன் இத்தனை வருடங்களும் கூட இருந்திருக்கிறேன்? என்னால் முடிந்த அளவு உங்களிடமிருந்து கற்றுக்கொண்டிருக்கிறேன்.”

“நீயும் உனது சகோதரன் மாதிரி வயலின் செய்வதைக் கற்றுக் கொள்ளாமல், வணிகம் செய்வதற்குப் போய்விடாதே. வணிகம் செய்வதற்கு நிறையபேர் இருக்கிறார்கள். நல்ல வயலின் செய்வதற்கு நமது குடும்பத்தை விட்டால் யாரும் இல்லை.”

“உண்மைதான் அப்பா, யாரும் இல்லை, நான் வேறு தொழிலுக்குப் போகமாட்டேன்.”

அப்போது மாடிப்படிகளில் யாரோ ஏறிவரும் ஒலி கேட்டது. குடும்பத்தினரைத் தவிர யாரும் மேலே வரமாட்டார்கள். வருபவர் தயங்கி வருவதாகத் தோன்றியது.

ப்ரான்செஸ்கோ கைகளில் இருந்த அளக்கும் கருவியை வைத்து விட்டுத் திரும்பினான்.

“வேறு யார், அவனாகத்தான் இருக்கும், ஓடிப்போனவன் திரும்ப வந்திருப்பான். மறுபடியும் விற்பனை பற்றியும், விலை பற்றியும் பேசுவான். அங்கி அணிந்தால் பாதிரி ஆக முடியுமா? நீ வேலையைக் கவனி.”

11

24 ஜனவரி, 1729, க்ரெமோனா, இத்தாலி.

அன்டோனியோ ஸ்ட்ராடிவாரியின் உயில்-

இது நான் அன்டோனியோ ஸ்ட்ராடிவாரி திடமான உடலுடனும் தெளிந்த மனத்துடனும் எழுதும் கடைசி உயிலாக இருக்கட்டும். நான் இறந்த உடனேயே என் உடலை ஸான் டொமெனிகொவுக்கு (San Domenico) எடுத்து வந்து ஐம்பது துதிகளைச் சொல்லுவது ஆகட்டும். என்னுடைய மகன் ப்ரான்செஸ்கோதான் என்னுடைய வாரிசு. என்னுடைய மகள் காத்தரினா (Catterina), என்னுடைய இரண்டாவது மனைவி அன்டோனியா மரியா (Antonia Maria), மகன்கள் ஜோசெப்பே(Giuseppe) மற்றும் பாவோலோ(Paolo) இவர்கள் எல்லோரும் ப்ரான்செஸ்கோவுடன் என்னுடைய வீட்டில் வசிப்பார்களாக.

என்னுடைய வாத்தியப் பட்டறைக்கும் ப்ரான்செஸ்கோதான் எசமானாக இருக்கட்டும். பட்டறைக்குப் பின்பக்கத்தில் இப்போது நான் இருக்கும் அறையையும் அவன் உபயோகப் படுத்திக்கொள்ளட்டும். தோட்டத்தை என்னுடைய மகளுக்குக் கொடுக்கிறேன். வட்டியுடன் அது நாலாயிரம் லிரா(Lira) மதிப்புள்ளது. வட்டியில் பாதியை அவள் புனித ஜியார்ஜியோவின் கான்வென்டில்(San Georgio Convent) கன்னியாஸ்திரியாக இருக்கும்

என்னுடைய இன்னொரு மகள் மரியாவுக்குக் *(Maria)*கொடுக்க வேண்டும்.

ஜோசெப்பே ஆறாயிரம் லிரா மதிப்புள்ள புனித அகதாவின் பாரிஷிலுள்ள *(San Agatha Parish)* வீட்டுக்கு உரிமையாளன்.

என்னுடைய மகன் பாவோலோவுக்கு ஆறாயிரம் லிரா கொடுக்கப் பட வேண்டும். தவிர அவன் வணிகன் ஆக விரும்பினால் இன்னொரு ஆறாயிரம் கொடுக்க வேண்டும்.

என்னுடைய மனைவிக்கு அவளுடைய சீதனத்தையும் அவளுடைய உடைகளையும் அவளுடைய தங்க நகைகளையும் கூடவே ஆயிரம் லிரா பணமும்.

ப்ரான்செஸ்கோ, காத்தரினாவையும் என் மனைவியையும் பார்த்துக் கொள்ள வேண்டும். அவர்கள் என்னுடைய வீட்டை உயிருடன் இருக்கும்வரை அனுபவிக்கலாம். ஜோசெப்பேவும் பாவோலோவும் எப்போதும் ஒன்றாக இருக்க வேண்டும்.

ஓமபோனோவுக்கு அவனுடைய பங்கு வேண்டுமானால் அவன் நேப்பிள்சுக்குச் சென்று வந்ததற்கும் க்ரெமோனாவில் மற்ற செலவுகளுக்கும் கடனாகக் கொடுத்த மூவாயிரம் லிராக்கள் கொடுக்கப்படவேண்டும். அதற்கும் மேலாகச் செலவு இருந்தால் மற்ற எல்லோரும் பகிர்ந்துகொள்ள வேண்டும்.

நான் அன்டோனியோ பாரோசினோவுக்குக் *(Barocino)* கொடுத்த நூறு ஃபிலீப்பியும் *(Filippi)* வட்டியும் காத்தரினாவுக்கு.

12

1736 ஜூலை 17ம் தேதி, க்ரெமோனா, இத்தாலி.

மூன் மாலை நான்கு மணி இருக்கும். நல்ல வெயிலும் சூடும் இருந்தன. தொண்ணூற்று இரண்டு வயது அன்டோனியோ குனிந்து பணி மேசையில் வேலை செய்து கொண்டிருந்தான்.

ப்ரான்செஸ்கோ “அப்பா, வலது பக்கமும் இடது பக்கமும் சமமாக இல்லை, ஓரங்கள் சுத்தமான வளைவுகளாக இல்லை. உங்களுக்குக் கைகள் நடுங்குகின்றன, கண்ணும் சரியாகத் தெரியவில்லை, நான் செய்கிறேன் என்றாலும் நீங்கள் முழுவதுமாக என்னிடம் விடுவதில்லை.”

“மகனே, அதெல்லாம் இல்லை, எல்லாம் சரியாகத்தான் இருக்கின்றன. இதோ நாளை வார்னிஷ் பூசி முடித்த பிறகு தந்தியை முறுக்கி நாதத்தைக் கேட்கலாம், ஒரு குறைவும் இருக்காது.”

அடுத்த நாள் அன்டோனியோ வார்னிஷ் கலந்து பூசினான். வண்ணம் சீராக அமையவில்லை. ஆங்காங்கே திட்டு திட்டாக, அடித்த கோடுகள் தெரிய, ஒரு பக்கம் திரவம் வழிந்து ஓடிய கறையுடன் இருந்தது.

அன்டோனியோ நரம்புத் தந்திகளை எடுத்து ஆர்வத்துடன் வாத்தியத்தில் பொருத்தி பிருடைகளை முடுக்கினான். தன்னுடைய

குழந்தையை எடுப்பது போல வயலினை ஆசையுடன் கைகளில் எடுத்தான். தந்திகளைச் சுருதி சேர்த்தான். ஒவ்வொரு தந்தியாக விரலால் சுண்டினான். அவனுக்கு அருமையான நாதம் எழும்பியதாகத் தோன்றியது. தலையைச் சாய்த்துக் காதின் அருகில் வயலினை வைத்துக் கேட்டான். முன்போலத் தெளிவாகக் கேட்கவில்லை. பெருமூச்சுவிட்டான்.

"மகனே ப்ரான்செஸ்கோ, கேட்டாயா, நன்றாகக் கேள் , இதில் என்ன குறை?"

ப்ரான்செஸ்கோ எதுவும் சொல்லவில்லை, தந்தையின் கைகளைப் பிடித்துக்கொண்டான்.

இன்னும் ஒருமுறை சுருதியைத் துல்லியமாக சேர்த்தான். ஒரு வயலின் வில்லை எடுத்துக் கண்களை மூடிக்கொண்டு தந்திகளின் மேல் வருடினான், அழுத்தினான், இழைத்தான். வயலின் நாதம் அவன் இதயத்தை முழுமையாக நிரப்பியது.

13

1737 டிசம்பர் 18ம் தேதி, க்ரெமோனா, இத்தாலி.

அன்டோனியோ ஸ்ட்ராடிவாரியின் உடல் கிடத்தி இருந்தது. உயிலைப் படித்துவிட்டு ஓமபோனோ கொதித்துக்கொண்டிருந்தான்.

“கிழவன் பழிவாங்கிவிட்டான்.”

“அப்படிப் பேசாதே ஓமபோனோ, உனக்கு அறுபது வயது ஆகப் போகிறது. நீ இன்னும் பதின்ம வயதினன் அல்ல. நம் அப்பா எவ்வளவு சாதித்திருக்கிறார், எவ்வளவு கற்றுக்கொடுத்திருக்கிறார்.”

“உனக்கு வயலின் செய்வதைக் கற்றுக்கொடுத்தார். பவுலோவுக்கு வியாபாரத்துக்குப் பணம் கொடுத்தார். எனக்கு என்ன கொடுத்தார்? நான் வாத்தியங்களை வணிகம் செய்வதைப் பார்த்துக்கொள்கிறேன் என்று எத்தனைமுறை கெஞ்சினேன், அதை அவர் கேட்கவில்லை. உயிலிலும் என்னை முழுவதுமாகப் புறக்கணித்துவிட்டார்.”

“அப்படி நினைக்காதே ஓமபோனோ, அவர் செய்து முடித்த வாத்தியங்கள், முழுமையாகச் செய்து முடிக்காத வாத்தியங்கள் எல்லாம் நிறைய இருக்கின்றன. அவற்றை விற்று நீ பணம் எடுத்துக் கொள்ளலாம்.”

“எத்தனை இருக்கின்றன?” குரலில் ஆர்வம் இருந்தது.

“எல்லாமாகச் சேர்த்து தொண்ணூற்று ஒன்று வயலின்களும் இன்னும் சில வாத்தியங்களும் இருக்கின்றன.”

ஓமபோனோ “வெனிஸின் மிக்கெல் மோன்ஸி இங்கிலாந்து அரசனுக்குச் செய்யச் சொன்ன வாத்தியங்கள் இருக்கின்றனவா?”

“இருக்கின்றன, அவர் வந்து வாங்கிக்கொள்ளவில்லையே, நீதானே அவற்றை விற்கிறேன் என்று வாதம் செய்து, கோபித்துக்கொண்டு நேபிள்சுக்கு ஓடிச்சென்றாய், அந்த வாத்தியங்கள் அப்படியே இருக்கின்றன.”

“நான் அவற்றை அப்போதே விற்றுத்தருவதாகக் கெஞ்சினேன். அப்பா கேட்கவில்லை. அவற்றை மட்டும் எனக்குக் கொடுத்து விடு.”

“எடுத்துக்கொள், அப்பாவைப் பற்றித் தவறாகப் பேசாதே.”

“நீ பட்டறையைத் தொடர்ந்து நடத்தப்போகிறாய் அல்லவா? நானே உன்னுடைய வாத்தியங்களை விற்றுத் தருகிறேன். மிலான் நகரத்தில் முதலில் விற்பனைக் கூடம் அமைக்கிறேன். பிறகு வெனிஸ் நகரத்தில் பெரிதாக ஒன்று. இந்த வாத்தியங்களை விற்று அதில் வரும் பணத்தில் என்னுடைய வணிகத்தை நிறுவுகிறேன். நீயாவது அதற்கு உதவியாக இரு.”

“ஓமபோனோ, அப்பாவின் உடல் அடக்கம் முடிந்த பிறகு பேசலாமா?”

“நீ இத்தனை வருடம் அப்பாவுடன் இருந்து உனக்கு விருப்பம் இருக்கிறதோ இல்லையோ, வாத்தியம் செய்யும் கலையைக் கற்றுக் கொண்டிருக்கிறாய். ஆனால் நீ அவர் மாதிரி புகழும் பெயரும் அடையலாம் என்று கனவு காண்கிறாயா? அது நடக்காது. நீ என்ன செய்தாலும், அவர் செய்த மாதிரி இல்லை என்பார்கள்.”

“நீ என்ன சொல்லுகிறாய் சகோதரா?”

“நாம் குழந்தைகளாக யாருக்குப் பிறக்கிறோம், எந்தக் குடும்ப சூழ்நிலையில் வளர்கிறோம், எப்படி இறக்கிறோம் என்பது நம்முடைய கையில் இல்லை, ஆனால், நடுவில் வாழ்க்கையில் என்ன செய்கிறோம் என்பதை நானாக, என்னுடைய விருப்பப்படி செய்ய நினைத்தேன். தந்தை சொன்னபடி செய்யாமல் நான் புதிதாக முயற்சி செய்தேன். முடியவில்லை. என்னை யாரும்

புரிந்து கொள்ளவில்லை. நான் பணம் சம்பாதிக்கும் கலையை இனிமேல்தான் கற்றுக்கொள்ள வேண்டும். நான் விடுவதாக இல்லை.”

“சகோதரா, எத்தனை முறை தந்தை நம்மிடம் சொல்லி இருக்கிறார், நாம் எல்லோருமே தேவனின் கரங்களில் கருவிகள். இந்த மகத்தான பணியைச் செய்வதற்கு ஆசிர்வதிக்கப்பட்டவர்கள்.”

ப்ரான்செஸ்கோ முடிப்பதற்குள், ஓமபோனோ தரையை உதைத்து விட்டு வெளியே சென்றிருந்தான்.

பகுதி – 2

பெரும் பயணம்

1

மே 7, 1738 ஐரோப்பா கண்டத்தில் இறங்கிய முதல் நாள்.

அன்புள்ள தந்தைக்கு,

நலமாக இருப்பீர்கள் என்று நம்புகிறேன்.

அதிகாலையில் பொழுது புலரும் வேளையின் ஒளியில் இந்தக் கடித்தை எழுதுகிறேன்.

நான் டோவரிலிருந்து *(Dover)* ஃப்லாண்டர்ஸ்*(Flanders)* பிரதேசத்தின் ஒஸ்ட்எண்டுக்கு *(Ostend)* வந்து இறங்கினேன். ஒரு வாரம் கழித்து எழுதலாம் என்றுதான் நினைத்திருந்தேன். ஆனால், கடல் பயணம் முடிந்து நிலப்பயணம் துவங்கும் இந்த வேளையில் நான் மிகவும் உற்சாகமாக இருக்கிறேன். நம்முடைய கலாச்சாரக் கல்வியின் உச்சமாக க்ராண்ட் டூர் *(Grand Tour)* எனப்படும் ஐரோப்பாவின் பெரும் சுற்றுப்பயணத்தில் என்னவெல்லாம் கற்றுக்கொள்ளப் போகிறேன் என்று மிக ஆர்வமாக இருக்கிறேன். இந்தப் பெரும்பயணம்தான் என்னுடைய மாணவப் பருவத்தைப் பூர்த்தி செய்யும் மைல்கல்லாக இருக்கும், அடுத்த கட்ட வாழ்க்கைக்கு அடித்தளமாக இருக்கும் என்று எதிர்பார்த்து இந்தப் பயணத்தை ஆரம்பிக்கிறேன். என்னைப் போன்ற முதிரா இளைஞர்களுக்கு ஒரு வாழ்க்கை அனுபவமாகவும் வெளி உலகத்தைப் புரிந்து கொள்ளவும் மிகவும் உதவும் என்று திடமாக நம்புகிறேன்.

மற்ற உயர்குடி இளைஞர்களைப் போல ஆறு மாதத்துக்குள் ஐரோப்பிய கண்டத்தில் பல நாடுகளையும் சுற்றிப் பார்த்துவிட்டு, பெரும்பயணம் முடித்துவிட்டோம், கல்வி முற்றுப் பெற்றது என்று

பெருமிதம்படவேண்டாம் என்று அறிவுறுத்தினீர்கள். அது சரி என்று படுகிறது. உண்மையில் இது ஒரு துவக்கம்தான் என்று உணர்கிறேன். ஒவ்வொரு நாடு மற்றும் கலாச்சாரத்தை அறிந்து கொள்ளத் தனிப் பயணமாக எனக்கு வாய்ப்பு கொடுத்ததற்கு மிக்க நன்றி.

முதலில் இத்தாலிக்கு அனுப்பி இருப்பது நல்ல தேர்வு. ஃப்ரான்சுக்குப் போகலாம் என்று நான் ஆர்வமாக இருந்தாலும், நீங்கள் சொன்னதும் நான் படித்ததுமாக வைத்து இதுதான் சரியான தேர்வு என்று தோன்றுகிறது. மேலும் இத்தாலிக்குச் சென்று வந்திருக்கும் சக பயணிகளிடம் அளவளாவிப் பேசியதில் இன்னும் நிறையத் தெரிந்துகொண்டேன். உலகத்தில் வேறு எங்கும் இப்படி ஒரு நாடு இருந்திருக்குமா என்பது சந்தேகம்தான். சரித்திரம் படைத்த நகரங்கள்! ஏதென்சும் ரோமும் ஐரோப்பாவின் நாகரிகத்துக்கும் சிந்தனை மரபுக்கும் பிறப்பிடம் அல்லவா?

அரசியல், வணிகம் என்று தொழிலுக்குத் தேவையானவையும், சிற்பம், கட்டடக்கலை, ஓவியம், இசை என்று சரித்திர காலம் தொட்டு நவீனகாலம் வரை கலைகளையும் அவற்றின் வளர்ச்சியை அறிந்துகொள்வதற்கும், விஞ்ஞான முன்னேற்றங்களைத் தெரிந்துகொள்வதற்கும், உலகம் முழுவதிலுமிருந்து வரும் பல நாட்டவர்களைச் சந்தித்துப் பழகுவதற்கும், நம்மைப் போன்ற உயர்குடியினருடன் தொடர்பு ஏற்படுத்திக்கொண்டு கண்ணியமாகப் பேசக் கற்றுக்கொள்வதற்கும் மிக நல்ல வாய்ப்பு என்று உணர்கிறேன். ஒருநாள் உங்களைப் போல வில்லோஷயரின் ஏர்ல் *(Willoshire, Earl)* ஆவதற்கு இந்தப் பயணம் மிக முக்கியமான படி என உணருகிறேன்.

நான் டோவரிலிருந்து கிளம்பியது முதல் ஒவ்வொரு கணமும் ஒரு புதிய அனுபவமாக இருக்கிறது. என்னுடன் கூட வந்திருக்கும் நம்பிக்கைக்குரிய பணியாளர்களும் மிக உதவியாக இருக்கிறார்கள். கண்டத்தில் வந்து இறங்கியவுடன் ஒரு மொழிபெயர்ப்பாளரையும் அமர்த்தியது மிகவும் பயனுள்ளதாக இருக்கிறது. வில்லோஷயரின் ஏர்ல் தாமஸ் ஹோவார்டின் *(Thomas Howard)* மகன் என்பதால் எல்லா இடத்திலும் நல்ல மரியாதை கிடைக்கிறது. உங்களுக்கு வாக்களித்தபடி ஒவ்வொரு வாரமும் விவரமாக எழுதுகிறேன்.

உங்களது அன்பு மகன்,
விக்டர் *(Victor)*

2

விக்டர் ஹோவார்டின் ஜர்னல் குறிப்பு.

மே 7, 1738 இங்கிலாந்திலிருந்து கிளம்பிய தினம், கடல் பயணத்தின்போது-

விக்டர் ஹோவார்ட் ஆகிய நான், எனக்கு மட்டுமே எழுதிக் கொள்ளும் ஜர்னல் *(Journal)* குறிப்புகள். இவற்றில் பயணம் மட்டும் அல்ல, என்னுடைய ஆசைகளையும், கவலைகளையும் என்னுடைய மகிழ்ச்சிகளையும், துக்கங்களையும், என்னுடைய கேள்விகளையும் சந்தேகங்களையும் அப்படியே எழுத உத்தேசித்திருக்கிறேன். இதை என்னைத் தவிர யாரும் படிக்கப்போவதில்லை என்ற தைரியத்தில், எண்ண ஓட்டங்களையும் உள்ளபடியே எழுதப் போகிறேன்.

இந்தப் பயணம் என்னுடைய வாழ்வில் மிக முக்கியமானது என்று உள்ளுணர்வு சொல்லுகிறது. எனக்குப் பரிச்சயமான பல கனவான்கள் மற்றும் இளைஞர்களைக் கவனித்தால் அவர்கள் வாழ்க்கையின் நோக்கமே மற்ற உயர் குடிமக்களுடன் கண்ணியமான; ஆனால் போலியான உரையாடல்களும், சிறு குழுக்களில் வம்பு பேசுவதும் உண்ணுவதும் குடிப்பதும் பெண்களும்தான் என்று எனக்குச் சில சமயம் தோன்றுகிறது.

நானும் பெரும்பயணம் முடித்துவிட்டேன் என்று ஆறு மாதத்தில் பல நாடுகளைச் சுற்றி , திரும்பி வரும்போது மூக்குப்பொடி பெட்டி முதல் ஓவியங்கள், பளிங்கு சிற்பங்கள், நீரூற்றுகள், இசைக் கருவிகள்,

விஞ்ஞானக் கருவிகள் என்று நிறைய பொருட்களைச் சேகரித்து இங்கிலாந்தில் தங்கள் இல்லங்களில் காட்சிப் பொருட்களாக வைப்பது கல்வி அல்ல.

எந்த நாட்டில், எந்தக் குடும்பத்தில் பிறந்தேனோ, எப்போது எங்கு இறப்பேனோ அவை எதுவும் என்னுடைய கைகளில் இல்லை, ஆனால் பிறப்புக்கும் இறப்புக்கும் இடையில் என்ன செய்யப் போகிறேன் என்பது என்னுடைய விருப்பம். நான் இந்தப் பயணத்தைக் கல்வி மட்டும் அல்ல, ஒரு தேடலாக அமைத்துக் கொள்ளப் போகிறேன். எதைத் தேடப் போகிறேன்? அதுவும் என்ன என்றும் எனக்குத் தெளிவு இல்லை. அதனால் என்ன, அதுவும் தேடலின் முதல் கட்டமாக இருக்கட்டுமே. அதுவே எனது பெரும்பயணம்.

3

ஜூன் 15, 1738, வெனிஸ், இத்தாலி

அன்புள்ள தந்தைக்கு,

நான் வழியில் எந்த விபத்தும் இல்லாமல் ஒஸ்ட்எண்டிலிருந்து நாற்பது நாள் பயணம் செய்து கென்ட் (Ghent), ஆன்ட்வெர்ப் (Antwerp), கொலோன் (Colonge), பான்(Bonn), மன்ஹைம் (Mannheim), கார்ல்ஸ்ரூஹ (Karlsruhe), உல்ம் (Ulm), அவுஸ்புர்க் (Ausburg), நிம்ஃபென்புர்க் (Nymphenburg), இன்ஸ்ப்ருக் (Innsburg) வழியாகத் தெற்கு டிரோல் (Tyrol) பிரதேசத்தில் நுழைந்து வெரோனா (Verona), படுவா (Paduva) வழியாக வெனிசுக்குப் பத்திரமாக வந்து சேர்ந்தேன்.

நான் முந்தைய கடிதங்களில் எழுதியது போல பயணம் சுகமாக இருந்தது, சில மலைப்பகுதி சாலைகளைத் தவிர. நான் பயணத்தில் பார்த்த அதிசயங்களை அவ்வளவு எளிதாகப் பட்டியல் இட முடியாது. ஒன்றேபோல இருந்தாலும், ஐரோப்பிய நாடுகள் ஒவ்வொன்றும் தனித்துவமான கலாச்சாரம் கொண்டவை என்பதை நான் உணர்கிறேன். எத்தனை விதமான நிலப் பரப்புகள், மரம் செடிகள், நதிகள், மொழிகள், பிராந்திய மொழி வழக்குகள், உடைகள், உணவுப் பழக்கங்கள் என்று ஒவ்வொரு நாளும் அதிசயப் படுகிறேன். உங்களுக்கு எழுதும் கடிதங்கள் தவிர, விரிவான குறிப்புகள் எழுதிக்கொண்டிருக்கிறேன். திரும்ப வந்த பிறகு அவற்றைப் பற்றி தினமும் பேசலாம்.

வழியில் தங்கும் விடுதிகளையும் குறிப்பிட்டாக வேண்டும். எந்தக் குறையும் சொல்ல முடியாது. களைத்து வரும் வழிப் பயணிகள் இளைப்பாற நல்ல வசதிகள் செய்துவைத்திருக்கிறார்கள். நாங்கள் வழியில் அதிகம் தங்கவில்லை. நீங்கள் அமைத்துக்கொடுத்த பயணத் திட்டத்தின்படி முதலில் வெனிஸ் நகரத்திலிருந்து துவங்கலாம் என்று எவ்வளவு விரைவாக வர முடியுமோ அப்படி வந்துவிட்டோம். எப்படியும் இங்கே ஆறு மாதங்கள் இருக்கப் போவதால், ஒவ்வொரு நகரத்துக்கும் நிதானமாகச் சென்று சில வாரங்களைக் கழிக்கப்போகிறேன்.

போல்செனோவிலிருந்து *(Bolsena)* இறங்கும்போதே காட்சிகள் மாறின. மலைகளில் பயிர் செய்வதற்காக படிகள் போல தளங்கள் வெட்டி இருக்கிறார்கள். திராட்சை வகைகளும் மாதுளம்பழங்களும் பழுத்துத் தொங்குகின்றன. வயல்களின் நடுவே அத்தி மரங்கள், மலைகளில் ஆலிவ்*(Olive)* மரங்கள். சாலையின் இரு பக்கமும் சைப்ரஸ்*(Cypress)* மரங்கள் என்று எத்தனை விதமான பச்சை நிறங்கள் உண்டோ அத்தனையும் ஒரே நாளில் பார்த்தேன்.

கோச்சு வண்டியில் ட்ரெவிசோவிலிருந்து*(Treviso)* மெஸ்ட்ரே*(Mestre)* வரும்போதே உற்சாகம் அதிகமாக இருந்தது. அங்கிருந்து கால்வாயில் கோண்டோலாவில்*(Gondola)* பயணம் செய்தோம். கோச்சு வண்டியில் ஆடி ஆடி உடல் களைத்துப் பயணம் செய்ததைவிட, கோண்டோலா மிகவும் சுகமாக இருந்தது. சுற்றிலும் தண்ணீர்ப் பரப்பு, துடுப்பின் தாளத்துடன் இனிய மொழியில் பாட்டுமாக முகத்தில் மோதும் காற்றை அனுபவித்துக்கொண்டு எதிர்பார்ப்புடன் இருந்தேன்.

விரைவிலேயே கடல் பரப்பு விரிந்தது. தொலைவில் வெனிஸ் நகரத்துக் கட்டடங்களும், தேவாலயங்களும், கோபுரங்களும், கோளக்கூரைகளும் தெரிந்தன. நடுவில் தெரிந்த பெரிய நகரம் தவிர, சுற்றிலும் பல தீவுகள் தென்பட்டன. ஓவியங்களில் பார்த்த காட்சி, நேரில் பார்ப்பதற்குச் சிலிர்ப்பாக இருந்தது. மாலை வெயிலில் ஒரு பக்கம் ஒளிரும் கட்டடங்களும், அவற்றின் நிழல்களும், சிதறும் அலைகளும் நூற்றுக் கணக்கான படகுகளும் வேறு ஒரு உலகத்தைப் பார்ப்பதுபோல இருந்தது.

நகரத்துக்கு அருகில் வரும்போதே காட்சி மாறியது. குறுக்கும் நெடுக்குமாக கோண்டோலாக்களும், பொருட்களை நிரப்பிச்

செல்லும் அகன்ற படகுகளும், அருகில் வரும்போது அவர்கள் ஒருவரை ஒருவர் உரத்துக் கூவி அழைப்பதும் கால்வாய்களுக்கு நடுவே சாலைகளில் பல விதமான ஆடைகளை அணிந்த பல நாட்டவர்கள் நடப்பதும், எல்லாம் விழாக் கோலமாக இருந்தது.

க்ராண்ட்(Grand) கால்வாயை ஒட்டி இருக்கும் விடுதிக்கு வந்து சேர்ந்தோம். விடுதி மிக வசதியாக இருக்கிறது. அறை மிக அலங்காரமாக வண்ண ஓவியங்களும், வண்ணக் கல் பதித்த தரையுடன் விசாலமாகவும் காற்றோட்டமாகவும் இருக்கிறது. களைத்து வந்த எனக்கு மாலை உணவு அற்புதமாக இருந்தது. இங்கே கிடைக்கும் சுவையான உணவு வகைகளுக்கு ஒப்பு இல்லை. நமது நாட்டில் சுவைகளின் கலையை அவ்வளவாக முக்கியத்துவம் கொடுத்து வளர்க்கவில்லை என்பது என்னுடைய தாழ்மையான கருத்து.

இப்போது உறங்கச் செல்லுகிறேன். சில நாட்களுக்குப் பிறகு வெனிஸ் அனுபவங்களை விரிவாக எழுதுகிறேன்.

உங்கள் அன்பு மகன்,
விக்டர்

4

விக்டர் ஹோவார்டின் ஜர்னல் குறிப்பு, ஜூன் 16, 1738

இன்று காலை ஐந்தரை மணிக்கு ஏதோ பெரிய கலவரம் நடப்பது போன்ற ஒலிகளைக் கேட்டு எழுந்தேன். என் அறை உப்பரிகையிலிருந்து கீழே க்ராண்ட் கால்வாயில் கண்கொள்ளாக் காட்சி கண்டேன். கால்வாய் முழுவதும் தண்ணீரே தெரியாத அளவுக்கு படகுகள் நிறைந்திருந்தன. அவற்றில் பல விதமான பழங்கள். திராட்சை, எலுமிச்சை, முலாம்பழம், மாதுளம்பழங்கள் என்று நன்கு விளைந்த பழங்கள் நிரம்பி இருந்தன. கரைகளிலிருந்து பலர் அவற்றை வாங்கிக்கொண்டிருந்தார்கள். இவ்வளவு பழங்கள் உண்பதாலேயே இங்கே உள்ள மக்கள் ஆரோக்கியமாக இருக்கிறார்கள் என்று தோன்றுகிறது. இரண்டு கைகளிலும் கூடைகள் நிறையத் தேர்ந்தெடுத்த பழங்களுடன் குள்ளமாகவும் சற்றுப் பருமனாகப் பெரிய மூக்குடன் ஒரு கண்ணியவான் எங்கள் விடுதிக்குள் நுழைவதைக் கண்டேன். அவர் யார் என்று தெரிந்து கொள்ள வேண்டும் என ஆர்வமாக இருக்கிறேன்.

இன்றைக்குக் காலால் நடந்து நகரம் முழுவதும் சுற்றிப் பார்ப்பதாக இருக்கிறேன். ஒரு நகரத்தையும், அதன் கலாச்சாரத்தையும் புரிந்துகொள்வதற்கு நடப்பதுதான் சிறந்த வழி.

5

விக்டர் ஹோவார்டின் ஜர்னல் குறிப்பு ஜூன் 17, 1738

காால்கள் வலிக்கும் வரை இந்த அழகான வெனிஸ் நகரத்தைச் சுற்றிச் சுற்றி வந்திருக்கிறேன். இன்னும் எந்தத் தேவாலயத்துக்குள்ளும், அரண்மனைக்குள்ளும் நுழையவில்லை. காட்சிகள் அற்புதம், ஆனாலும் இங்கே அதி அற்புதம் என்பது உணவுதான்.

எத்தனை வகைகள், எத்தனை நிறங்கள், எத்தனை மணங்கள், நாக்கில் படும்போது எத்தனை உணர்வுகள், எத்தனை சுவைகள், முதல் சுவையிலிருந்து சில வினாடிகளுக்குப் பிறகு வரும் இறுதிச் சுவை வரை நிறமாலை மாதிரி மாறும் சுவைகள், ஆச்சரியமாக இருக்கிறது. இங்கிலாந்தில் வயிற்றை நிரப்பிக்கொள்ள உண்ணுகிறோம் என்று தோன்றுகிறது. இங்கே சுவைப்பதையே ஒரு கலையாக மாற்றி இருக்கிறார்கள். சுவைப்பது மட்டும் இல்லை, சமைப்பது மாபெரும் கலை என்று தோன்றுகிறது.

நேற்று இரவு சாப்பிட்டு முடித்தவுடன் இங்கே விடுதியின் தலைமைச் சமையல்காரரைச் சந்தித்தேன். கேப்ரியல் கொர்ராடோ *(Gabriel Corrado)* என்ற பெயருடைய அவரைத்தான் நான் அதிகாலையில் பழக்கூடைகளுடன் பார்த்திருக்கிறேன். அவருடைய கண்கள் உயிரோட்டத்துடன் இருந்தன. அவர் ஆர்வமுடன் பேசினார். அவ்வளவு பெரிய விடுதியின் தலைமைச் சமையல்காரரே தானாகச் சென்று பழங்கள் வாங்குவது எனக்கு

ஆச்சரியமாக இருந்தது. அவரிடம் கேட்டேன். அவர் சிரித்துக் கொண்டே, பழங்கள் மட்டும் இல்லை, கீழைய நாடுகளிலிருந்து வரும் நறுமணப் பொருட்களையும் நுகர்ந்து சுவைத்து தானே தேர்ந்தெடுப்பாராம். தவிர தேவையான காய்கறிகளையும் பயிரிடுகிறார். விடுதிக்குப் பின்புறம் தோட்டத்துக்கு அழைத்துச் சென்று செடிகளைக் காண்பித்தார். அருகே சென்றாலே மணக்கும் பேசில் செடிகள்*(Basil)*, ஒரிகானோ*(Oregano)*, ரோஸ்மேரி*(Rosemary)*, மார்ஜோரம்*(Marjoram)* என்பதுபோல இன்னும் எத்தனையோ நறுமணச் செடிகள், எலுமிச்சை, தக்காளிச் செடிகள் என்று தோட்டம் முழுவதும் இருந்தன. அவர் தினமும் காலையில் எழுந்தவுடன் தோட்டத்துக்குத்தான் வருவாராம். புதிய தளிர்கள் வந்திருக்கின்றனவா, மொட்டுகள் விட்டிருக்கின்றனவா, மலர்ந்திருக்கின்றனவா, செடி வளர்ந்திருக்கிறதா என்று ஒவ்வொரு செடியையும் தொட்டு கவனித்துப் பார்த்துக்கொள்வாராம். எனக்கு இவை எல்லாம் ஆச்சரியமாக இருந்தன.

என்னுடைய ஆர்வத்தைக் கண்டு அவர் சமையல் கூடத்துக்கு அழைத்துச் சென்றார். ஒரு ஜாடி நிறைய ஆலிவ் எண்ணெயைக் காண்பித்தார். ஜாடியைத் திறந்தால் அப்படி ஒரு மணம். ஒரு சிறிய கரண்டியில் ஆலிவ் எண்ணெயை எடுத்துச் சுவைக்கச் சொன்னார். சந்தேகமாகத்தான் அதை வாயில் விட்டுக் கொண்டேன். அப்படி ஒரு ஆலிவ் எண்ணெயை நான் சுவைத்ததில்லை. ஒரு தட்டு நிறைய மொஸரெல்லா*(Mozzarella)*சீஸ் வைத்திருந்தார். அதில் ஒரு துண்டு எடுத்துக் கொடுத்தார். அந்த அனுபவத்தை என்ன என்று சொல்லுவது! நாக்கில் வைத்து சுழற்றிக்கொண்டே இருக்கலாம்போல இருந்தது. அப்படி ஒரு மென்மை எப்படி வரும் என்று ஆச்சரியமாக இருந்தது.

கண்ணாடி ஜாடிகளில் அழகாக அடுக்கி இருந்த நறுமணப் பொருட்களைக் காண்பித்தார். கிராம்பு, லவங்கப் பட்டை, ஜாதிக்காய் என்று பல அபூர்வமான பொருட்களை நுகர்ந்தேன். கிழக்கத்திய நாடுகளிலிருந்து அவை எல்லாம் வருகிறதாம். கிழக்குக்கும் மேற்குக்கும் நடுவே இருப்பதாலும், பல நாட்டவரும் வர்த்தகத்துக்கு வருவதாலும், பெரும் துறைமுகமாக இறக்குமதி செய்வதாலும் வெனிஸ் நகரின் சமையல் தனித்துவமாக வளர்ந்தது என்றார். பல நூற்றாண்டுகளாகக் கீழை நாடுகள் மற்றும் அரபு நாடுகளிலிருந்து நறுமணப் பொருட்கள் மட்டும் இல்லை, அரிசி,

சர்க்கரை போன்ற உணவுப் பொருட்களும், சமைக்கும் முறைகளும் சேர்ந்து நிறைய மாற்றம் அடைந்தனவாம்.

அவர் ரொட்டி செய்ய வைத்திருந்த மாவைக் காண்பித்தார். அதிலும் ஒரு சிட்டிகை எடுத்துச் சுவைக்கச் சொன்னார். வெறும் கோதுமை மாவு இவ்வளவு ருசியாக இருக்குமா? வாழ்க்கையில் ஒரு பெரும் கலையைப் பற்றி இத்தனை நாள் அறிந்துகொள்ளாமல் இருந்துவிட்டேன்.

ஒரு மூட்டையைத் திறந்து அரிசி மணிகளைக் காண்பித்தார், அவற்றையும் சுவைக்கச் சொன்னார். சுவைக்கும்போது கண்களை மூடிக்கொண்டு நாவினால் முதல் தொடுதலிலிருந்து பற்களால் அரைத்துச் சுவை தெரிந்து எச்சில் ஊறி விழுங்கிச் சுவை மங்கும் வரை தக்க வைத்து நிதானமாக அனுபவிக்கச் சொன்னார். நானும் அப்படியே செய்தேன்.

என்னுடைய முகத்தைப் பார்த்துக் கொண்டிருந்தவர், என்னுடைய ஆர்வத்தைக் கண்டு மிக மகிழ்ந்துபோனார்.

“இங்கே வரும் பிரபுக்கள் உணவு உண்ணும்போது அதை முழுவதும் ரசிக்காமல், வியாபாரத்தைப் பேசிக்கொண்டிருப்பார்கள். சிலர்தான் உணவை உண்மையாக ரசிப்பார்கள். நீ ஒருவன்தான் சமையல் அறைக்கும் தோட்டத்துக்கும் வந்து பார்த்திருக்கிறாய் என்றார். ஒவ்வொரு சமையல் பொருளுக்கும் தனித்த சுவை உண்டு. நான் உனக்குக் காட்டிய கோதுமை மாவிலும் ஆலிவ் எண்ணெயிலும் தனிச் சுவையை நீ ஆழ்ந்து ரசிப்பதைக் கண்டேன். நறுமணப் பொருட்களை நுகர்ந்து மகிழ்வதைக் கண்டேன். ஒவ்வொரு பொருளுக்கும் ஒரு தனித்துவமான மணமும் சுவையும் உண்டு. இசையில் சுரங்களைப் போல. அதை முதலில் அனுபவிக்கத் தெரிந்தவந்தான் தான் அடுத்த கட்டமாக அவற்றின் கூட்டுச் சுவையில் அதி அற்புதமான பாடல்களை உருவாக்க முடியும்.”

வாழ் நாள் முழுவதும் ஒரு கலையில் ஆழ்ந்து அதையே ஒரு தவம் போல தினமும் பயிலும் ஒருவரை நேரில் கண்டிருக்கிறேன் என்று உள்ளுணர்வில் தோன்றியது.

நானும் அவர் போல சமையல் கலையைக் கற்றுக்கொண்டு விதம்விதமாக உணவு வகைகளைத் தினமும் உருவாக்கி, சுவைத்து,

மற்றவர்கள் சுவைப்பதைக் கண்டு மகிழ முடியுமா? தொடர்ந்து அவரிடம் உரையாடினேன்.

"சீனியோ(Signor), உங்களது அணுகுமுறையே எனக்குப் புதிதாக இருக்கிறது. நீங்கள் சமைத்த உணவைச் சாப்பிடும்போது அதில் ஒவ்வொரு பொருளின் தனிச் சுவையும் தவிர கூட்டுச் சுவையும் சரியான கலவையில் இருப்பதை உணர்கிறேன். இவ்வளவு சுவையான உணவை நான் வாழ்க்கையிலேயே சாப்பிட்டதில்லை. எப்படி நீங்கள் அப்படிச் சமைக்கிறீர்கள்?"

"சுவையின் ரகசியம் நாக்கில் உணர்வது மட்டும் இல்லை. பார்வைக்கு எப்படி இருக்கிறது, என்ன மணம், நாக்கில் படும் உணர்வு, கடிக்கும்போது எழும் மென்மையான ஒலி, இவை எல்லாம் தவிர முன்பே சுவைத்திருக்கும் உணவுகளின் ஆழ்மனப் பதிவுகள் எல்லாம் சேர்ந்தது."

"ஆகா, அதனால்தான் உங்களுடைய உணவில் எல்லாவற்றையும் கவனமாகச் செய்கிறீர்கள். உங்களுடைய சமையல் முறைகளை எழுதிவைத்திருக்கிறீர்களா? சமையல் குறிப்புகள் புத்தக வடிவில் கிடைக்குமா? எங்கள் நாட்டுக்கு எடுத்துச் சென்று முயற்சி செய்து பார்க்க ஆர்வமாக இருக்கிறது."

"உனது ஆர்வம் எனக்கு மகிழ்ச்சியாக இருக்கிறது, ஆனால் என்னிடம் அப்படி எந்தக் குறிப்புப் புத்தகமும் இல்லை! எல்லாம் எனக்குக் கண் அளவுதான், கை அளவுதான், பார்வையிலும் நாக்கில் ஒரு சொட்டு சுவைக்கும் பதமும்தான். இதெல்லாம் அனுபவத்தில் கற்றுக்கொண்டது."

"லாட்டினி(Latini) எழுதிய இத்தாலிய சமையல் குறிப்புப் புத்தகங்கள், எங்கள் நாட்டில் பல தொகுதிகளாக நிறையக் கிடைகின்றனவே, அந்த மாதிரி உங்களிடம் எதுவும் இல்லையா?"

"இல்லையே! என்னைப் பொறுத்தமட்டில் சமையல் கலையில் முழுதாக ஆழ்ந்தவன் புத்தகம் எழுத மாட்டான்! கலையை நேரில்தான் கற்றுக்கொள்ளவேண்டும். நகரத்தில் சமையல் குறிப்புப் புத்தகங்கள் கிடைக்கக் கூடும், ஆனால் அவற்றைப் படித்துச் சமைத்துவிடலாம் என்று நினைக்காதே."

"அப்படியானால் உங்களை மாதிரி சமையல் செய்யக் கற்றுக் கொள்வது எப்படி?"

அவர் வாய்விட்டு சிரித்தார்... "ஆரம்பத்தில் நீ கற்றுக் கொள்ளும்போது புத்தகங்களினால் ஒரு பயனும் இல்லை. ஒரு ஆசான் தேவை. என்னை மாதிரி ஒரு சமையல் கலைஞனுடன் ஒரு பத்து வருடங்கள் கூட இருந்தால் கற்றுக்கொள்ளலாம்."

"பத்து வருடங்களா?"

"ஆமாம் மகனே, நீ அரசாங்கப் பணியிலோ, வணிகம் செய்யவோ, வங்கி நடத்தவோ திறமைசாலியாக ஆகவேண்டும் என்றால் எத்தனை வருடம் படிக்கிறாய்? சமையல் கலைக்கு அதைவிட அதிகம் நேரத்தையும் கவனத்தையும் அர்ப்பணிக்க வேண்டும்."

நான் சில கணங்கள் பேசாமல் இருந்தேன்.

"சீனியோர்*(Signor)*, மிக்க நன்றி, எனக்குப் புதிய பாதையைக் காட்டினீர்கள். சமையல் கலையைப் பற்றி மட்டும் அல்ல, மேலும் பலவற்றைப் பற்றியும். முழுவதும் தெளிவாகத் தெரியா விட்டாலும் மூடுபனி கவிந்த ஒரு புதிய பாதை புலப்படுகிறது. உங்களுக்கு எனது மனமார்ந்த நன்றி" என்றேன்.

ஆனால் இந்தத் தெளிவை அப்பாவிடம் சொல்ல முடியாது, அவர் எனக்கு வகுத்திருக்கும் பாதையே வேறு.

6

ஜுன் 23, 1738, வெனிஸ்

அன்புள்ள தந்தைக்கு,

வெனிஸ் நகரம் மிக அழகானது. எனக்கு இந்த அனுபவத்தைக் கொடுப்பதற்கு மறுபடியும் உங்களுக்கு எனது நன்றியைத் தெரிவித்துக்கொள்கிறேன்.

நான் தங்கி இருக்கும் விடுதியிலிருந்து பரந்த கடல் காட்சி விரிகிறது. நாள் முழுவதும் சாளரம் அருகே அமர்ந்துகொண்டு பார்த்துக் கொண்டிருக்கலாம். அப்படியே ஓவியமாக வரையலாம் போல இருக்கிறது. பின்புலத்தில் பிரம்மாண்டமான கட்டடங்களும், தீவுகளும், வந்து போகும் கப்பல்களும் ஒரு தேர்ந்த ஓவியன் வரைவதற்கு அருமையான காட்சி.

நான் காலை நேரத்தில் அரண்மனையைச் சுற்றிப் பார்த்து கட்டடக் கலையையும், சிற்பங்களையும், ஓவியங்களையும் கண்டு மகிழ்கிறேன். மாலை நேரத்தில் ஆபெரா நிகழ்ச்சிகளைக் காண்கிறேன்.

நான் அறிமுகக் கடிதத்தை இங்குள்ள கவுன்சலிடம் *(Counsel)* இன்னும் சமர்ப்பிக்கவில்லை. அவருக்கு இன்று வரை நேரம் இல்லை, நம் நாட்டிலிருந்து அரசாங்கப் பிரதிநிதிகள் வந்திருக்கிறார்களாம். வெனிசுடன் வணிக ஒப்பந்தம் புதுப்பிக்க

வேண்டுமாம். நாளை மறுதினம்தான் அவரைப் பார்க்க முடியும் என்று தோன்றுகிறது. அதனால் முறையாகப் பிரபுக்களையும் அரச குடும்பத்தினரையும் அதிகாரிகளையும் பார்த்துப் பழக ஆரம்பிக்கவில்லை. வெனிஸ் நகரத்தின் நிர்வாக முறையிலிருந்து நிறையக் கற்றுக்கொள்ள இருக்கிறது என்று அறிகிறேன்.

தங்கள் அன்பு மகன்
விக்டர்

7

விக்டர் ஹோவார்டின் ஜர்னல் குறிப்பு, ஜூன் 23, 1738

வெனிஸ் அரசியலையும் இன்பங்களையும் அறிந்துகொள்ளக்கூடிய நகரம் என்ற பெயரைப் பெற்றிருக்கிறது. நான் அரசியல் நுட்பங்களையும், நிர்வாகம் செய்வதையும் கற்றுக்கொள்ளத்தான் அப்பா முதலில் வெனிசுக்கு அனுப்பி இருக்கிறார். அவருக்கு நான் முறைப்படி கற்ற கல்வியைத் தவிர, இந்தப் பயணத்தினால் அனுபவக் கல்வி பெற்று, நல்ல அரசு உத்தியோகமும் கிடைத்து உயர்ந்த குடும்பத்திலிருந்து ஒரு பெண்ணையும் திருமணம் செய்து கொண்டால் வாழ்க்கையின் லட்சியம் அடைந்துவிட்டதாக நினைக்கிறார். இது அவருடைய தனிப்பட்ட கருத்து அல்ல, மொத்த சமுதாயமே அப்படித்தான் நினைப்பதாக எனக்குத் தோன்றுகிறது.

இன்பங்கள் என்றால் இங்கே ஆபெரா மட்டும் அல்ல, இத்தாலியின் பெண்களும்தான். இங்கிலாந்தில் என்னுடைய வயது நண்பர்களுடன் அளவளாவும்போது இதுபற்றி அடிக்கடி பேச்சு வரும். அவர்கள் பெண்கள் பற்றித் தங்களுடைய வீரப் பிரதாபங்களையும் வெற்றிகளையும் விரிவாக்க, கதை போலச் சொல்லுவார்கள். இங்கிலாந்துப் பெண்கள், ஃப்ரான்சுப் பெண்கள், இத்தாலியப் பெண்கள் என்று ஒப்பிட்டு விவாதங்கள் நடக்கும். எல்லாம் பெரும்பாலும் கட்டுக் கதைகள்தாம். எனக்கு

இந்த வெட்டிப் பேச்சில் விருப்பம் இல்லை. எனக்கு அறிவு சார்ந்த துறைகளிலும் தத்துவத்திலும் கலைகளிலும் கலைகளை ஆழ்ந்து கற்றுக்கொள்வதிலும் மனிதர்களையும் அவர்களின் உளவியலையும் புரிந்துகொள்வதிலும்தான் ஆர்வம் இருக்கிறது. ஆனால், இங்கிலாந்து சமூகத்தில் அப்படி ஒரு வாழ்க்கையை நான் நடத்த முடியுமா?

இங்கே அரண்மனையில் சில ஓவியங்களைப் பார்த்தேன். அந்த ஓவியங்களில் வெனிஸ் நகரத்தின் கால்வாய்களையும் வளைந்த பாலங்களையும் நகரக் காட்சிகளையும், கடலையும் வானத்தையும் மேகக் கூட்டங்களையும் சேர்த்து ஒரு புதிய உலகமே விரிகிறது. இதைவிட இன்னும் அற்புதமான ஓவியங்கள் வாடிகன்*(Vatican)* நகரத்தில் இருக்கின்றனவாம். மைக்கேல்ஆஞ்செலோ*(Michaelangelo)* சிஸ்டைன் சாப்பலில்*(Sistine Chapel)* வரைந்திருக்கும் ஓவியங்கள், ஓவியக்கலையின் உச்சம் என்கிறார்கள். அவற்றைக் காணப் போகிறேன் என்ற எண்ணமே எனக்கு மிக மகிழ்ச்சியாக இருக்கிறது.

இந்த ஜர்னலை அப்பா படித்துப் பார்த்தால் என்ன நினைப்பார் என்று யோசிக்கிறேன். என்னை அவசரமாகச் சில அரசியல் பிரமுகர்களைப் பேட்டி கண்டுவிட்டு, சிலைகளையும், ஓவியங்களையும் இன்னும் சில அதிசயமான பொருட்களையும் வாங்கிக்கொண்டு உடனே திரும்ப வரச் சொல்லிக் கடிதம் எழுதுவார். எவ்வளவு புதுமையான கவர்ச்சியான பொருளைக் கொண்டு வருகிறேனோ அவர் அவ்வளவு திருப்தியாக இருப்பார். அவரிடம் நான் சமையல் கலையைக் கற்றுக்கொள்ள ஆர்வம், மாபெரும் ஓவியர்களைச் சந்திப்பதாக இருக்கிறேன் என்று சொன்னால், ஹா ஹா... அவரது முகத்தைக் கற்பனை செய்து பார்த்தாலே எனக்கு அடக்க முடியாமல் சிரிப்பு வருகிறது.

8

தாமஸ் ஹோவார்ட், வில்லோஷயரின் ஏர்ல், தன்னுடைய மகன் விக்டர் ஹோவார்டுக்கு எழுதிய பதில் கடிதம்

அன்புள்ள விக்டர்,

நீ வெனிஸ் நகரம் வரை பத்திரமாகச் சென்று சேர்ந்திருப்பதை அறிய மகிழ்ச்சியாக இருக்கிறது. உன்னுடைய பயண அனுபவங்களை முடிந்த பொழுதெல்லாம் எழுது. நானும் உன்னுடைய அம்மாவும் சேர்ந்து படிக்கிறோம். நீ எழுதிய கடிதத்தில் அங்கே கிடைக்கும் உணவு வகைகளுக்கு ஒப்பில்லை என்று எழுதி இருப்பதைப் படித்து நாங்கள் இருவரும் விழுந்து சிரித்தோம். அம்மா அதை ஒப்புக்கொள்ள மறுக்கிறாள். நீ வெனிஸில் அவர்கள் சேர்க்கும் நறுமணப் பொருட்களில் மயங்கிவிடவேண்டாம் என்று எழுதச் சொல்லுகிறாள், அவள் செய்யும் உப்பும் மிளகும் மட்டும் சேர்த்த எளிய பட்டாணி சூப்புக்கு இணையாக வேறு ஒன்று உண்டா என்று கேட்கிறாள்.

நீ புதிய நிலங்களையும், புதிய மனிதர்களைச் சந்திப்பதையும் விரும்புவதே கற்றுக்கொள்ளுவதின் முதல் படி. சுகமாக எல்லாம் அனுபவி. முடிந்தபோது எழுது. நானும் வாரத்துக்கு ஒருமுறை பதில் எழுதுகிறேன்.

உனது அன்புத் தந்தை,
தாமஸ் ஹோவார்ட்

9

ஜூன் 1738, வெனிஸ்

அன்புள்ள தந்தைக்கு,

இன்று நீங்கள் கொடுத்த கடிதத்தை நம் நாட்டின் கவுன்சல் நீல் ப்ரவுன் *(Counsel Neil Brown)*அவர்களிடம் கொடுத்து அறிமுகம் செய்துகொண்டேன். அவர் உங்களைப் பற்றிக் கனிவாக விசாரித்தார். அவர் என்னை காலை முழுவதும் அவருடன் இருக்கச் சொன்னார். நானும் ஒரு பக்கத்தில் அமர்ந்து கொண்டு அவர் என்ன செய்கிறார், எப்படி மற்றவர்களுடன் பழகுகிறார் என்று கவனித்துக்கொண்டேன். காலையில் அவருக்கு மிக சுவாரசியமான சந்திப்புகள் இருந்தன. கண்ணாடி வணிகர்களுடனும், வங்கியாளரிடமும் பேசினார்.

அவருடைய சில வழிமுறைகள் எனக்கு உவப்பாக இல்லை. அரசியல், வணிகம் பற்றி நிறையக் கேள்விகள் எழுகின்றன. இருந்தாலும், ப்ரவுனுடன் பேசி அளவளாவுவதற்கும், அவருடன் கூடவே இருந்து கற்றுக்கொள்வதற்கும் எனக்கு வாய்ப்புக் கொடுத்ததற்கு மிக்க நன்றி. நான் திரும்பி வந்து இங்கிலாந்தில் அரசியலிலும் வணிகத்திலும் ஈடுபட, இந்த அனுபவம் நிச்சயம் உதவியாக இருக்கும் என நம்புகிறேன். நீங்கள் விரும்புவதும் அதுதான் என உணர்கிறேன். இன்னும் யாரை எல்லாம் பார்க்கப்போகிறேன், என்ன கற்றுக்கொள்ளப்போகிறேன் என்று ஆர்வமுடன் அடுத்த நாட்களை எதிர்பார்க்கிறேன்.

உங்களது அன்பு மகன்,
விக்டர்

10

விக்டர் ஹோவார்டின் ஜர்னல்

இன்றைக்கு கவுன்சல் நீல் ப்ரவுன் அவர்களைச் சந்தித்து, அவருடன் நாள் முழுவதும் அருகிலேயே இருந்து கவனித்து இன்று நிறையக் கற்றுக்கொண்டேன்.

அவர் பெரிய சிம்மாசனம் போன்ற நாற்காலியும் பெரிய மேசையுமாக அமர்ந்து எல்லோரையும் கம்பீரமாகக் கேள்விகள் கேட்கிறார். ஒரு அரசர் போலத் தோற்றம், கண்ணியமான உடைகள், ஆடம்பரம் அளந்து கவனமாகச் சேர்த்தது போல. நிமிர்ந்து கண்களை ஊடுருவிப்பார்க்கிறார். அவருடைய முகம் உயர்ந்து, தலைநிமிர்ந்து குரலை உயர்த்திப் பேசும் விதமே மிக அழகாக இருக்கிறது. மற்றவர்கள் அவர் எதிரில் மரியாதையாக நின்றுகொண்டு உள்ளூர நடுங்குகிறார்கள்.

ஏற்றுமதி இறக்குமதி வரிகள் தொடர்பாக வெனிஸிலிருந்து கண்ணாடிப் பொருட்களை ஏற்றுமதி செய்யும் வணிகர்களைச் சந்தித்தார். வெனிஸின் ம்யூரானோ *(Murano)* தீவில் பல நூற்றாண்டுகளாகக் கண்ணாடிப் பொருட்களை மிகத் திறமையாகச் செய்கிறார்கள். சிறு கண்ணாடி மணிமுதல் பெரிய கண்ணாடித் தகடுகள், எனாமல் சேர்த்த அலங்காரமான கண்ணாடிப் பொருட்களை இங்கிலாந்துக்கு ஏற்றுமதி செய்கிறார்கள்.

சிலவற்றுக்கு அவர் உடனே பதில் சொன்னார். கண்ணாடி வணிகர்கள் இங்கிலாந்தில் இறக்குமதி வரி அதிகம் இருக்கிறது என்று புகார் செய்தார்கள். அவர் உடனே இன்னும் சில வருடங்களில் வெனிஸிலிருந்து கண்ணாடி ஏற்றுமதியே நின்றுவிடும் என்றார். வெனிஸின் தொழில் நுட்பத்தை எவ்வளவு ரகசியமாக ம்யூரானோ கண்ணாடித் தொழிலதிபர்கள் பாதுகாத்தாலும், சில தொழிலாளர்கள் இத்தாலியிலிருந்து தப்பித்து இடம் பெயர்ந்து இங்கிலாந்து வரை சென்று அங்கே பட்டறை நடத்த ஆரம்பித்து விட்டார்கள் என்றும், அவர்கள் இங்கிலாந்திலேயே எவ்வளவு உற்பத்தி செய்கிறார்கள் என்றும் புள்ளி விவரங்களை எடுத்துச் சொன்னார்.

அவர் பேசும்போது கவனிக்க நிறைய இருக்கிறது. சில சமயம் இல்லை, முடியாது என்ற பதில்களைக் கூட மிகத் திறமையாகச் சொல்லுகிறார். கேட்பவர்களுக்கு மனம் நோகாமல், நிறைய ஆதாரங்களையும் தர்க்கங்களையும் திறமையாக முன்வைத்து, அவர்களுக்குப் புரிய வைக்கிறார். தவிர சில சமயம் அவர்கள் கேட்பதைக் கொடுக்க முடியாவிட்டால் வேறு ஒன்றைக் கொடுக்கிறார். கேட்பவர்களை இறுதியில் வருத்தம் இல்லாமல் ஒப்புக்கொள்ள வைக்கிறார்.

கையில் குறிப்புகள் இல்லாமல் அவர் அவ்வளவு விபரங்களையும் எப்படி நினைவில் வைத்துக்கொண்டிருக்கிறார் என்பது ஆச்சரியமாக இருக்கிறது. சந்திப்பு முடிந்தவுடன் அவருடைய உதவியாளரிடம் சில குறிப்புகளை எழுதிக்கொள்ளச் சொல்லுகிறார். சில மணி நேரம் நடந்த கூட்டத்தின் உரையாடல்களிலிருந்தும், ஆலோசனைகளிலிருந்தும் சுருக்கமாக அவர் சில வரிகள் மட்டும் சொல்லி எழுதிக்கொள்ளச் சொல்லுகிறார். நான் எழுதினால் அவர்கள் பேசியது ஒரு சொல் விடாமல் பல பக்கங்களுக்குக் குறிப்பு எழுதிக்கொண்டிருப்பேன். நான் அவசியம் கற்றுக்கொள்ள வேண்டியதில் ஒன்று.

அதற்கு அடுத்த சந்திப்பு வெனிஸ் நகரத்தின் பெரும் வங்கியாளர் ஒருவரிடமிருந்து. அவர் லண்டன் நகரில் வங்கி திறக்க வேண்டும் என்று ஒரு விண்ணப்பம் கொண்டு வந்திருந்தார். என்ன காரணமோ ப்ரவுன் அவர்களுக்கு அதில் சம்மதம் இல்லை போலும். அவர் உள்ளே வருவதற்கு முன்பேயே அவர் எதற்காக வரப் போகிறார் என்று யூகம் செய்திருந்தார்.

“இப்போது பார், இந்த வங்கியாளர் லண்டன்(London) நகரில் வங்கி திறப்பதைப் பற்றிப் பேச வருவார் என்று நினைக்கிறேன்.”

“அதெப்படி உங்களுக்குத் தெரிகிறது? அவர் முன்பே கேட்டிருக்கிறாரா? இல்லை உங்களுக்கு வேறு யார் வழியாகவோ தெரியவந்ததா?”

“அப்படித் தெளிவாகச் செய்தி இல்லை. சமீப காலத்தில் வெனிஸ் நகரத்திலிருந்து நிறைய வங்கியாளர்கள் லண்டனில் வங்கிகள் தொடங்கி இருக்கிறார்கள். சிலர் அதில் வெற்றியும் அடைந்து லாபகரமான தொழில் நடத்தி வருகிறார்கள். இவர் சற்று தைரியம் இல்லாதவர். முதலில் சிலர் ஆரம்பித்தபோது என்னிடம் அதைப் பற்றிக் கேட்டார். நானும் அதைப் பற்றி சாதக பாதகமானவற்றை எடுத்துச் சொன்னேன். ஆனால் இவர் முடிவு எடுத்து ஆரம்பிக்கவில்லை. வெனிஸில் வங்கி நடத்துவதும் லண்டனில் நடத்துவதும் ஒன்றல்ல. அங்கே இருக்கும் அரசியலே வேறு. அரச குடும்பம் எல்லாவற்றையும் கட்டுப்பாட்டில் வைத்திருக்கிறது. அதெல்லாம் சரியாகப் புரிந்து கொள்ளாமல் வங்கி ஆரம்பித்தால், இவர் லாபகரமான தொழில் நடத்த முடியுமா என்பது சந்தேகம்தான்.”

“ஆகா, நன்றாக ஆராய்ந்திருக்கிறீர்கள், வங்கி நடத்துவதைப் பற்றியும், அரசியல் சூழ்நிலை பற்றியும், வரப்போகும் வங்கியாளரின் உள்ளத்தையும் கணித்து நீங்கள் ஒரு முடிவுக்கு வந்திருக்கிறீர்கள், இதெல்லாம் நேரில் பார்த்துக் கற்றுக்கொள்ள வாய்ப்புக் கிடைத்திருப்பது எனது அதிர்ஷ்டம்.”

“இளைஞனே, உனக்கு நல்ல அவதானிப்பு இருக்கிறது. நீ நடப்பதைக் கவனிக்கிறாய், ஆராய்கிறாய், கேட்டுத் தெரிந்து கொள்கிறாய், முக்கியமாக அதிகம் பேசாமல் உள்வாங்கிக் கொள்ளுகிறாய். இதெல்லாம் முன்னேறுவதற்கு முக்கியமான தகுதிகள், என் நண்பன் தாமஸுக்குச் சரியான மகன் நீ.”

“மிக்க நன்றி சர், நீங்களும் முடிந்தபோது எனது தந்தைக்குக் கடிதம் எழுதி, என்னைப் பற்றிய உங்களது கருத்துகளை எழுதுங்கள்.”

“ஆகா, கட்டாயம் எழுதப் போகிறேன், உன் தந்தை எற்கெனவே எனக்குக் கடிதம் எழுதிவிட்டார்” என்று சிரித்தார்.

தன்னுடைய உதவியாளனிடம் வங்கியாளரை உள்ளே அழைத்து வரச் சொன்னார். அந்த வணிகரிடம் அவர் வங்கி திறப்பது

வேண்டாம் என்று எப்படித் தர்க்கம் செய்யப் போகிறார் என்று ஆர்வமாகக் காத்திருந்தேன்.

இருவரும் பெரும் புன்னகை செய்து, தேவைக்கு அதிகமான மிகை உடல் மொழியில், உரத்த குரலில் பேசினார்கள். ஒருவரை ஒருவர் நலம் விசாரித்துக் கொண்டார்கள். குடும்பத்தைப் பற்றியும் விசாரித்த பின் என்னை அறிமுகம் செய்து வைத்தார்.

“லண்டனிலிருந்து வருகிறாயா? மிக்க மகிழ்ச்சி, உன் தந்தைக்கு அரச குடும்பத்தில் செல்வாக்கு உண்டல்லவா?” என்று அவர் ஆரம்பித்தார்.

ப்ரவுன் இடைமறித்து “உண்டு, இவன் சிறுவன், இப்போதுதான் கற்றுக்கொள்வதற்காக வந்திருக்கிறான், தேவையானால் இவனுடைய தந்தையுடன் அறிமுகம் செய்து வைக்கிறேன்,” என்றார்.

அவர்கள் இருவரும் அந்தச் சந்திப்புக்கான முக்கிய விவகாரத்தில் இறங்கினார்கள்.

ஆனால், ப்ரவுன் எந்த விதமான தர்க்கபூர்வமான விவாதமும் செய்யவில்லை. முதலில் பொறுமையாக வங்கியாளர் சொல்ல வந்ததைக் கேட்டுக்கொண்டார். ஒப்புக்கொள்ளப்போவதில்லை என்று முதலிலேயே முடிவு செய்திருந்ததை முகத்தில் காட்டவில்லை. முதல் முறையாகப் புதிதாகக் கேட்பது போல முகபாவத்துடன், நல்ல கருத்துதான் என்று ஊக்குவித்தபடி நடு நடுவே தலையை அசைத்து ஆமோதித்துக்கொண்டார். எங்கள் நாட்டில் இந்த மாதிரி தொழில் தொடர்பான சந்திப்புகளை முறையாக ஒரு இறுக்கத்துடன் நடத்துவோம். இவர்கள் மிகையாகச் சிரித்துக் கொண்டும் கைகளை அசைத்தும் வீசியும் குரலை உயர்த்தி மகிழ்ச்சியாகப் பேசுகிறார்கள். இது எனக்குப் புதுமையாக இருந்தது.

ப்ரவுன், வந்திருந்த வங்கியாளர் பேசும்போது மறித்துப் பேசவில்லை. அவர் சொல்லுவதில் எந்தக் குறையும் குற்றமும் சொல்லவில்லை.

முழுவதும் கேட்டு முடித்துவிட்டு, எழுந்து வந்து அந்த வணிகரின் தோளில் கையை வைத்துக்கொண்டு, “நீ சொல்லும் வாதம் எல்லாம் அறிவுக்கு மிகச் சரியாக இருக்கிறது. ஆனால் நான் சொல்லுவதை நீ கேட்க வேண்டும்” என்றார்.

வணிகர், ப்ரவுன் அவர்களின் முகத்தையே பார்த்துக் கொண்டிருந்தார்.

குரலைத் தாழ்த்தி “இப்போது வேண்டாம். நேரம் சரி இல்லை” என்று தலையை மறுத்து அசைத்தார்.

வந்திருந்த வங்கியாளர், “அப்படியா, நேரம் சரி இல்லை என்றால் என்ன காரணம், எனக்குப் புரியவில்லையே?” என்றார்.

ப்ரவுன் சற்று நேரம் தயங்கினார். சாளரத்தின் வழியே வெளியே பார்த்துச் சில கணங்கள் சும்மா இருந்தார்.

“நான் சொல்லப்போவதை மிக ரகசியமாக வைத்துக்கொள். இது வெளியில் தெரியவரக் கூடாது. ஜியார்ஜ் *(George)*அரசன் ஸ்பெயினுடன் மோத இருக்கிறான். ஸ்பெயினுடைய அமெரிக்கக் காலனிகளை அவன் விரும்பவில்லை. போர் கூட மூளலாம். இதை நான் என்னுடைய உள்ளுணர்வினால் சொல்லுகிறேன். நீ நம்ப வேண்டும்” என்றார்.

எனக்கு அவர் சொன்ன தகவல் மிக ஆச்சரியமாக இருந்தது. வந்தவர் ஒரு நொடி திகைத்து நின்றார்.

“நீங்கள் சொன்னால் சரியாகத்தான் இருக்கும். நல்ல காலம் தெரியாமல் நான் ஆரம்பிக்கவில்லை, மிக்க நன்றி” என்று எழுந்து கிளம்பிவிட்டார். ப்ரவுன் அவரை வெளி வாயில் வரை சென்று வழி அனுப்பினார்.

அவர் உள்ளே வந்ததும், “சர் நானும் உங்களிடம் சில கேள்விகள் கேட்கலாமா?” என்றேன்.

அவர் “தயங்காமல் கேள், உனது தந்தை என்னிடம் அனுப்பி இருப்பதே அதற்குத்தானே” என்றார்

நான், “காலையில் வந்த வணிகர்களிடம் நீங்கள் தர்க்கபூர்வமாக வாதாடினீர்கள், இப்போது இந்த வங்கியாளரிடம் முழுவதும் வேறு விதமாக உணர்ச்சிபூர்வமாகப் பேசி, ரகசியமான ஒரு காரணத்தைச் சொல்லி ஒத்துக்கொள்ள வைத்தீர்கள். எனக்கு இன்னும் ஆச்சரியமாக இருக்கிறது” என்றேன்.

அவர், “அதில் என்ன ஆச்சரியம் கண்டாய்?” என்றார்.

நான், “ஒவ்வொருவரிடமும் ஒவ்வொருவிதமாகப் பேசிச் சம்மதிக்க வைக்கிறீர்களே?” என்று கேட்டேன்.

அவர், "மிக நல்ல கேள்வி, எப்படி ஒரே உத்தி எல்லோரிடமும் பலிக்கும்?" என்றார்.

நான் தயங்கி, "நீங்கள் சொன்னபடி ஸ்பெயினுடன் நாம் போர் செய்யப் போகிறோமா?" என்று கேட்டேன்.

அவர் பெரிதாகச் சிரித்து "நடக்கும் இல்லை என்று இப்போது யாராலும் சொல்ல முடியாது. எல்லாம் ஊகம்தான். இந்தச் சந்தர்ப்பத்துக்கு சரியான வாதமாக எனக்குத் தோன்றியது, அவ்வளவுதான்" என்றார்.

என் நினைவிலிருந்து எல்லாவற்றையும் எழுதிக்கொள்கிறேன். இவற்றைத் திரும்பவும் படித்துப் பார்த்து யோசிக்கவேண்டும்.

அப்பாவுக்கு எழுதிய கடிதத்தில் பெரும்பாலும் என்னுடைய இன்றைய அனுபவங்களை அப்படியே எழுதிவிட்டேன். ஒன்றே ஒன்றைத் தவிர. முதலில் நான் ப்ரவுன் அவர்களைப் பற்றி மிக உயர்வான மதிப்புக் கொண்டிருந்தாலும், அவருடன் இறுதியாகப் பேசினது எல்லாவற்றையும் மாற்றிவிட்டது.

அவர் உத்தி என்று சொன்னது எனக்கு சற்றுப் பிடிக்கவில்லை. அப்படியானால் எல்லாமே தந்திரமா? அரசியல் ரகசியம் என்று சொல்லியது சரியா? ஒருவேளை தன்னுடைய உண்மையான நண்பனுக்கு வேறு விதமாகச் சொல்லி இருப்பாரோ, வேறு விதமாகக் கையாண்டிருப்பாரோ என்று தோன்றியது. என்னிடமும் எதையோ மறைத்துச் சாமர்த்தியமாகப் பேசினாரோ என்று தோன்றுகிறது. அவர் வங்கி திறக்க வேண்டாம் என்று சொன்னதற்கு வேறு காரணங்கள் இருந்திருக்குமோ என்று சந்தேகமாக இருக்கிறது.

எனக்கு முதலிலிருந்தே அரசியல் அவ்வளவாகப் பிடிக்காது. தன்னுடைய மனதில் பட்டதைச் சொல்லாமல் மறைத்துப் பேசுவதும், சூழ்ச்சி செய்வதும், தந்திரமாகச் சம்மதிக்க வைப்பதும் எனக்கு ஒத்துவராது. ஆனால் ப்ரவுன் போன்ற மனிதர்களைப் பார்த்தால், தினமும் அப்படி ஒரு போலி வாழ்க்கைதான் நடத்தவேண்டும். காலப்போக்கில் அதுவே பழகிவிடலாம். அரசியலில் இருக்கும் மனிதர்கள் எல்லோரும் இயற்கையாகவே அப்படிப்பட்ட தந்திரசாலிகளாக இருப்பார்களா? இல்லை தந்திரசாலிகள்தான் அரசியலுக்கு வருவார்களா?

நான் என்ன செய்யப் போகிறேன்?

11

அன்புள்ள விக்டர்,

நீ விரிவாக உன்னுடைய அனுபவங்களையும் கூடவே எண்ணங்களையும் சந்தேகங்களையும் எழுதுவது எனக்கு மகிழ்ச்சி அளிக்கிறது. நீ இங்கேயே இருந்திருந்தால், உன்னுடைய படிப்பு முழுமை அடைந்திருக்காது என்பது இதிலிருந்தே தெளிவாகத் தெரிகிறது. நீ கவுன்சல் ப்ரவுன் அவர்களைச் சந்தித்தது குறித்து மகிழ்ச்சி. அவர் என்னுடைய நீண்டகால நண்பர். அவருடைய வழிமுறைகள் மிகத் திறமையானவை. நீ எழுதி இருப்பதிலிருந்து, கூர்மையாகக் கவனிக்கிறாய் என்று புரிகிறது. பார்க்கும் எல்லோரையும் நல்லவர் கெட்டவர் என்று இரண்டு கூறுகளாகப் பிரிக்காதே. எல்லோரும் நல்லவர்கள் கூடவே சற்று கெட்டவர்கள். கெட்டதாகத் தெரியும் அனுபவத்திலிருந்து கூட நல்லவை பிறக்கலாம். உலகத்தில் எல்லாமே நல்லதும் கெட்டதும் கலந்து இருப்பவைதான். மனிதர்களும் அப்படித்தான். நான் சொல்லுவது தத்துவமாக இருக்கிறதா? பெரியவர்களின் உலகத்துக்கு நல்வரவு!

இந்த அனுபவங்களிலிருந்து உனக்கு என்ன தெளிவு பிறக்கிறது? எப்படி உன்னுடைய வாழ்க்கையை வகுத்துக்கொள்ளப்போகிறாய் என்பதுதான் முக்கியம். தொடர்ந்து பலரைச் சந்திப்பாயாக, கூடவே உற்றுக் கவனி, எனக்கும் தவறாமல் எழுது.

அன்புடன்,
தாமஸ் ஹோவார்ட்

12

அன்புள்ள தந்தைக்கு,

இன்றைக்கு நீங்கள் கொடுத்த அறிமுகக் கடிதத்துடன் ஜேம்ஸ் ஸ்மித் *(James Smith)*அவர்களைச் சந்தித்தேன். அவர்தான் அடுத்த கவுன்சல் ஆகக்கூடும் என்று நீங்கள் சொல்லி இருந்ததால், அவருடைய வழிமுறைகளையும் அறிந்துகொள்ள ஆர்வமாக இருந்தேன். அவர் மிகச் சுவாரசியமான மனிதர். அவர் மாபெரும் கலை ரசிகர் என்பதில் சந்தேகம் இல்லை.

அவர் இத்தாலிய ஓவியப் பாணி பற்றி ஒரு அறிமுக வகுப்பு நடத்தினார். அவர் இத்தாலிய மொழியில், 'வெடுட'*(Veduta)* என்று சொல்லப்படும் ஓவியங்களில் வல்லுனராம். அந்தப் பாணியையே அவர்தான் சிறப்புக் கவனம் செலுத்தி வளர்த்தவராம். இந்த வெடுட படங்கள் நகரக் காட்சிகளைத் துல்லியமாகச் சித்தரிக்கும் படங்கள். அவை நகரத்தின் சதுக்கங்களையும், அரண்மனைக் கட்டடங்களையும், பூங்காக்களையும், வெனிஸில் குறிப்பாகக் கால்வாய்களையும் மிகப்பெரிய அளவில் வரைந்திருக்கும் படங்கள். அத்தகைய படங்களை அரச குடும்பத்தினரும், பிரபுக்களும் வணிகர்களும் விருப்பப்பட்டு வாங்கி வீடுகளிலும் அரண்மனைகளிலும் பார்வைக்கு வைத்திருந்தார்கள். இங்கே பிரபலமாக இருக்கும் ஓவியர்களை, இங்கிலாந்து, பிரான்சு தேசங்களுக்கு வரவழைத்து அங்கிருக்கும் நகரக் காட்சிகளை வரைய வைக்கிறார்கள். ஸ்மித்தின் அரண்மனை மாதிரியான

வீட்டில், கூடத்தில் மகத்தான ஓவியங்களைக் கண்டு திகைத்து நின்றேன். ஓவியங்களின் பாணி, கலைஞர்களைப் பற்றி நிறையத் தெரிந்துகொண்டேன்.

நீங்கள் சொன்னபடி, நம்முடைய இல்லத்துக்கு ஒரு நல்ல ஓவியமாகக் கேட்டிருக்கிறேன். ஸ்மித் ஏற்பாடு செய்வதாகச் சொல்லி இருக்கிறார். தவிர ஸ்மித் நிறைய துறைகளில் ஆர்வம் கொண்டவராம். பழங்கால நாணயங்கள், பதக்கங்கள், புத்தகங்கள் சேகரிப்பவராம். இன்னும் ஆச்சரியமானது, அவருக்கு இசையிலும் மிகுந்த ஆர்வமாம். அவருடைய மனைவி சோப்ரானோ பாடகியாம். ஸ்மித்திடமிருந்து இன்னும் நிறையக் கற்றுக்கொள்ள வேண்டியவை இருக்கின்றன.

அவரும் என்னைப் பாராட்டினார், எனக்குக் கலைக் கண்கள் இருப்பதாகச் சொன்னார். என்னை மறுபடியும் இன்னொரு நாள் வரச் சொல்லி இருக்கிறார்.

இன்றைக்கும் புதிய அனுபவங்கள்.

உங்களது அன்பு மகன்,
விக்டர்

13

விக்டர் ஹோவார்டின் ஜர்னல்

இன்றைக்கு அப்பா கொடுத்த அறிமுகக் கடிதத்துடன் ஜேம்ஸ் ஸ்மித் எங்கிற மிகச் சுவாரசியமான மனிதரைச் சந்தித்தேன். அப்பா அவரைப் பற்றிச் சொல்லி அனுப்பி இருந்தார். முதலாவது அவர் ஒரு கலை சேகரிப்பாளர். மிகச் சிறந்த ஓவியங்களை அவர் இங்கிலாந்துக்கு அனுப்பி இருந்தார். என்னைப் போல க்ராண்ட் சுற்றுலா வரும் இளைஞர்கள் கட்டாயம் சந்தித்து ஓவியங்களைப் பற்றியும் அவற்றின் வகைகளைப் பற்றியும், முக்கியமாக அவற்றின் மதிப்பு, இங்கிலாந்தில் எந்தப் பிரபுக்களின் குடும்பத்துக்கு எவற்றை எல்லாம் அனுப்பி வைத்திருக்கிறார், தற்போதைய ஓவியக்கலையின் போக்கு என்ன, எந்த மாதிரியான ஓவியங்களை இங்கிலாந்தில் வாங்குகிறார்கள் போன்றவற்றை அறிந்துகொள்ள அவரைவிட சிறந்த மனிதர் இல்லை என்று சொல்லி இருந்தார்.

நான் அவரைச் சந்தித்து, மிகச் சமீபத்து போக்கில் ஒரு ஓவியமாவது வாங்கி வரச் சொல்லி இருந்தார். அந்த மாதிரி ஓவியம் வேறு எந்தப் பிரபுவிடமும், அரச குடும்பத்திலும் ஏற்கெனவே இல்லாமல் இருந்தால் நன்றாக இருக்கும் என்று திரும்பத் திரும்பச் சொல்லி இருந்தார். அதனால் அவரைச் சந்திக்க வேண்டும் என்று ஆவலாக இருந்தேன். அப்படிப்பட்ட மனிதர்களைச் சந்திப்பது எனக்கும் நிறைய புதியனவற்றைக் கற்றுக்கொள்ள மிக உதவியாக இருக்கும்.

இரண்டாவதாக, அவர் விரைவில் இங்கிலாந்தின் கவுன்சல் ஆக வெனிஸில் ஆகப் போகிறார் என்று வதந்தி கேள்விப்பட்டதாக அப்பா சொன்னார். வதந்தியோ உண்மையோ, எப்படியும் அவருடன் தொடர்பு ஏற்படுத்திக்கொள்வது பிற்காலத்தில் எனக்கு மிகப் பயன் உள்ளதாக இருக்கும் என்று வற்புறுத்திச் சொல்லி இருந்தார். ஆனால் நான் அவரைச் சந்திக்க இருப்பதை, இப்போதைய கவுன்சலான ப்ரவுனிடம் பெரிதாகச் சொல்ல வேண்டாம் என்றும் கவனமாக இருக்கச் சொன்னார். அது என்ன அரசியலோ எனக்குப் புரியவில்லை. அதனால் அப்பா கொடுத்திருந்த கடிதத்தை என்னுடைய உதவியாளர் மூலமாக ஜேம்ஸ் ஸ்மித்துக்கு அனுப்பினேன். அவர் மறுநாள் வந்து அவருடைய வீட்டில் சந்திக்கும்படி சொன்னார்.

ஜேம்ஸ் ஸ்மித்தின் வீடு என்பதைவிட அதையும் ஒரு சிறு அரண்மனை என்றுதான் சொல்ல வேண்டும். வரவேற்புக் கூடத்தில் வைத்து அவர் என்னைச் சந்தித்தார். அந்தக் கூடம் முழுவதும் சுவர்களில் வரைந்த ஓவியங்கள் இருந்தன. அந்த மாதிரி ஓர் அருமையான கலைக் கூடத்தை நான் கண்டதில்லை. அபூர்வமான படங்கள் ஒரே இடத்தில் காணக் கிடைத்தது என்னுடைய அதிர்ஷ்டம். ஒவ்வொன்றும் மகத்தான ஓவியங்கள்.

ஸ்மித் பொறுமையாக எனக்கு ஐரோப்பிய ஓவிய பாணிகளைப் பற்றியும், இத்தாலியில் எப்படி ஓவியக்கலை வளர்ந்தது என்பது பற்றியும், தற்கால ஓவியப் பாணி போக்கைப் பற்றியும் ஒரு வகுப்பே நடத்தினார். அவருடைய வீட்டில் இவற்றை விளக்குவதற்காகவே கலைக் கூடம் அமைத்த மாதிரி இருந்தது. அந்தக் கூடத்தில் நான் பார்த்ததிலேயே ‘மாபெரும் கால்வாய்’ ஓவியங்கள் என்னைத் திகைக்க வைத்தன. வெனிஸ் நகரத்தின் முக்கிய கால்வாயின் அழகை அவ்வளவு சிறப்பாக ஓவியத்தில் காண்பிக்க முடியுமா என்று எனக்கு ஆச்சரியமாக இருந்தது. அவற்றை வரைந்தது யார் என்று விசாரித்தேன்.

1720 களில் கனலெட்டோ (Canaletto) என்ற ஓவியர் வரைந்தவை. அவை மாபெரும் கால்வாயை முழுவதுமாக, பல இடங்களில், பல கோணங்களில் அப்படியே வரைந்திருந்தார். மேலே சான்டா கியராவிலிருந்து(Santa Chiara) ரியால்டோ(Rialto) பாலத்தின் வழியாகப் பிரமிக்கத்தக்க சான்டா மரியா டெல்லா சலுட் (Santa Maria della salute) தேவாலயத்தையும், பசினோவையும் (Bacino)

இறுதியாகக் கால்வாயின் முகத்துவாரத்தை கரிதாவின் *(Carità)* மேற்காக பார்ப்பதாக பனிரெண்டு ஓவியங்கள் வரைந்திருந்தார்.

ஸ்மித் எனக்கு ஒவ்வொரு ஓவியமாகக் காண்பித்து விளக்கினார். அந்தக் கால கட்டத்தில் கனலெட்டோவின் ஓவிய முறைகள் மாறிக்கொண்டிருந்தனவாம். ஆரம்பத்திலிருந்த அழுத்தமான வண்ணங்களிலிருந்து பிற்காலத்தில் சற்று அடங்கிய, மங்கலான வண்ணங்களை உபயோகித்திருந்தார். ஓவியங்கள் மிகத் துல்லியமாக, நிஜமான காட்சி போல இருந்தாலும் கனலெட்டோ பார்ப்பதற்கு இன்னும் சிறப்பாக இருக்கும்படியாக அளவுகளை மாற்றி, கால்வாயின் அகலத்தைக் குறைத்து, அதிகப்படுத்தி, கரைகளை நேர்த்தி செய்து, சில கட்டடங்களை வரையாமல் அழகு செய்திருக்கிறாராம். ஸ்மித் அதற்குச் சில உதாரணங்களைக் காண்பித்தார். சான்டா மரியா டெல்லா சலுட் தேவாலயத்தின் அழகையும் கம்பீரத்தையும் முழுமையாகக் காட்ட, அவர் சில கட்டடங்களையே எடுத்துவிட்டார். அதனால் தேவாலயம் தனித்து உயர்ந்து ஓவியத்தில் இருக்கிறது.

எனக்கு அவர் அப்படி வரைந்திருப்பது அழகாகத் தோன்றியது. இலக்கியத்தில் ஒரு பாத்திரத்தைப் பற்றி எழுதும்போது, சில குணங்களை மட்டும் முன்னிலைப்படுத்திக்காட்டுவது போல. உண்மையை விட புனைவில் சில சமயம் அழகு அதிகம். அதுதான் கலைஞனின் யுக்தி என்று எனக்குத் தோன்றுகிறது.

அந்த ஓவியங்கள் மிகப் பிரபலம் ஆகி, ஓவியக் கலையில் ஒரு புதிய மரபையே உருவாக்கி, இன்னும் பலர் அந்த மாதிரியே வரைந்தார்களாம். இங்கிலாந்து, பிரான்ஸ் தேசங்களிலும் அவரை வரவழைத்து வரைய வைத்தார்களாம்.

ஸ்மித் அவரிடமே இரண்டு பெரிய ஓவியங்களை அதே பாணியில் வரைய வைத்தாராம். மாபெரும் கால்வாயில் படகுப் போட்டியும், பசினோவில் ஏசுவின் விண்ணேற்ற நாள் கொண்டாட்டங்களையும் மிகப் பிரம்மாண்ட ஓவியங்களாகக் கண்டேன். கண்டேன் என்பதைவிட திகைத்து, என்னை மறந்து அப்படியே நின்றேன் என்பது சரியான விளக்கமாக இருக்கும். அப்படிப்பட்ட ஓவியங்களை நான் பார்த்ததில்லை.

புன்னகையுடன் ஸ்மித் என்னைப் பாராட்டினார். “உனக்கு நல்ல கலைக் கண்கள் இருக்கின்றன, இந்த நகரத்தின் மிகச் சிறந்த

ஓவியன் கனலெட்டோவின் மிகச் சிறந்த ஓவியங்கள் இவை" என்றார்.

நான் எனக்கும் இந்த மாதிரி ஒரு ஓவியமாவது வேண்டுமே என்று கேட்டேன். எங்கள் வீட்டில் கூடத்தில் நாயகமாகச் சுவரில் இப்படி ஒரு ஓவியம் இருந்தால், விருந்தினர்களை ஈர்த்து, என்னுடைய க்ராண்ட் டூர் அனுபவங்களை விளக்கி நிறைய நேரம் செலவிட முடியும்.

"பார்க்கலாம், கனலெட்டோ வரைந்த அசல் ஓவியங்கள் அவ்வளவு எளிதில் கிடைக்காது, நான் கிடைக்குமா என்று பார்க்கிறேன், உனது தந்தைக்காகவும், உன்னுடைய கலை ரசனைக்காகவும்" என்றார்.

அவர் சொன்னதைப் பார்த்தால், கிடைக்குமா ஏற்பாடு செய்வாரா என்று சந்தேகமாக இருந்தது. ஆனால் பிறகு அவர்தான் கனலெட்டோவுக்கு ஏஜென்ட் என்று அறிந்தேன். ஸ்மித் ஒரு திறமையான அரசியலாளரும் வணிகரும் என்று புரிந்து கொண்டேன். கலைத்துறையிலும் இப்படி அரசியல்வாதிகளா என்று ஆச்சரியமாக இருக்கிறது. கலைகள் புனிதமானவை, அவற்றில் ஈடுபடுபவர்களும், ரசிப்பவர்களும் நல்ல மனதுடையவர்கள் என்று நம்பிக்கொண்டிருந்தேன். அப்படி அல்ல போலும்.

தவிர எல்லா மனிதர்களையும் இப்படி நல்லவர் கெட்டவர் என்று பாகுபாடு செய்யலாமா என்ற கேள்வி எழுகிறது. ஸ்மித் ஒரு நல்ல மனது படைத்த கலை ரசிகராகத் தென்படுகிறார். நல்ல ஓவியங்களையும், நல்ல ஓவியர்களையும் தரம் தெரிந்து ஆதரிக்கிறார் என்று தோன்றுகிறது. அதே சமயம், கலையை விற்பனை செய்யும் வணிகராகவும், தந்திரமாக ஓவியக் கலைஞனைத் தனது கட்டுப்பாட்டில் வைத்துக்கொண்டு, அவனுக்கு ஏஜென்ட் ஆகி, இடைத்தரகராக இருந்துகொண்டு தனக்காக நிறையப் பணம் சம்பாதித்துக்கொள்கிறார். உண்மைக் கலைஞனுக்கு எத்தனை பணம் சென்று சேருகிறது? இது சரியா? அத்தனை செல்வமும் கலைஞனுக்கு உரியவை அல்லவா?

இப்படி எல்லாம் நான் யோசித்துக்கொண்டிருந்தால்...? அப்படியானால் அப்பா விருப்பப்படி அரசியலுக்கும் வணிகத்துக்கும் செல்வேனா?

அப்பாவுக்கு ஒரு கடிதமும், எனக்காக என்னுடைய உண்மை உணர்வுகளைத் தனியாக எழுதிக்கொண்டு இரண்டு மன நிலைகளில் இருந்துகொண்டிருக்கிறேன். ஒவ்வொரு இடத்திலும் அதற்குத் தகுந்த முகத்தைக் காட்டுகிறேன். இந்த இரட்டை நிலைதான் தொழிலில் ஈடுபடுபவர்களுடைய நிலையா? இரண்டு நிலைகளிலும் இருக்கப் பழக்கப்படுத்திக்கொள்ள வேண்டுமா? எனக்குப் பதில் தெரியவில்லை.

இவற்றை விவாதிக்கக்கூட, சரியான நண்பர்கள், பெரியவர்கள், என்னைச் சரியாகப் புரிந்துகொள்ளக்கூடியவர்கள் இல்லை.

14

அன்புள்ள விக்டர்,

நீ எழுதுவதைப் பார்த்தால் அரசியல், வணிகம் மட்டும் இல்லை உனக்குக் கலைகளிலும் நிறைய ஆர்வம் இருப்பதாகத் தோன்றுகிறது. கலைகள் மனத்தைப் பண்படுத்தும். அவற்றைப் பற்றித் தெரிந்துகொள். ஓவியம் மட்டும் இல்லை, சிற்பம், கட்டடக் கலை, இசை எல்லாவற்றையும் பற்றி அறிந்துகொள். அப்போதுதான் நீ ஒரு முழு மனிதனாக வளர்வாய். தயங்காமல் எல்லாவற்றையும் ஆராய்ந்துகொள். உன்னுடைய சந்தேகங்களையும் குறித்துக்கொள். தனியாக ஒரு ஜர்னல் எழுது. எல்லாவற்றையும் எனக்கு எழுத முடியாதது போல உனக்குத் தோன்றக் கூடும். உண்மைதான். ஆனால் நீ உனக்குள் எழும் கேள்விகளைப் புறந்தள்ளாமல் எழுதி வைத்துக்கொள். அவற்றைப் பற்றிச் சிந்தனை செய். மறுபடியும் எடுத்துப் படித்துப்பார். அனுபவங்களுடன் கேள்விகளும் உன்னுடைய சிந்தனைகளும் பதில்களும் கலந்து அதிலிருந்து உனக்கான பாதையும் தானே புலப்படும்.

உன் அன்புத் தந்தை,
தாமஸ் ஹோவார்ட்

15

அன்புள்ள தந்தைக்கு,

இன்றைக்கு மறுபடியும் ஸ்மித் அவர்களைச் சந்தித்தேன். முன் மாலைப் பொழுதில் வரச் சொல்லி இருந்தார். அன்று அவருடைய அரண்மனை நூலகத்தைக் காண்பிப்பதாகச் சொல்லி இருந்தார். அவர் தானே சில புத்தகங்களைப் பிரத்தியேகமாக பதிப்பித்திருப்பதாகவும், தவிர பல துறைகளைச் சார்ந்த புத்தகங்களைச் சேகரித்து வைத்திருப்பதாகவும் சொன்னார். அவரிடம் வேறு எங்கும் எளிதில் கிடைக்காத பல அரிய, பழைய புத்தகங்களின் முதல் பதிப்பின் பிரதிகளையும் வைத்திருப்பதாகச் சொன்னார். அவர் சொன்னதே எனக்கு ஆர்வத்தைக் கிளப்பியது. ஆச்சரியமான மனிதர், இவருடன் பழகினால் நிறைய கற்றுக் கொள்ளலாம் என்று நினைத்தேன். அது சரியாகத்தான் ஆயிற்று.

அவர் என்னை வரவேற்று நேராக நூலகத்துக்கு அழைத்துச் சென்றார். அங்கே அறை முழுவதும் ஆளுயர அலமாரிகளில் புத்தகங்கள். எல்லாம் அழகாக அடுக்கி வைக்கப்பட்டிருந்தன. கன்றின் தோலினால் அட்டையிடப்பட்ட புத்தகங்கள், அவருடைய பிரத்தியேக முத்திரை தங்க நிறத்தில் இடப்பட்டு ஒருபுறம் இருந்தன. அவரிடம் இருந்த அரிய புத்தகங்களின் பட்டியலே ஒரு தனிப் புத்தகம் போல வைத்திருக்கிறார்.

அவர் தாம் பதிப்பித்த புத்தகங்களையும் காண்பித்தார். அவற்றில் ஒன்று 'டெக்கமெரோன்' *(Decameron)*என்ற புத்தகம். 14ம் நூற்றாண்டில் வாழ்ந்த ஜியோவானி போக்கசியோ *(Giovanni Boccaccio)*என்ற இத்தாலியர் தொகுத்த கதைகள் இவை. தாந்தே*(Dante)* எழுதிய தெய்வீக நகை நாடகம் போல, இதை மனிதர்களின் நகை நாடகம் என்று அறிமுகப்படுத்தினார். இந்தப் புத்தகம் ஏழு இளம் பெண்களும் மூன்று இளைஞர்களும் சொல்லுவதாக நூறு கதைகளாக ஆனவை. அவர்கள் கருப்புச் சாவிலிருந்து தப்பிப்பதற்காக ஃப்ளாரென்ஸ்*(Florence)* நகரத்துக்கு வெளியே ஒரு வில்லாவில் தனித்திருந்தபோது சொல்லப்படுபவை.

இந்தக் கதைகள் அவை எழுதப்பட்ட காலத்தையும் வாழ்க்கை முறையயும் உண்மையாகப் பிரதிபலிக்கும் கதைகள் என இன்றைக்கும் கொண்டாடப்படுகின்றனவாம். 1527இல் பதிப்பிக்கப்பட்ட ஒரு பதிப்பைப் போலவே ஸ்மித் தானும் ஒரு பதிப்பு வெளியிட்டிருக்கிறார். தேர்ந்த நிபுணர்களால்தான் அது பழைய பிரதியா இல்லை புதிதாக வெளியிடப்பட்டிருப்பதா என்று சொல்ல முடியுமாம்.

இப்படியாக இன்று இன்னொரு புதிய உலகத்துக்குள் நுழைந்தேன். நிறைய புத்தகங்களைப் படித்திருந்தாலும், பழைய புத்தகங்களைச் சேகரிப்பது, அழகாக நூலகம் அமைத்துக் கொள்வது, பதிப்பிப்பது என்று நிறைய கற்றுக்கொண்டேன். நமது வீட்டிலும் அந்த மாதிரி ஒரு நூலகம் அமைக்க வேண்டும் என்று ஆசையாக இருக்கிறது. ஸ்மித்திடம் அதைப் பற்றி விபரங்கள் கேட்டுக்கொண்டேன். அவரிடமே சில புத்தகங்களை வாங்கிக்கொண்டு வரலாம் என்று இருக்கிறேன்.

உங்கள் அன்பு மகன்,
விக்டர்

16

விக்டர் ஹோவார்டின் ஜர்னல்

இன்றைய அனுபவமும் புதியது. நூல்களின் உலகம் எவ்வளவு விரிவானது என்று அறிந்துகொண்டேன். எத்தனை துறைகள், எத்தனை வகைகள், அவற்றில் எத்தனை புத்தகங்கள், வாழ்நாள் முழுவதும் புத்தகங்களின் உலகத்திலேயே இருந்துவிடலாம் போல இருக்கிறது. ஒவ்வொரு நல்ல புத்தகமும் பல புதிய கதவுகளைத் திறக்கும். புதிய கோணத்தில் வாழ்க்கையைக் காண்பிக்கும். ஸ்மித் அவர்களின் நூலகத்தில் நான் எந்தப் புத்தகத்தையும் எடுத்து முழுமையாகப் படிக்காமலேயே, அவர் கொடுத்த அறிமுகத்திலும், சில புத்தகங்களை எடுத்துப் புரட்டிப் பார்த்தவரையுமே இப்படி ஒரு எண்ணம் எனக்கு வலுவாக வந்திருக்கிறது. இன்னும் புத்தகங்களை முழுமையாகப் படித்தால் என்ன சொல்லுவேனோ தெரியவில்லை. அவ்வளவு கற்றுக்கொள்ள இருக்கின்றன. அந்த அறையில் புத்தக மணமும் அறிவின் மணமும் ஒன்று சேர்ந்து வீசுகிறது. அந்த மணத்தை சுவாசித்துக்கொண்டு நூலகத்திலேயே என்னுடைய வாழ்நாள் முழுவதும் தினமும் கழித்துவிடலாம்.

அவரிடம் இருந்த புத்தகங்கள் பல அறிவுத்துறைகள் தொடர்பானவை. பல புத்தகங்கள் புனைவுக் கதைகள். அவர் தினமும் இரண்டு வகைகளையும் படிப்பதாகச் சொன்னார். அந்த நூலகத்திலேயே அவர் அந்தச் சமயத்தில் படித்துக்கொண்டிருந்த

புத்தகங்களை ஒரு மேசையில் அடுக்கி வைத்திருந்தார். எப்படி ஒருவர் பத்து புத்தகங்களை ஒரே சமயத்தில் படிக்க முடியும் என்று எனக்குப் புரியவில்லை. முதலில் அவரிடமிருந்து படிக்கும் கலையைக் கற்றுக்கொள்ள வேண்டும். அதுவே எனக்கு முதல் ஆச்சரியமாக இருந்தது. அடுத்தது ஒரு மனிதர் எப்படிக் கதைகளையும், அறிவுத்துறைகளையும் ஒரே சமயத்தில் படிக்கிறார் என்று. ஸ்மித் அதைப் பற்றி என்னிடம் விரிவாகப் பேசினார்.

வாழ்க்கையில் வெற்றிகரமாக ஆவதற்கு அறிவுத் துறைகள் மட்டும் போதாது, மனிதர்களையும் அவர்களின் குணாதிசயங்களையும் அறிந்துகொள்ளுவது மிக அவசியம். இலக்கியங்களிலிருந்து மனிதர்களைப் பற்றியும், அவர்களின் உறவுகளைப் பற்றியும், அவர்களுக்கு நடுவே எழும் சிக்கல்கள் பற்றியும் நிறையப் புரிந்து கொள்ளலாம் என்றார். இலக்கியங்கள் அளிக்கும் சித்திரம் போல எந்தப் பாடப் புத்தகமும் வாழ்க்கைக்குத் தேவையான பாடங்களைக் கற்றுத்தர முடியாது என்று உறுதியாகச் சொல்லுகிறார். நான் சிறுவயதில் வாய்மொழியாகக் கேட்ட தேவதைக் கதைகளுக்குப் பிறகு, கதைகளில் பெரிதாக அதிகம் கவனம் செலுத்தியதில்லை.

தொற்று நோய்க் காலத்தில் தனிமைப்படுத்தப்பட்ட மனிதர்கள் சொல்லும் கதைகள் மிக விசித்திரமாகவும் ஆச்சரியமாகவும் இருந்தன. கருப்புச் சாவு தொற்று நோயிலிருந்து தப்பிக்க ஃப்ளாரென்ஸ் நகரத்திலிருந்து ஏழு இளம் பெண்களும், மூன்று இளைஞர்களும் ஊருக்கு வெளியே ஒரு வில்லாவில் இரண்டு வாரங்கள் தனித்து இருக்கிறார்கள். மாலை நேரத்தில் வேறு எந்தப் பொழுதுபோக்கும் இல்லாமல் ஆளுக்கு ஒரு கதை சொல்லுகிறார்கள்.

கதைகள் இருக்கட்டும், இந்த அமைப்பே எனக்கு மிகக் கவர்ச்சியாக இருந்தது. நகரத்திலிருந்து ஒதுக்குப் புறமான வில்லா, அதில் தனிமைப்படுத்தப்பட்ட இளைஞர்கள், அவர்கள் சொல்லும் கதைகள், அதைக் கேட்பவர்கள், இந்தச் சூழ்நிலையே எப்படி இருந்திருக்கும் என்று கற்பனை செய்து கொண்டேன். அந்தப் பத்து பேரில் நானும் ஒருவனாகப் புனைந்து கொண்டேன். கன்னத்தில் இரண்டு கைகளையும் வைத்துக்கொண்டு, கண்களை விரித்து, பிறகு என்ன ஆயிற்று என்று தீவிரமாகக் கேட்கும் மனோபாவம் எனக்கு மிகவும் பிடித்திருக்கும் என்று தோன்றுகிறது.

இப்படிப் பயணம் செய்து நிறைய கற்றுக்கொண்டாலும், திரும்பிப் போனவுடன், முறையாக அப்பாவின் வணிகத்திலும் அரசியலிலும் ஈடுபட வேண்டும் என்கிற பயம் எனக்கு எப்பொழுதும் இருந்து வருகிறது. அதுவும் அனுபவம் மிகுந்த, என்னைவிட வயதானவர்களுடன் பரிவர்த்தனைகளும் வாணிகமும் செய்ய வேண்டும். அவர்களின் சூழ்ச்சிகளையும் தந்திரங்களையும் புரிந்துகொண்டு, சாமர்த்தியமாக ஈடுகொடுத்து வாணிகக் களத்தில் விளையாட வேண்டும். அவை எல்லாவற்றையும் விட்டு விட்டு, நிம்மதியாக ஒரு தனித்த வில்லாவில், வயதொத்த இளைஞர்களுடன் மகிழ்ச்சியாகக் கதை பேசுவது என்பது எனக்கு ஒரு கனவு போலத் தோன்றுகிறது. அந்த மாதிரி நாட்கள் இனிமேல் எனக்கும் கிடைக்குமா?

எனக்கு அந்தப் புத்தகம் இன்னும் ஆச்சரியமாக இருக்கிறது

ஒவ்வொறு கதையிலும் கதாசிரியர் பல வித மாறுபாடுகளையும் திருப்பங்களையும் திறமையாகக் கொண்டு வருகிறாராம். அவற்றில் பேராசை, பெண்களின் ஆசைகள், லட்சியம், தேவ ஊழியர்களின் காமம், பரம்பரைப் பிரபுக்களின் குடும்பங்களுக்கும் புதிய வணிகம் செய்து பணக்காரர்கள் ஆன குடும்பங்களுக்கும் நடுவே எழும் உரசல்கள், பிரயாணம் செய்யும் வியாபாரிகளின் துயரங்கள் என்று பலதரப்பட்ட பேசுபொருட்கள் இருக்கின்றனவாம். அவை அத்தனையும் வெவ்வேறு கதாபாத்திரங்கள் சொல்லுவதாக இந்தக் கதைத் தொகுப்பில் வந்தாலும், எழுத்தாளன் படைக்கும் உலகம் என்று எனக்குத் தோன்றுகிறது. அப்படிக் கதை மாந்தர்களையும் அவர்களது வாழ்க்கையையும் உருவாக்குவதால் எழுத்தாளன் ஒரு கடவுள் என்று தோன்றுகிறது. தன் விருப்பப்படி உருவாக்கி, வழிநடத்தி, முடித்து, தான் காட்ட விரும்புவதைக் காட்டி, படிப்பவர்களுக்கு அனுபவத்தைக் கொடுத்து, ஆகா, எத்தனை சாத்தியக் கூறுகள்!

நான் ஒரு எழுத்தாளனாக ஆகலாம் என்று தோன்றுகிறது.

இந்தப் பயணம் ஆரம்பித்துச் சில நாட்களே ஆகி இருக்கின்றன, அதற்குள் மனித வாழ்க்கை குறித்த கண்ணோட்டமே மாறி விட்டது. அப்படி ஒரு எழுத்தாளனாக நான் என்ன செய்ய வேண்டும் என்று யோசிக்கிறேன். முதலில் நிறைய படிக்க வேண்டும். புனைவிலக்கியத்தில் எனக்குத் தெரிந்தது மிகக்

குறைவு என உணர்கிறேன். பிறகு நிறையப் பயணங்கள் செய்ய வேண்டும், புதிய நாடுகளைக் காண வேண்டும், புதிய மக்களையும் அவர்களின் கலாச்சாரத்தையும் அறிந்துகொள்ளவேண்டும். நான் இந்தப் பயணம் வந்திருக்காவிட்டால், இப்படி எண்ணங்களே எனக்கு வந்திருக்காது. ஆனால், அப்பா விரும்புவது முற்றிலும் வேறு. அவரை மாதிரியே என்னை அரசியலிலும் வாணிகத்திலும் திருப்பத் திட்டம் போடுகிறார். எனக்குப் பிடித்தமானதைச் செய்ய எனக்கு உரிமை இல்லையா? எங்கே ஆரம்பிப்பது?

17

அன்புள்ள தந்தைக்கு,

வெனிஸ் நகரத்தின் அனுபவங்களுக்கு முடிவே இல்லை என்று தோன்றுகிறது. ஸ்மித் அவர்களின் வழியாக ஓவியம், புத்தகங்கள் மட்டும் இல்லை இசை பற்றிய அறிமுகமும் கிடைத்தது. அவருடைய மனைவி காத்தரீன் டாஃப்ட்ஸ் *(Catherine Tofts)* அவர்கள் முன்னாள் ஆபரா*(Opera)* பாடகியாம். அவர்தான் இங்கிலாந்தில் *1705*ம் வருடம் இத்தாலிய ஆபராவை முதன் முதலில் அறிமுகப்படுத்தியவராம். அந்தக் காலத்தில் நடத்தப்பட்ட ஆபரா நாடகங்களில் அவர் முக்கிய வேடத்தில் பாடுவாராம். ராணியாக நடித்துப் பெயர் வாங்கினவராம். நீங்கள் ஒருவேளை அவரது ஆபராக்களைப் பார்த்திருக்கக்கூடும். அவருடைய குரலே அவ்வளவு இனிமையாக இருந்தது. இத்தனைக்கும் அவர் இளைய வயதினர் அல்ல. ஸ்மித் அவர்கள் எனக்கு வெனிஸ் நகரத்தின் ஆபராக்களையும், இசைச் சூழலையும் அறிமுகப்படுத்தி வைக்கிறேன் என்று சொன்னார். அதைப் பற்றியும் தெரிந்துகொள்ள ஆர்வமாக இருக்கிறேன்.

உங்கள் அன்பு மகன்,
விக்டர்

18

விக்டர் ஹோவார்டின் ஜர்னல்

இன்றைய அனுபவம் மிக விசித்திரமானது. ஸ்மித் அவர்களின் அரண்மனையில் அழகான தோட்டம் இருக்கிறது. அதில் மரங்களின் நிழலில், பூச்செடிகளுக்கு நடுவில் வசதியான இருக்கைகளில் அமர்ந்துகொண்டு நிறைய நேரம் பேசினோம். மாலை நேரத்தில் இளம் காற்று வீச, திறந்தவெளியில் மரங்களுக்கு நடுவே அமர்ந்து பேசிக்கொண்டிருந்தோம். லண்டனில் வருடத்தில் சில மாதங்கள் கூட இப்படி அனுபவிக்க முடியாது. பனிக்காலம், எப்போது வேண்டுமானாலும் பெய்யும் மழை என்று இயற்கையை அனுபவிக்க முடியாமல் செய்துவிடும். ஸ்மித்துக்கும் என்னைப் பிடித்திருக்கும் என்று நினைக்கிறேன். இல்லாவிட்டால் என்னை மாதிரி இளைஞனுடன் இவ்வளவு நேரம் செலவிடுவாரா, ஆச்சரியம்தான். அப்போது ஓர் இனிமையான கீதம் காதில் விழுந்தது.

யாரோ பெண் ஒருவர் தேர்ந்த குரலில் பாடுவது கேட்டது. ஆபரா இசைபோல எனக்குத் தோன்றியது. அந்தக் குரல் நாங்கள் இருந்த தோட்டத்தின் ஒரு பக்கத்திலிருந்து வந்தது. நான் புருவங்களை உயர்த்தித் திரும்பிப் பார்த்தேன். ஸ்மித் புன்னகையுடன், அது என்னுடைய மனைவி காத்தரீன் டோஃப்ட்ஸ் பாடுவது என்றார். அறிமுகப்படுத்துகிறேன் என்று எழுந்து சென்றார்.

சில நிமிடங்களில் காத்தரீனை அழைத்து வந்தார். முதல் பார்வையிலேயே அவர் சாதாரணப் பெண் அல்ல என்று தோன்றியது. பளீரென்ற சிவப்பு ஆடையை அணிந்திருந்தார், கழுத்தில் மிகப் பெரிய முத்துக்களால் ஆன மாலை. காத்தரீன் எல்லாப் பிரபுக்களின் குடும்பத்து மத்திய வயதுப் பெண்களைப் போல வெளி மனிதர்களைச் சந்திக்கும்போது ஏற்படுத்திக் கொள்ளும் அடக்கத்துடன் பண்பட்ட உடல்மொழியுடன் வரவில்லை. ஒரு மகாராணி அரண்மனையில் அரியணையில் வந்து உட்கார்வது போல வந்து அமர்ந்தார். கூர்மையான நாசி, உயர்த்திய முகவாய், ஒரு காலை லாகவமாக மடித்து இன்னொரு கால் மேல் போட்டு அமர்ந்தார். அவரைத் தவிர நாங்கள் இரண்டு பேர் மட்டும்தான் இருந்தாலும், அரசவையில் ராணி சபையோர்களைப் பார்ப்பது போல நிதானமாகச் சுற்றிலும் பார்த்தார். எங்கள் இருவரின்மேல் பார்வை படர்ந்த போதிலும், நேரடியாகக் கண்களைப் பார்க்கவில்லை. வேறு எங்கோ பார்த்துக் கொண்டுதான் பேசினார். அவருடைய தோரணையும் பேச்சும் எனக்கு விசித்திரமாக இருந்தது.

ஸ்மித் என்னை அறிமுகப்படுத்தினார். நான் எழுந்து முகமன் கூறினேன். அதற்குள் அவர் தன்னுடைய கையை ராணி மாதிரி நீட்டினார். நான் அவருடைய கையில் முத்தமிட வேண்டும் என்று புரிந்துகொண்டேன். சில நிமிடம் மரியாதைக்காக என்னுடைய பயணத்தைப் பற்றி விசாரித்தார். ஆனால் நான் சொல்லும் பதில்களில் அவருக்குக் கவனம் இருக்கவில்லை. நடுவில் தானாக ஏதோ பாடலை முணுமுணுத்துக் கொண்டிருந்தார்.

நானும் மரியாதைக்காக நீங்கள் மிகப் பிரபலமான ஆபரா பாடகி என்று கேள்விப்பட்டேன் என்றேன். காத்தரீனுடைய முகம் பிரகாசமாக ஆனது. அவர் என்னைப் பார்த்து கண்களை நோக்கிப் பேச ஆரம்பித்தார். அந்த ஒரு கேள்வியே அவருக்குப் போதுமானதாக இருந்தது.

அவர் அரிசினோ (*Arisinoe*), சைப்ரஸின் அரசி என்ற ஆபராவைப் பற்றிப் பேசினார். அதுதான் இங்கிலாந்தில் முதன் முதலில் அறிமுகப்படுத்தப்பட்ட இத்தாலிய ஆபராவாம். தாமஸ் க்ளேட்டன் (*Thomas Clayton*) என்பவர் இத்தாலிய பாணியில் எழுதிய ஆபெரா. நாடகங்களில் வரும் வசனங்கள் போல இல்லாமல் இசையுடன்

கூடிய வசனங்களைக் கதை மாந்தர்கள் பேசினார்களாம். லண்டனில் இது மிகப் புதுமையாக இருந்ததாம். செவ்வாய்க்கிழமை, ஜனவரி 16ம் தேதி 1705ம் வருடம் என்று காத்தரீன் நினைவு கூர்ந்தார். அந்த ஆபராவில் முதலில் முப்பத்தேழு பாடல்கள் இருந்தனவாம். அதுதான் காத்தரீனுடைய முதல் மேடைப் பிரவேசம். அன்றுமுதல் தான்தான் ப்ரிமடோனா (*Primadona*), முக்கியமான பெண் கதாபாத்திரம் என்று பெருமையாகச் சொன்னார். புதிய வகை இசை நாடகம் இங்கிலாந்தின் மக்களைக் கவர்ந்து பிரபலமாக ஆயிற்றாம். இந்த நிகழ்ச்சியின் புகழ் அரச குடும்பம் வரை எட்டி, 1705ம் வருடம் பிப்ரவரி ஐந்தாம் தேதி புனித ஜேம்ஸின் அரண்மனையில் அரசி ஆனின் (*Anne*) பிறந்த நாள் கொண்டாட்டங்களுடன் நடத்தப்பட்டதாம்.

அந்த முதல் ஆபெராவிலிருந்து சில வசனங்களையும் பாடல்களையும் பாடிக் காண்பித்தார். வயதாகி குரல் முழுவதுமாக ஒத்துழைக்காவிட்டாலும் அவர் பாடியது இனிமையாக இருந்தது. உணர்ச்சிகரமாகப் பாடினார். நடுவே ஒரு பாடலின் போது நிறுத்தி விட்டு, அவர் தன்னுடன் கூட ஆபெராவில் பங்கேற்ற மர்கரிதாவுடன்(*Margherita*) நடந்த ஒரு சண்டையை விவரித்தார். பாடகர்களுக்குள் இவ்வளவு பொறாமையா என்று ஆச்சரியமாக இருந்தது. நாற்பது வருடங்களுக்கு மேல் ஆகி இருந்தாலும், அந்தப் பாடல்களை முழுமையாக நினைவிலிருந்து பாடுகிறார் என்று ஆச்சரியமாக இருந்தது. கூடவே இந்தனை வருடங்களுக்குப் பிறகும் சண்டைகளையும் நினைவு வைத்துக் கொண்டிருக்கிறாரே என்று நினைத்தேன். காத்தரீன் பாடிக்கொண்டே எழுந்து சென்று விட்டார்.

ஸ்மித், “இவள் இன்னும் மகாராணியாகத்தான் வாழ்கிறாள்” என்று புன்னகை செய்தார். நான் அவருடைய நிலையை முற்றிலுமாகப் புரிந்துகொண்டேன்.

இந்த நிகழ்வு எனக்கு பல கேள்விகளை எழுப்பியது. இசை மாதிரியான நுண்கலை அதுவும் நிகழ் கலையில் ஆழ்ந்த ஒருவர் தனது வாழ்க்கை முழுவதும் அந்தப் பித்திலிருந்து வெளிவர முடியாது என்று தோன்றுகிறது. சாமானிய மனித வாழ்க்கையின் அவலங்களையும், சூழ்ச்சிகளையும், தந்திரங்களையும், போலி பகட்டுகளையும் அடியே விட்டு விட்டு ஒருவர் உன்னதமான

நினைவுகளில் ஒரு கனவு போல வாழ முடியுமா? மற்றவர்கள் காத்தரீனை மனநிலை சரியாக இல்லாதவர் என்று சொல்லக் கூடும், ஆனால் எனக்கு அவர்தான் ஆழ்ந்த துறையில் இருந்து வெளியே வராமல் இன்பமான வாழ்க்கை வாழுகிறார் என்று தோன்றுகிறது. நுண்கலைகளில் ஆழ்ந்தால் இப்படித்தான் ஆகுமா? ஓவியர்களும், இசைக் கலைஞர்களும், நான் கண்ட சமையல் கலைஞரும் இப்படித்தான் ஆகிவிடுவார்களா?

மறுபடியும் ஸ்மித்தைச் சந்திக்கவேண்டும் என்று இருக்கிறேன்.

19

அன்புள்ள மகனுக்கு,

தவறாமல் எனக்கு நீ கடிதம் எழுதுவது எங்களுக்கு மகிழ்ச்சியாக இருக்கிறது. நீ எழுதி இருப்பதிலிருந்து உனக்கு ஸ்மித் அவர்களை மிகவும் பிடித்துவிட்டது என்று தோன்றுகிறது. அதுவும் அவருடைய கலை ஆர்வம் உனக்கு மிகவும் உவப்பாக இருக்கிறது அல்லவா? நல்லது, அவரிடமிருந்து எவ்வளவு கற்றுக்கொள்ள முடியுமோ அவ்வளவும் கற்றுக்கொள், அவர் ஒரு விந்தையான மனிதர். நானும் அவரைச் சந்தித்திருக்கிறேன். அவர் இங்கிலாந்தில் இருந்ததைவிட மிக சுவாரசியமான வாழ்க்கை அமைத்துக் கொண்டிருக்கிறார்.

ஓவியம், புத்தகங்கள், இசை என்று பல துறைகளிலும் கவனம் செலுத்தி வருகிறார் போலத் தெரிகிறது. அவருக்கு எப்படி எல்லாவற்றுக்கும் நேரம் கிடைக்கிறது என்று அறிந்துகொள். உனக்கும் இருக்கும் ஆசைகளைப் பார்த்தால், நீயும் அவரைப் போல பல துறைகளில் விருப்பம் உள்ளவனாக ஆகப் போகிறாய் என்று எனக்குத் தோன்றுகிறது. ஆனால் இப்படிப் பல துறைகளில் ஆர்வம் கொண்டவனாக, சற்று ஆழமாகச் செல்லுவதற்கு நேரம் கிடைப்பது மிக முக்கியம். எல்லாவற்றையும் மேலோட்டமாகத் தெரிந்துகொள்வது ஒருவிதத்தில் விருந்துகளில் சாதுர்யமாகப் பேசுவதற்கும் கேளிக்கைக்கும் உதவும். ஆனால் என்னுடைய

அனுபவப்படி, பல துறைகளில் நாட்டம் இருந்தாலும், ஏதாவது ஒன்றில் ஆழ்வது அவசியம்.

நான் சொல்லியபடி ஸ்மித் வெறும் கலை ரசிகராக மட்டும் இல்லை, கலைகளை வைத்து வாணிபம் செய்பவராகவும், அரசியலில் தீவிர நாட்டம் கொண்டவராகவும் இருக்கிறார். அடுத்த கவுன்சல் ஆக முயற்சி செய்து கொண்டிருக்கிறார் என்று நான் உனக்கு முன்பே சொல்லி இருந்தேன். அதை அவரிடம் நேரடியாகக் கேட்காதே. ஆனால், எப்படி ஒருவர் தொழிலையும் கலைகளையும் ஒருங்கே செய்ய முடியும் என்று கேள். உனக்கு மிகவும் பயனுள்ள பாடங்களாக இருக்கும்.

உன் அன்புள்ள தந்தை,
தாமஸ் ஹோவார்ட்

20

அன்புள்ள தந்தைக்கு,

இன்றைக்கு கவுன்செல் ப்ரவுன் அவர்களை மறுபடியும் சந்தித்தேன். அவர் நடுவே சில தினங்களில் நான் என்ன செய்தேன், யாரைச் சந்தித்தேன் என்று விசாரித்தார். நான் அவரிடம் ஸ்மித் அவர்களைச் சந்தித்ததையும், அவருடைய அரண்மனையில் பார்த்த ஓவியங்களைப் பற்றியும், புத்தகங்கள் குறித்தும், அவருடைய மனைவியின் பாடல்களைக் கேட்டதைப் பற்றியும் உற்சாகத்துடன் சொன்னேன்.

அவர் என்னிடம் ஸ்மித் அவர்களைப் பற்றி நிறைய விசாரித்தார், நான் சில கேள்விகளுக்குச் சரியாக பதில் சொல்ல முடியாமல் திணறினேன். தன்னுடைய கருத்துகளையும் சொன்னார். அவற்றை நேரில் சந்திக்கும்போது விளக்குகிறேன்.

நான் எந்த அரசியலிலும் சிக்கிக்கொள்ள விருப்பம் இல்லை. என்னுடைய பயணத்தில் கற்றுக்கொள்ள வேண்டியவற்றைப் பற்றிதான் சிந்தித்துக்கொண்டிருக்கிறேன்.

இன்றைக்கு இதுவும் ஒரு பாடம்.

உங்கள் அன்புள்ள மகன்,
விக்டர்

21

விக்டர் ஹோவார்டின் ஜர்னல்

இன்று ப்ரவுன் அவர்களுடன் சந்திப்பு மிக விசித்திரமாக இருந்தது. நான் ஸ்மித் அவர்களை மறுபடியும் அவருடைய இல்லத்தில் சந்தித்ததைச் சொன்னவுடன், கவுன்சல் ப்ரவுன் அவர்களின் மனநிலை நுட்பமாக மாறுபட்டது போலத் தோன்றியது. அவர் ஸ்மித்தின் மனைவி காத்தரீனைப் பற்றி விசாரித்தார், அவர் நன்றாகப் பேசினாரா இல்லை ஏதாவது உடல் நலக் குறைவு போல இருந்தாரா என்று கேட்டார். நான் அதற்குச் சாதுர்யமாக என்ன பதில் சொல்லுவது எனத் திணறினேன். அதற்குள் அவர், சரி எனக்கு விடை கிடைத்துவிட்டது என்றார். இப்படிப்பட்ட அதிபுத்திசாலி மனிதர்களிடம் கவனமாகப் பழகவேண்டும் என்று தெரிந்துகொண்டேன்.

தவிர ப்ரவுன் அவர்களுக்கு ஸ்மித் அவர்களைப் பிடிக்கவில்லை என்று உணர்ந்தேன். ஸ்மித் அடுத்த கவுன்சல் ஆக முயற்சிகள் செய்துகொண்டிருப்பது ப்ரவுன் அவர்களுக்கும் தெரிந்திருக்கும். அவருக்கு அதில் விருப்பம் இல்லை போலும். நான் அதிகம் பேசாமல் கவனமாக இருந்தேன்.

தவிர ப்ரவுன் அவர்கள் ஸ்மித்துக்கு அரசியல் அனுபவம் இல்லை என்று சொல்லி என்னுடைய முகக் குறிப்பைப் பார்த்துக் கொண்டிருந்தார், ஒருவேளை நான் லண்டனிலிருந்து ஏதாவது கேள்விப்பட்டிருந்தால் என் முகத்தில் தெரிந்திருக்கும் என்ற

எண்ணமாக இருந்திருக்கலாம். ஆனால் நான் ஆரம்பத்திலேயே கவனமாகிவிட்டேன். அவர் அப்படிக் கேட்டபோது எந்த உணர்ச்சியும் இல்லாமல் இருந்தேன்.

ப்ரவுன் அவர்கள் மேலும் ஸ்மித் பற்றிக் குறைவாகப் பேசினார். ஸ்மித் கலைகளில் அதிக ஆர்வம் கொண்டு ஓவியங்களின் ரசிகராக ஆகி, பிறகு ஓவியர்களுக்கு ஏஜன்ட் ஆகிவிட்டாராம். அவரது வீட்டுக்குப் போனால் எல்லோரிடமும் அவர் ஓவியம், புத்தகங்கள் என்று பேசிக்கொண்டிருக்கிறாராம். நான் என்னுடைய கருத்து எதுவும் சொல்லாமல் கேட்டுக்கொண்டிருந்தேன். அப்படிக் கலைகளில் அதிக ஆர்வம்கொண்ட ஒருவர் எப்படி அரசியலுக்கு வர முடியும் என்று கேட்டார். ஒருவேளை என் வழியாக என் தந்தைக்கும், அவர் மூலமாக இந்தச் செய்திகள் அரச குடும்பத்துக்கும் போய்ச் சேரும் என்று தந்திரம் செய்கிறாரோ என்று சந்தேகம் ஆகிவிட்டது.

இன்னொருவருடைய மனைவியைப் பற்றி என்னிடம் விசாரித்தது எனக்குப் பிடிக்கவில்லை. சரியான வம்பு பிடித்த ஆசாமி. அவர் மீது இருந்த மதிப்பு கீழே விழுந்துவிட்டது. மற்றவர்களின் மீது உளவு பார்ப்பதும், அவர்களைப் பற்றிக் குறைசொல்லுவதும், மறைமுகமாகச் செய்திகளை அனுப்புவதும், அவதூறு செய்திகளைப் பரப்புவதும் ஒரு கனவான் செய்யக்கூடியவை அல்லவே! அரசியலில் இருப்பவர்கள் இப்படித்தான் நடந்து கொள்வார்களா?

அவர் சொன்னது எனக்குப் பிடிக்காவிட்டாலும், ஸ்மித் பற்றி அவர் சொன்னவை உறுத்துகின்றன. அவர் கலைகளில் ஆழ்பவர்கள் அரசியலுக்கும் பதவிக்கும் வர முடியாது என்கிறார். அப்படியானால் கலைகளை ரசிப்பவரும், அதன் மூலமாக உன்னதமான ரசனைகளை வளர்த்துக்கொண்டவர்களும் பதவிகளுக்கு ஆசைப்படக் கூடாது என்கிறாரா? கலைகளினால் பண்பட்ட மனதுக்கு அரசியல் சரிப்பட்டு வராதா? தந்திரமும், சூழ்ச்சியும், சதிகளும், போலிப் பேச்சுகளும்தான் பதவிக்குத் தேவையான குணங்களா?

நான் இரண்டையும் செய்ய முடியும் என்று ஒரு கருத்தை உருவாக்கிக்கொண்டிருக்கிறேன். அப்பாவும் அதை ஆதரிப்பது போலதானே கடிதத்தில் எழுதி இருந்தார்? இல்லை மறைமுகமாக முடியாது என்பதை நான் உணர வேண்டும் என்று நினைக்கிறாரா?

தானே ப்ரவுன் அவர்களுக்குக் கடிதம் எழுதி என்னிடம் அப்படிப் பேசச் சொல்லி இருப்பாரா? இல்லை, அப்படி இருக்காது.

இந்தப் பயண அனுபவங்கள் பலவித தொழில் செய்பவர்கள் பல கலைஞர்களின் மனநிலையை எனக்கு உணர்த்தியது. கலைஞர்கள் மற்றும் கலை ரசிகர்களின் மனது மிகப் பண்பட்டதாகத் தோன்றுகிறது. அவர்கள், வாழ்க்கையைப் பார்க்கும் கோணமே வேறாக இருக்கிறது. இரண்டையும் ஒருவன் செய்ய முடியாது என்ற கருத்தை ப்ரவுன் இன்று அடித்துச் சொன்னார். அப்படியானால், நான் என்னுடைய பாதையை ஏதோ ஒன்றில்தான் தேர்ந்தெடுத்துக் கொள்ள வேண்டும். அப்பா சொல்லுகிறபடி அரசியலும் வாணிகமும், இல்லை என்னுடைய விருப்பப்படி ஏதாவது ஒரு கலையைக் கற்று அதில் நிபுணன் ஆக வேண்டும். இரண்டும் சாத்தியம் இல்லை என்பது எனக்கு மிக வருத்தமாக இருக்கிறது.

நான் எந்தப் பாதையைத் தேர்வு செய்யப் போகிறேன் என்று எனக்குள் உள்ளுணர்வில் ஒரு யூகம் இருக்கிறது. பெரும்பயணத்தின் முடிவில் பார்க்கலாம், அதுவரை எந்த முடிவும் எடுக்காமல் எல்லாவற்றையும் கற்றுக்கொள்ளப் போகிறேன்.

22

அன்புள்ள தந்தைக்கு,

நான் இன்று மாலை ஸ்மித் அவர்களை மறுபடியும் சந்தித்தேன். இந்த முறை அவருடைய அரண்மனையில் ஒரு இசை நிகழ்ச்சி ஏற்பாடு செய்திருந்தார். அவருடைய மனைவிக்கு மிகவும் பிடித்தமான தந்தி வாத்தியங்களின் இசை நிகழ்ச்சி அது. நான்கு தந்தி வாத்தியங்கள் ஒன்றாக இசைத்து எங்களை மகிழ்வித்தனர். வயலின், வயோலா*(Viola)*, செல்லோ*(Cello)* மற்றும் பாஸ் *(Bass)* எனப்படும் பெரிய வாத்தியம். இப்படி ஒரு கான்செர்ட்டை நான் கேட்டதில்லை. வாசித்தவர்கள் நான்கு பேரைத் தவிர நாங்கள் பத்துப் பேர் கூட இருந்திருக்க மாட்டோம். அது ஒரு தனி அனுபவமாக இருந்தது.

அந்த வாத்தியங்களில் வயலின்தான் முக்கியப் பங்கு பெற்றது. அதை வாசித்தவர் மிகத் திறமையாக, அவ்வளவு சிறிய வாத்தியத்திலிருந்து மனம் கவரும் இசை எழுப்பினார். ஸ்மித்திடம் வயலின் பற்றிப் பேசிக்கொண்டிருந்தேன். அவர் இத்தாலிய வயலின்கள் உலகம் முழுவதும் புகழ் பெற்றவை என்று சொன்னார். மிலானுக்கு அருகில் உள்ள க்ரெமோனா என்ற ஊரில் மிக நல்ல வாத்தியங்கள் செய்யப்பட்டனவாம். அப்படி ஒரு நல்ல வாத்தியம் கிடைத்தால் எனக்குச் சொல்லும்படி கேட்டிருக்கிறேன். நமது குடும்பத்தில்

வயலின் வாசிப்பவர்கள் யாரும் இல்லை, இருந்தாலும் ஏனோ வாங்கி வர வேண்டும் என்று தோன்றுகிறது. நம்முடைய மேனரில் அது ஒரு தனிச் சிறப்பாக இருக்கும். தவிர முடிந்தால் நானே கற்றுக்கொள்ளவேண்டும் என்று ஆசையாக இருக்கிறது.

நமது வீட்டிலும் அப்படிப்பட்ட நிகழ்ச்சிகள் நடத்த வேண்டும்.

உங்கள் அன்பு மகன்,
விக்டர்

23

விக்டர் ஹோவார்டின் ஜர்னல்

இன்றைய சேம்பர் ம்யூசிக் *(Chamber music)* தனியான ஒரு அனுபவம். ஆபரா நிகழ்ச்சிகளில் வயலின் முதலான வாத்தியங்கள் வாசிப்பதைக் கேட்டிருந்தாலும், அவற்றை முழுக் கச்சேரியாகத் தனியாகக் கேட்பது ஒரு வேறு விதமான அனுபவமாக இருந்தது. அதுவும் பெரிய கூட்டமாக, பெரிய அரங்கத்தில் இல்லாமல் ஒரு சிறிய அறையில், வாத்தியக் கலைஞர்களுக்கு அருகில் அமர்ந்து கொண்டு கேட்டது மிகப் புதிய அனுபவம். அவர்களுடைய ஒவ்வொரு கண்ணசைவும், கை விரல்களின் நடனமும், ஒத்த உடல் அசைவும், ஆமோதிப்புப் புன்னகைகளும், நடுவே மிகச் சிறிய புருவ நெறிப்புகளும், அதுவே ஒரு தனி நாடகமாக இருந்தது.

எல்லா வாத்தியங்களை விட வயலின் என்னைக் கவர்ந்தது. அதன் நாதத்தில் ஏதோ ஒரு மாய சக்தி. கேட்கும் போதே காதுகளின் வழியாக ஒரு இன்ப அனுபவம். ஒலி இனிக்குமா? எனக்கு அப்படித்தான் தோன்றியது. நாவால் இனிப்பைச் சுவைப்பது போல காதுகளால் சுவைத்தேன். அந்த வாத்தியத்தை இப்போதுதான் கவனித்துப் பார்க்கிறேன். அதன் வடிவமே ஒரு கலை அழகு, விசித்திரமாக இருந்தாலும். வாத்தியத்தின் உடலே நேர்த்தியான, நளினமான வளைவுகளால் ஆனது, அதன் மேல் நேர் கோடுகளாகத்

தந்திகள், வளைந்த வில், லாகவமான கைவீச்சுகள்- இப்படியாக வயலின் வாசிப்பதையே கவனித்துக்கொண்டிருந்தேன். அந்த இசை ஒரு மாய உலகத்துக்கு என்னை அழைத்துச் சென்றது. சில சமயம் இசை பின்னணியாகிவிட்டிருந்தது. நான் மிதந்து கொண்டிருந்தேன்.

பாடல்களுக்கு நடுவே ஸ்மித் என்னிடம் ஸ்கார்லட்டி *(Scarlatti)*, கலுப்பி *(Galuppi)* என்று இசை எழுதிய ஆசிரியர்களின் பெயரையும், அந்தப் பாடல்களின் பெயரையும் சொன்னார்.

கான்செர்ட்*(Concert)* முடிந்த பிறகு ஸ்மித் அவர்களிடம், எனக்கு ஒரு வயலின் வாங்கித்தர முடியுமா என்று கேட்டேன்.

அப்பொழுதே அந்த வயலின் கலைஞரை அழைத்து அவர் வாசித்த வயலின் வாத்தியத்தை என்னிடம் கொடுத்து எப்படி இருக்கிறது பார் என்றார். நான் ஒரு சிறு குழந்தையைத் தொடுவது போல ஜாக்கிரதையாகத் தொட்டுப் பார்த்தேன். ஒரு தந்தியைச் சுண்டினேன். அதிலிருந்து எழுந்த ஒலி மெய்சிலிர்க்கும் அனுபவமாக இருந்தது. ஸ்மித் என்னைப் பார்த்துப் புன்னகைத்தார்.

அவர் மிக மகிழ்ச்சியுடன், நானே உனக்கு ஏதாவது பரிசு அளிக்க வேண்டும் என்று இருந்தேன். உனக்கு விருப்பமானால், ஒரு நல்ல வயலின் வாங்கித் தருகிறேன். என்னிடம் உனக்குப் பரிசளிக்கும் அளவு நல்ல வாத்தியம் தற்போது கைவசம் இல்லை, விசாரிக்கிறேன் என்றார்.

ஸ்மித் எனக்கு ஒரு வயலினைப் பரிசளிப்பதாகச் சொன்னது ஒரு நல்ல சூசகம் என நம்புகிறேன். நான் சமையல் கலைஞரின் திறமையையும், ஓவியரின் படங்களையும் பார்த்து ஆச்சரியப்பட்டாலும், இந்த வயலின் இசை மாதிரி எதுவும் என்னைப் பாதிக்கவில்லை. நானே கற்றுக்கொள்ளவேண்டும் என்ற ஆசை இவ்வளவு வந்ததில்லை.

எனக்கு அளவில்லாத மகிழ்ச்சி. இன்று இரவு நான் உறங்கப் போவதில்லை.

24

அன்புள்ள தந்தைக்கு,

நேற்றுதான் ஒரு கடிதம் எழுதி இருந்தேன். இன்றைக்கு இன்னொன்று. இரவு முழுவதும் நான் உறங்கவில்லை. நான் முதல் நாளிலிருந்தே ஜர்னலும் எழுதிவருகிறேன். நானே யோசிப்பதை விட உங்களிடமும் மனம்விட்டுப் பேசி விவாதிக்க வேண்டும் என்று தோன்றுகிறது. திரும்ப வந்தவுடன் விரிவாகப் பேச வேண்டும். ஆனால், எனக்கு இப்போதே உங்களுடன் பகிர்ந்து கொள்ள வேண்டும் போல இருக்கிறது.

ஸ்மித் மற்றும் ப்ரவுன் அவர்களுடனும் பழகிய இந்தச் சில நாட்களில் எனது உலக அனுபவம் முற்றிலும் வேறு கோணமாக ஆகிவிட்டது. நீங்கள் என்னை உங்களது வாரிசாக வணிகத்தையும் அரசியலையும் கவனித்துக்கொள்ளப் பயிற்சி கொடுத்துக் கொண்டிருக்கிறீர்கள். அதற்காகத்தான் இந்தப் பயணத்தையும் ஏற்பாடு செய்திருக்கிறீர்கள். எனக்கு இந்த நிமிடம் கேட்டால், அந்த மாதிரி தொழில் செய்வதை விட கலைகளின் உலகத்தில் வாழ விருப்பமாக இருக்கிறது. உங்களுக்கு ஏமாற்றமாக இருக்கலாம், ஆனால் எனது மனது அதுதான் சரியான பாதை என்று சொல்லுகிறது. எனது வாழ் நாளிலேயே இவ்வளவு யோசித்தது இல்லை, இவ்வளவு மகிழ்ச்சி அடைந்தது இல்லை, இவ்வளவு

குழப்பம் அடைந்தது இல்லை, இவ்வளவு தெளிவு கிடைத்தது இல்லை. அவ்வளவும் கடந்த சில நாட்களில் கிடைத்திருக்கிறது.

தெளிவுடன் கூடவே தைரியமும் வந்திருக்கிறது. இல்லாவிட்டால் இப்படி உங்களுக்கு ஒரு கடிதம் எழுதி இருக்கமாட்டேன்.

நீங்கள் புரிந்துகொள்வீர்கள் என்ற நம்பிக்கையுடன்

உங்களது அன்பு மகன்,
விக்டர்

25

விக்டர் ஹோவார்டின் ஜர்னல்

இன்றைக்கு அப்பாவுக்கு என் மனதைத் திறந்து கடிதம் எழுதிவிட்டேன். தெளிவுடன் தைரியமும் கிடத்திருக்கிறது. இதுதான் சரியான பாதை என்று தெரிந்துவிட்டது. கலைகள் என்று பொதுவாகச் சொன்னாலும், எல்லாக் கலைகளிலும் இறங்கப் போகிறேனா இல்லை ஏதாவது ஒன்றைப் பற்றிக்கொள்ளப் போகிறேனா என்று தெரியவில்லை. எனக்கு இவ்வளவு கோர்வையாகச் சிந்திக்க வந்ததே ஒரு பெரிய முன்னேற்றம். அப்பா என்ன சொல்லுவாரோ என்று எனக்குப் பயம் இல்லை. அவர் என்ன சொன்னாலும் சொல்லட்டும், எனது பாதை தெரிகிறது.

26

அன்பு மகனுக்கு,

நீ எழுதும் ஒவ்வொரு கடிதத்துக்கும் பதில் எழுத வேண்டும் என்று எனது மனது படபடக்கும், உடனே எழுதும் மேசையில் அமர்ந்து காகிதத்தில் கையை வைத்தவுடன் பின்வாங்குவேன். நான் எதையாவது சொல்லப்போய், அது உனது சிந்தனைகளையும் செயல்களையும் பாதித்து நீ உன்னுடைய பயணத்தின் திசையை மாற்றிக்கொண்டுவிடுவாயோ என்ற பயத்தினால்தான் எழுதவில்லை.

நீ எவற்றை எல்லாம் கற்றுக்கொள்ள வேண்டுமோ அவற்றை எல்லாம் தானாகக் கற்றுக்கொண்டு வருகிறாய். எல்லாவற்றையும் முழுவதும் கற்றுக்கொள்வது என்பது வாழ்நாள் முழுவதும் தொடர்ந்து செய்தாலும் முடிக்க முடியாத ஒன்று. எத்தனை துறைகள், எவ்வளவு அகலம், எவ்வளவு ஆழம், மாபெரும் கடல் போல. ஒவ்வொருவனும் அவனுக்கு முடிந்த அளவில் திளைக்கலாம். நீ அந்தப் பயணத்தை ஆரம்பித்திருப்பது எனக்கு மிக மகிழ்ச்சியாக இருக்கிறது. நீ எப்படித் தேடுவது என்று கற்றுக்கொள். அப்படிக் கற்றுக்கொள்ளாவிட்டால் பின்னாளில் மாபெரும் சமுத்திரம் கண்ணுக்கு எதிரே இருந்தாலும், கவனிக்காமல் மேலே சென்று விடுவாய். ஒவ்வொரு கடலும் வெவ்வேறு. வெவ்வேறு நீலம், இங்கே இங்கிலாந்தில் பார்க்கும் கடலும், வெனிஸில் பார்க்கும்

கடலும் ஒன்றல்ல. வேறு அகலமும் ஆழமும் கொண்டவை. இங்கே நீ கற்றுக்கொள்ளக் கூடியவையும், பயணத்தில் கற்றுக் கொள்ளக் கூடியவையும் வேறானவை.

கடவுளின் அருளால் எனக்குப் பதவியும் செல்வமும் இருக்கிறது, உனக்கு வாய்ப்புக் கிடைத்திருக்கிறது, எவ்வளவு முடியுமோ அவ்வளவு நீச்சல் பழகு. கடலில் ஆழமும் அகலமும் தேடு.

உனது அன்புள்ள,
தாமஸ் ஹோவார்ட்

27

விக்டர் ஹோவார்டின் ஜர்னல்

இன்றைக்கு மாலை நேரத்தில் அப்பாவின் கடிதம் வந்து சேர்ந்தது. அதை ஏழு முறை படித்துப் பார்த்துவிட்டேன். நான் எவ்வளவு அதிர்ஷ்டசாலி என்று பெருமைப்படுகிறேன். நான் இன்னும் அப்பாவைச் சரியாகப் புரிந்துகொள்ளவில்லை. ஒருவேளை என்னுடைய ஜர்னலில் எழுதியவற்றையும் அவருக்கு எழுதி இருக்கலாமோ என்று தோன்றுகிறது.

ஆழமும் அகலமும் தேடி இன்னும் திளைக்கப் போகிறேன். மாபெரும் கடலில் நீச்சல் கற்றுக்கொள்ளப்போகிறேன்.

அப்பாவுக்கு ஒரு பதில் எழுத வேண்டும். என்னுடைய நன்றிகளைத் தெரிவிக்கவேண்டும், எனது குழப்பங்களையும் எழுதவேண்டும். யோசித்துக் கவனமாக எழுதவேண்டும்.

நான் இன்று இரவு உறங்க முடியும் என்று தோன்றவில்லை.

28

அன்புள்ள தந்தைக்கு,

இன்றைக்கு ஸ்மித் என்னை ஆள் அனுப்பி மாலையில் சந்திக்கச் சொன்னார். அவருடைய வீட்டுக்குப் போயிருந்தேன். அவர் இத்தாலியைச் சேர்ந்த ஒரு மிகப் பிரபலமான லூதியர் அன்டோனியோ ஸ்ட்ராடிவாரி பற்றிச் சொன்னார். ஸ்மித் என்னைப் பெரிய அதிர்ஷ்டசாலி என்றார். எனக்குப் பரிசளிக்க அவர் நல்ல வயலின் கிடைக்குமா என்று விசாரித்தபோது முதலில் ஸ்ட்ராடிவாரியின் மகன் ப்ரான்செஸ்கோ என்பவர் செய்த வயலின்கள் கிடைத்தனவாம். ஆனால் அவை ஸ்ட்ராடிவாரி செய்த தரத்தில் இல்லையாம். ஸ்ட்ராடிவாரியின் இன்னொரு மகன் ஓமபோனோ என்பவரிடம் அவருடைய அப்பா நம்முடைய இங்கிலாந்து அரசர் ஜேம்ஸுக்காகச் செய்த வயலின் ஒன்று விற்பனைக்கு இருப்பதாகத் தெரியவந்ததாம். மிலான் நகரத்துக்குச் செய்தி அனுப்பி அவரை உடனே வயலினுடன் வரவழைத்திருந்தார்.

ஓமபோனோ மிகத்திறமையான விற்பனையாளர். அவர் தன்னுடைய தந்தையைப் பற்றி அவ்வளவு பெருமையாகப் பேசினார். அவர் செய்த வாத்தியங்கள் ஐரோப்பா முழுவதும் அரச குடும்பங்களிலும் பிரபுக்களின் அரண்மனைகளிலும் வாசிக்கப் படுகின்றனவாம். அவர்தான் வயலின் வாத்தியத்தையே இன்று

நாம் காணும் வடிவத்தில் அமைத்தவராம். பல பரிசோதனைகள் செய்து வயலின் வாத்தியங்களைத் தனது கைளால் வடிவமைத்து அதில் பல புதுமைகள் செய்து முழு நிறைவு அடந்தவராம். அவரிடம் வாத்தியம் செய்ய முன்பணம் கொடுத்து இரண்டு மூன்று வருடங்கள் காத்திருக்க வேண்டுமாம். அப்படிப்பட்ட ஒரு மகத்தான மனிதரின் மகனைச் சந்தித்தது எனது அதிர்ஷ்டம்.

அவர் ஒரு மரப்பெட்டியிலிருந்து வயலினை எடுத்துக் காண்பித்தார். சிவப்பாகப் பளபளத்த அந்த வயலினைத் தொட்டுப் பார்த்தேன். அப்படியே எனக்கு உடல் புல்லரித்தது. இத்தனைக்கும் எனக்கு இசைப் பழக்கமே இல்லை. கேட்டதும் குறைவுதான். வாத்தியங்களைத் தொட்டுப் பார்த்ததும் இல்லை. ஆனால் அந்த வயலினைத் தொட்ட பொழுது ஏதோ உள்ளுணர்வில் இதுதான் செய்யப்போகிறேன் என்று உணர்கிறேன். தர்க்க ரீதியாக இதை விளக்க முடியாது. உங்களுக்கு அந்த உணர்வு பைத்தியக்காரத்தனமாக இருக்கலாம். மன்னியுங்கள்.

உங்களது அன்பு மகன்
விக்டர்

29

விக்டர் ஹோவார்டின் ஜர்னல்

ஸ்மித் அவர்களைப் பற்றிய எனது மதிப்பு மிகவும் உயர்ந்துவிட்டது. அவர் எனக்கு வயலினைப் பரிசளிப்பதாகச் சொன்னபோதுகூட அவர் வெனிஸ் நகரத்திலிருந்தே ஒரு வயலினை வாங்கிக் கொடுப்பார் என்று நினைத்துக்கொண்டேன். ஆனால் அவர் உலகப் புகழ் பெற்ற ஒரு வயலின் கலைஞனின் கையால் செய்யப் பட்ட வாத்தியத்தை எனக்காகத் தேடிக் கண்டுபிடிப்பார் என்று எதிர்பார்க்கவே இல்லை.

ஸ்மித் ஒரு நல்ல வயலின் இசைக் கலைஞரையும் அழைத்திருந்தார். அவர் அந்த வயலினை எடுத்துச் சில பாடல்கள் வாசித்தார். அந்த வயலினிலிருந்து எழுந்த ஒலி என்னை ஒரு மாய உலகத்துக்கு இழுத்துச் சென்றது. அவர் வாசித்து முடித்து, வயலின் நல்ல நிலையில் இருக்கிறது என்று சொன்னார்.

ஓமபோனோ எங்களுக்கு அந்த வயலினை வாங்குவதில் ஆர்வம் என்று எளிதில் புரிந்துகொண்டார். அந்த வாத்தியம் விலை மதிப்பற்றது என்று ஆரம்பித்தார். ஒரு கண்ணாடி வில்லையை வைத்துக்கொண்டு துளையின் வழியே உள்ளே காண்பித்தார். லேபிலில்

“அன்டோனியஸ் ஸ்ட்ராடிவாரியஸ் க்ரெமோனென்ஃபெஸ் ஃபகியபத் ஆன்னோ 1685”

என்றும் ஏ எஸ் என்ற முத்திரையுடன் இருந்ததைக் காண்பித்தார். அவருடைய தந்தை ஸ்ட்ராடிவாரி செய்த அந்த மகத்தான வாத்தியம் அரச குடும்பத்துக்காகச் செய்யப்படும்போது தானும் கூடவே இருந்ததாகவும், அதுவே தன்னுடைய பாக்கியம் என்றும் சொன்னார். அப்படிப்பட்ட வாத்தியம் கிடைக்காது என்றும் சொன்னார்.

ஸ்மித் அவரிடம் விலையைப் பற்றித் தனியாகப் பேசிக் கொள்ளலாம் என்று உள்ளே அழைத்துச் சென்றார். அவர்கள் வெளியே வருவதற்கு நிறைய நேரம் ஆகியது. ஸ்மித் என்னிடம், எல்லாம் பேசியாகிவிட்டது, இந்த வயலினை உனக்குப் பரிசாக அளிக்கிறேன் என்று கொடுத்தார். அவருக்கு எப்படி நன்றி சொல்லுவது என்று திணறினேன். அப்பாவுடைய நண்பர் ஆனாலும், எனக்கு மகத்தான ஒன்றைப் பரிசளித்திருக்கிறார். நான் அவரை உள்ளூர மதிப்பதைப் போல அவருக்கும் என்மீது ஒரு மதிப்பும் பாசமும் உண்டாகியிருக்க வேண்டும். நிச்சயம் இந்த வயலின் நிறைய விலை கொடுத்துதான் வாங்கி இருப்பார்.

ஓமபோனோ ஒரு விசித்திரமான மனிதர். அப்படிப்பட்ட கலைஞனின் மகனாகப் பிறந்து, வாத்தியங்களைச் செய்யும் கலையைப் பற்றி உயர்வாகப் பேசினாலும், அடிப்படையில் அவர் ஒரு வியாபாரியாகத்தான் எனக்குத் தோன்றுகிறார். கலைஞனின் குடும்பத்தில் பிறந்த ஒரு வியாபாரி! என்ன ஒரு முரண்! நானும் அப்படித்தானோ? அரசியல் வணிகக் குடும்பத்தில் பிறந்த கலைஞன்!

நானே கனவு காணக் கூடாது. இன்னும் ஆகவில்லை. அப்பா என்ன சொல்லுவாரோ. நான் சம்பாதித்துதான் குடும்பம் வாழ வேண்டும் என்று இல்லை, நிதி நிலைமை நன்றாகத்தான் இருக்கிறது. ஆனால், அப்பாவின் தொழிலைத் தொடர்ந்து நடத்த வேண்டுமே, அவற்றை விட்டு விட முடியாது.

அடுத்தது ஃப்ளாரன்ஸ், ரோம் என்று இன்னும் பயணம் இருக்கிறது, ஆனால், எனக்கு என்னவோ இந்தத் தேடலில் ஒரு முடிவுக்கு வந்துவிட்டதுபோல இருக்கிறது.

30

அன்புள்ள தந்தைக்கு,

நான் வெனிஸ் நகரத்தில் பெரும்பாலும் எல்லாம் பார்த்து விட்டேன். கடைசி முறையாக இன்றும் நாளையும் மறுபடியும் ஒருமுறை சுற்றிப் பார்த்துவிட்டுக் கிளம்பலாம் என்று இருக்கிறேன். ஸ்மித் உங்களுக்குத் தன்னுடைய அன்பைத் தெரிவிக்கச் சொன்னார். என்னிடமும் மிக ஆசையாகப் பேசினார்.

அடுத்தது ஃப்ளாரென்ஸ். சிற்பக்கலையின் உச்சம் அங்கேதான் காணக் கிடைக்கும் என்று படித்திருக்கிறேன். மிகுந்த ஆவலாக இருக்கிறேன். நான் ஃப்ளாரென்ஸ் சென்று சிற்பங்களைப் பார்த்த பிறகு, நானும் ஒரு சிற்பக் கலைஞனாக ஆகவேண்டும் என்று எழுதினால் ஆச்சரியப்படாதீர்கள்.

உங்கள் அன்பு மகன்,
விக்டர்

31

அன்பு மகனுக்கு,

ஸ்மித்துக்கு எனது நன்றிகளைச் சொல். நீ எழுதி இருப்பதைப் பார்த்தால் உனக்கு அவர் பரிசாகக் கொடுத்திருப்பது மிக அரிய வாத்தியம் என்று தோன்றுகிறது. அதைப் பத்திரமாக எடுத்து வா.

நான் அதைக் கண்ணாடிப் பெட்டிக்குள் வைத்து விருந்தினர்களுக்குப் பெருமையாகக் காண்பிக்கலாம் என்றுதான் முதலில் நினைத்தேன். உன்னுடைய வயலின் கற்றுக்கொள்ளும் ஆர்வம் எனக்கு ஆச்சரியமாக இருக்கிறது. இத்தனை வருடங்களில் இசையில் உனக்குத் தனியான ஆர்வம் நான் கண்டதில்லை. ஆனால் உன்னுடைய உணர்வுகளை நீ எழுதி இருப்பதைப் படிக்கும்போது, உனக்கு ஆழ்ந்த ஈடுபாடு உண்டாகி இருப்பது நன்றாகத் தெரிகிறது.

நீ எழுதும் கடிதங்களை வரிசையாக மறுபடியும் எடுத்துப் படித்துப் பார்த்தேன். இந்தப் பயணம் உனக்குப் புதிய அனுபவங்களை மட்டும் அல்ல, உன்னையே கண்டெடுத்துக்கொள்ள உதவி இருக்கிறது. உன்னுடைய தவிப்பு எனக்கும் புரிகிறது. நீ எழுதிய முதல் கடிதத்திலிருந்தே உனக்குக் கலைகளில் ஆர்வம் இருப்பது தெரிகிறது. முதலில் சமையல் கலையை வியந்து எழுதி இருந்தாய். பிறகு ஓவியங்களைக் கண்டு அதிசயித்தாய். இப்போது இசையைக் கேட்டு ஆழ்வது மட்டும் இல்லை, கற்றுக்கொள்ளவும் ஆசைப்படுகிறாய்.

கவுன்செல் ப்ரவுன் அவர்களைச் சந்தித்து அவருடைய அலுவலக நடவடிக்கைகளைக் கவனித்து அவர் மற்றவர்களிடம் நடந்து கொள்வதைப் பார்த்து அவர் மேல் ஒரு விதமான வெறுப்பு கொண்டிருக்கிறாய். அதேசமயம் ஸ்மித்தைச் சந்தித்து அவருடன் பழகியதில் அவருடைய கலைரசனை கொண்ட உள்ளம் உன்னைக் கவர்ந்திருக்கிறது. உனக்கு எந்தப் பாதையைத் தேர்ந்தெடுப்பது என்று குழப்பமாக இருக்கலாம். இல்லை இரண்டையும் ஒன்றாகச் செய்ய முடியுமா என்றும் தோன்றலாம். என்னுடைய அனுபவத்தில் நான் அறிந்ததைச் சொல்லுகிறேன். இரண்டையும் ஒருவரால் ஒரே சமயத்தில் செய்ய முடியாது. கலைகளில் உண்மையாக ஆழ்ந்தால் மனதைப் பண்படுத்தும், நெகிழ வைக்கும். அரசியலும் வணிகமும் சாதுரியமாக எப்படி வெல்லுவது என்பதில் மனதைச் செலுத்தும். சதுரங்க விளையாட்டைப் போல எதிராளிக்கு முன்பாகவே எப்படி இரண்டு அடிகள் யோசிக்க வேண்டும். எல்லாமே ஒரு விளையாட்டுதான். ஆனால் அந்த விளையாட்டில் உனக்கு விருப்பம் இல்லாவிட்டால் விளையாட முடியாது. அடிவாங்குவாய்.

நம்முடைய குடும்ப வாணிகம் என்ன ஆகும், அரசியல் பதவி என்ன ஆகும் என்று கவலைப்படாதே. அவற்றை நான் பார்த்துக் கொள்கிறேன். நீயாக இது பற்றி யோசி. நல்ல நண்பர்களுடன் கலந்து ஆலோசனை செய். நீ என்ன முடிவு எடுத்தாலும் நான் அதை மதித்து நடப்பேன். உனக்குப் பூரண சுதந்திரம் கொடுப்பேன்.

நீ பயணம் முடிந்து திரும்பி வந்த பிறகு நிதானமாகப் பேசலாம். அதுவரை அதிகம் குழப்பிக்கொள்ளாதே. பயணத்தை அனுபவி.

உன்னுடைய அன்புத் தந்தை,
தாமஸ் ஹோவார்ட்

32

விக்டர் ஹோவார்டின் ஜர்னல்

நான் இப்படி ஒரு கடிதத்தை அப்பாவிடம் இருந்து எதிர்பார்க்கவில்லை. நான் முழுதாக என் மனதில் பட்டதை எடுத்துச் சொல்லுவதற்கு முன்பே தானாக வந்து எனக்குப் பூரண சுதந்திரம் கொடுத்திருக்கிறார். இப்போது எனக்குத்தான் பொறுப்பு அதிகம். இப்படி ஒரு தந்தை எனக்கு அமைந்ததற்கு நான் கடவுளுக்கு நன்றி சொல்ல வேண்டும். நான் அதிகம் குழப்பிக்கொள்ளப் போவதில்லை, ஏனென்றால் என்னுடைய முடிவு எற்கெனவே உறுதியாகிவிட்டது. நான் வயலின் வாசிக்கக் கற்றுக்கொண்டு பெரும் இசைக் கலைஞனாக ஆகப்போகிறேன்.

நாளை அப்பாவுக்கு நன்றி தெரிவித்து ஒரு கடிதம் எழுதவேண்டும். இன்றைக்கு நல்ல உறக்கம் வரும் என நம்புகிறேன்.

33

விக்டர் ஹோவார்டின் ஜர்னல், வெனிசிலிருந்து கிளம்பிய தினம்

நேற்றுதான் பாதை திறந்தது, முன் நிபந்தனை இல்லாமல், எதிர்பார்ப்பு இல்லாமல் அப்பா தானாகவே எனக்கு சுதந்திரம் கொடுத்திருக்கிறார் என்று நன்றி உணர்ச்சிப்பட்டேன். நன்றாக உறங்கினேன்.

இன்று காலை இப்படி விடியும் என்று எதிர்பார்க்கவில்லை. காலையில் சேவகன் அவசரக் கடிதம் லண்டனிலிருந்து வந்திருப்பதாக எழுப்பியபோது கலவரமாகத்தான் இருந்தது. அது அம்மாவிடமிருந்து வந்திருக்கும் கடிதம். திடீரென்று அப்பாவுக்கு உடல் நிலை சரி இல்லையாம். என்னை உடனடியாகப் பயணத்தை நிறுத்திவிட்டுக் கிளம்பி வரச்சொல்லி இருக்கிறார். வேறு விவரங்கள் எதுவும் இல்லை.

அப்பா நன்றாகத்தானே இருந்தார், நான் பார்த்த வரை நல்ல ஆரோக்கியம், இப்போதும் வேட்டைக்குப் போகும்போது வலுவுடன் சுடுவார், நாள் முழுவதும் அலைந்தாலும் கூட அவ்வளவாகக் களைப்படைய மாட்டார். உடலில் என்ன கோளாறு என்று தெரியவில்லை. கவலையாக இருக்கிறது. என்னை உடனே திரும்பி வரச் சொல்லும் அளவுக்கு என்ன

இருக்க முடியும்? என்னுடைய மாமா, சிற்றப்பா எல்லோரும் இருக்கிறார்கள். அம்மா தனியாக இல்லை. இருந்தாலும் என்னை வரச் சொல்லி இருப்பதைப் பார்த்தால் ஏதோ தீவிரமானதாக இருக்கவேண்டும்.

இப்போது தினமும் ஜர்னல் எழுதாமல் இருப்பது இல்லை. அதனால் கோச்சு வண்டியில் இருந்து எழுதுகிறேன். ஆனால் இவ்வளவு நாட்களாக மகிழ்ச்சியான அனுபவங்களையும் எனது சந்தேகங்களையும் மட்டும்தான் எழுதிவந்தேன். இன்றைக்குத்தான் முதல் முதலாகக் கவலையை எழுதுகிறேன். என்னுடைய உணர்ச்சிகளை எழுதுவதால் எனக்கே சுமை குறைகிறது, தெளிவு கிடைக்கிறது.

அப்பா எப்படி இருக்கிறாரோ, விரைவில் வில்லோஷயர் போய்ச் சேரவேண்டும்.

34

வில்லோஷயர் ஏர்ல் விக்டர் ஹோவார்டின் ஜர்னல்

1748

இன்றுடன் அப்பா இறந்து சரியாகப் பத்து வருடங்கள் ஆகின்றன. இந்தப் பத்து வருடங்களில் என்னுடைய வாழ்க்கை எவ்வளவு மாறிவிட்டது! நாம் திட்டமிடுவது ஒன்று, நடப்பது வேறு.

பத்து வருடங்கள் ஆனாலும் எனக்கு அந்த நாளை மறக்க முடியாது. என்னுடைய க்ராண்ட் டூர் பயணத்தை அப்படியே நிறுத்திவிட்டு லண்டனுக்குத் திரும்பி வந்தேன். வில்லோஷயர் மேனர்*(Manor)* வீட்டில் வெளியே நிறைய கோச்சு வண்டிகளைப் பார்த்ததும் யாரும் சொல்லாமலேயே புரிந்துவிட்டது. அம்மா பேச்சற்று இருந்தார். சிற்றப்பாதான் அப்பாவுக்கு நெஞ்சு வலி ஏற்பட்டதைச் சொன்னார். அப்பா நன்றாகத்தானே இருந்தார் என்று நான் அழுதபோது, அவர் ஆமாம் நன்றாகத்தான் இருந்தார், அன்றைக்கு என்னுடன் காலையில் பேசியபோது நீ க்ராண்ட் டூரில் நிறைய புதிய அனுபவங்களைக் கண்டடைந்திருக்கிறாய் என்றும், நீ உன்னுடைய வாழ்க்கையில் என்ன செய்யப்போகிறாய் என்று ஓரளவு முடிவுக்கு வந்திருக்கிறாய் என்றும் மகிழ்ச்சியாகச் சொன்னார். ஆனால் திடீரென்று அன்று இரவு மார்பைப் பிடித்துக்கொண்டு வலியில் துடித்தார். மருத்துவர் வந்து அவருக்கு மருந்துகள் கொடுத்தார், ஆனாலும் உடல் முழுவதும் சோர்ந்து

எழுந்திருக்கக்கூட முடியவில்லையாம். அதனால்தான் எனக்கு உடனே அவசரக் கடிதம் எழுதித் திரும்பி வரச் சொன்னார்களாம்.

அப்பா இறந்துபோன அதிர்ச்சி, துக்கம் எல்லாம் சேர்ந்து சில மாதங்களுக்கு நாங்கள் யாருமே சாதாரண நிலையில் இல்லை. இன்னும்கூட அந்த நாளை நினைத்தால் வலிக்கிறது.

இன்றைக்கு என்னுடைய நூலகத்தில் அமர்ந்துகொண்டு இலக்கு இல்லாமல் யோசித்தேன். அதுவும் என்னுடைய வாழ்க்கையைப் பற்றி. நான் என்ன கனவுகளுடன் சுமார் பத்து வருடங்களுக்கு முன் வெனிஸ் நகரத்தில் இருந்தேன்! இப்போது என்னுடைய கனவுக்கும் வாழ்க்கைக்கும் தொடர்பே இல்லை.

அப்பா இறந்த சில மாதங்களுக்குச் சிற்றப்பாதான் அப்பாவுடைய வியாபாரத்தைக் கவனித்துக்கொண்டார். ஆனால் அவருக்கே தனியாக அவருடைய தொழில் இருந்தது. அப்பாவுடைய வியாபாரத்தையும் கவனித்துக்கொள்வது அவருக்குப் பெரும் சுமையாக இருந்தது. அவர் என்னிடம் எதுவும் கேட்கக்கூட இல்லை. ஒருவேளை அப்பா அவரிடம் நான் வயலின் கலைஞனாக ஆக விரும்புவதைச் சொல்லி இருக்கலாம். எனக்கும் உள்ளூர ஆசை இருந்தாலும், அது தவறு என்று தோன்ற ஆரம்பித்து விட்டது. சிற்றப்பாவுக்கும் தொழிலின் பளுவினால் அவருடைய உடல் நலமும் சரியாக இருக்கவில்லை. அடிக்கடி அவருக்குச் சிறு உடல் உபாதைகள் வந்தன. எனக்கு அவரைப் பார்த்தாலே குற்ற உணர்ச்சியாக இருந்தது. அவருடைய நிலைமைக்கு நானே காரணம் என்று நினைக்க ஆரம்பித்துவிட்டேன்.

அவர் கேட்காவிட்டாலும், நானும் அவருடன் தொழிலில் ஈடுபட்டேன். எனக்கு முன் அனுபவம் முற்றிலும் இல்லாமல் இருந்தாலும், இத்தாலியப் பயணம் ஒரு கண்ணோட்டத்தைக் கொடுத்திருந்தது. கவுன்சல் ப்ரவுன் அவர்களை எனக்குப் பிடிக்காமல் இருந்தாலும், இப்போது யோசித்தால் அவர் செய்தது எல்லாமே இங்கிலாந்து நாட்டின் நலனைக் கருதித்தானே என்று ஒரு சமயம் தோன்றுகிறது. அவர் சுயநலவாதியாகத் தெரியவில்லை. அவர் ஊழல் எதுவும் செய்யவும் இல்லை, தனக்காகத் தனிப்பட்ட முறையில் செல்வம் சேர்க்கவும் இல்லை. அவர் தன்னுடைய கடமையைச் செய்வதற்குத் தன்னுடைய குணங்களையும் உருவாக்கிக்கொண்டிருந்தார் என்றுதான் தோன்றுகிறது.

விருப்பம் இல்லாமல் நானும் தொழிலில் ஈடுபட ஆரம்பித்தேன். முதலில் வெறுப்பாக இருந்தது, கோபம் வந்தது. எனக்கு விருப்பமானதைச் செய் என்று சுதந்திரம் கொடுத்த அப்பா இல்லையே என்று கண்ணீர் வடித்தேன். கடவுளுக்குக் கருணை இல்லை என்று அவதூறாகப் பேசினேன்.

ஆனால் ஒரு வருடத்துக்குள் நானே மாறிவிட்டேன். இதைத்தான் பணமும் பதவியும் செய்யுமோ? நான் வெனிஸிலிருந்தபோது ஸ்மித்தைப் பார்த்து அவர் மாதிரி வாழ வேண்டும் என்று ஆசைப்பட்டாலும் நடக்கவில்லை. தொழில் நடத்துவதற்கே நேரம் போதவில்லை. இதற்கு நடுவில் எனக்காக என்று ஒரு கலையைக் கற்றுக்கொள்வது இயலாது என்று விட்டுவிட்டேன். அது வருத்தமாக இருக்கிறது. எத்தனையோ வருத்தங்கள் வாழ்வில், இதுவும் இன்னொன்று!

35

வில்லோஷயர் ஏர்ல் விக்டர் ஹோவார்டின் ஜர்னல்

1753

இன்றைக்கு எமிலியும் *(Emily)* வீட்டில் இல்லை. இப்போது இங்கிலாந்தில் வீட்டுத் தோட்டத்தில் பைன்ஆப்பிள்*(Pineapple)* வளர்ப்பது உயர்குடியினரின் செல்வச் செழிப்பைக் காட்டும் இன்னொரு முக்கிய காட்சிப் பொருள் ஆகிவிட்டது. கண்ணாடி அறை கட்டி, சூடு செய்து அதில் பைன் ஆப்பிள் வளர்க்கிறார்கள். விருந்துகளில் நன்கு விளைந்த பைன் ஆப்பிள்களை முழுவதுமாகவும், விதவிதமாக நறுக்கியும் வைக்கிறார்கள். எமிலி லண்டனுக்குச் சென்றிருக்கிறாள். அங்கே அவளுடைய தோழியின் வீட்டில் பைன்ஆப்பிள் தோட்டம் அமைத்திருக்கிறாளாம். இங்கே வில்லோஷயரிலும் அதேபோல அமைக்க வேண்டும் என்று அவளுக்கு ஆசை.

எனக்கு அதில் ஆர்வம் இல்லை. வெனிஸில் விடுதியின் தோட்டத்தில் செடிகளை ஆர்வத்துடன் பார்த்தது நினைவுக்கு வருகிறது, வாழ்க்கை எவ்வளவு மாறிவிட்டது! எனக்கு வார இறுதி என்பது ஓய்வுக்குத்தான். முடிந்தவரை அனாவசிய விருந்துகளையும், மனிதர்களைச் சந்திப்பதையும் தவிர்க்கிறேன். தேவைப்பட்ட மனிதர்களுடன், என்னுடைய தொழில் முறையில் அவசியமான உறவுகளை மட்டும் தொடர்ந்து பேணி வைத்திருக்கிறேன்.

இன்றைக்குக் கூடத்தில் பெட்டிக்குள் வைத்திருக்கும் ஸ்ட்ராடிவாரி வயலினைப் பார்த்தேன். மூடியைத் திறந்து அந்த வயலினைக் கையில் எடுத்து வைத்துக்கொண்டேன். முகத்தின் அருகே எடுத்து வாசனை பார்த்தேன். வெனிஸ் நகரத்தின் வாசனை வந்தது. தந்திகளைச் சுண்டினேன். அந்த ஒலி பழைய நினைவுகளைக் கிளறி விட்டது. வயலினைப் பார்த்து எப்படி நான் மதி மயங்கினேன்! அதன் ஒலியில் எனது மனதை முழுவதும் இழந்தேன்! வயலின் வாசிப்பதை எப்படியாவது கற்றுக்கொள்ளவேண்டும் என்று பரபரத்தேன். என்னுடைய வாழ்க்கையின் குறிக்கோளே அதுதான் என்று நிச்சயமாக நம்பினேன்.

எல்லாமே அடங்கியது. அப்பாவின் இறப்பும், நான் சிற்றப்பாவுக்குத் தொந்தரவாக இருக்கக்கூடாது என்று நானே தொழிலில் ஈடுபட்டு இப்போது எல்லாவற்றையும் மறந்துவிட்டேன். வயலின் இசை கேட்பதுகூட இல்லை. கேட்டால் பழையபடி ஆசை வந்துவிடுமோ என்ற பயமா? நான் ஒரு துறவி போல எல்லாவற்றையும் உதறி விட்டு, இசை உலகத்துக்குள் புகுந்துவிடுவேனா? இல்லை, அப்படிச் செய்யமாட்டேன். செய்தால்தான் என்ன?

ஸ்மித் அவர்களின் வீட்டில் கேட்ட மாதிரி இங்கேயும் சேம்பர் கச்சேரிகளுக்கு ஏற்பாடு செய்யலாம். இசையில் ஆர்வம் கொண்ட ஒருசில நெருங்கிய நண்பர்களை மட்டும் அழைக்கலாம். எந்தவித தொழில் தொடர்பான எதிர்பார்ப்பும், பதில் உதவிகளும் இல்லாத தூய பேரின்பம். எனக்கும் சுமையிலிருந்து சற்று விடுதலை கிடைக்கும்.

36

வில்லோஷயர் ஏர்ல் விக்டர் ஹோவார்டின் ஜர்னல்

1758

இன்று எனது வாழ்க்கையில் மிக முக்கியமான நாள். இருபது வருடங்களுக்குப் பிறகு எனக்குப் புத்துயிர் வந்தது போல இருக்கிறது. இன்றைய கான்செர்ட் அபாரம். நான் வீட்டுக்கு அழைத்திருந்த சில நண்பர்களும் அதில் ஆழ்ந்து மகிழ்ந்து போனார்கள். நான் வயலின் வாசிப்பவரை, என்னுடைய ஸ்ட்ராடிவாரி வயலினை எடுத்துக் கொடுத்து வாசிக்கச் சொன்னேன். அதன் ஒலி மிக அருமையாக இருந்தது. அவர் தனக்கு ஸ்ட்ராடிவாரி வயலின் வாசிக்கக் கிடைத்ததே பாக்கியம் என்றார். எனக்கு மிகவும் மகிழ்ச்சியாக இருந்தது. ஒரு கலைஞன் உருவாக்கிய கலைப் பொக்கிஷத்தை இவ்வளவு வருடங்களாகப் பூட்டி கண்ணாடிப் பெட்டிக்குள் வைத்தது பெரும் பாவம் என்று நினைக்கிறேன். இனி குறைந்தது ஒவ்வொரு மாதமும் ஒரு இசை நிகழ்ச்சி நடத்தப் போகிறேன். இந்த வயதுக்கு மேல் என்னால் வயலின் வாசிக்கக் கற்றுக்கொள்ள முடியும் என்று தோன்றவில்லை. எனக்கும் குழந்தைகள் இல்லை. அவர்களுக்குக் கற்பிக்கலாம் என்றும் ஆசைப்பட முடியாது. ஆனால் வயலின் இசை கேட்கவாவது செய்யலாமே!

37

வில்லோஷயர் ஏர்ல் விக்டர் ஹோவார்டின் ஜர்னல்

1760

நான் இவ்வளவு பெரிய தொழில் அதிபனாக ஆவேன் என்று கனவுகூட கண்டதில்லை. சரியான நேரத்தில் சரியான இடத்தில் இருக்கிறேன். கூடவே அதிர்ஷ்ட தேவதையின் பார்வையும் விழுந்திருக்கிறது. நடுவயதில் எல்லோருக்கும் வரும் ஆயாசம் எனக்கும் வந்திருக்கிறது. குடும்பம் என்று நானும் எமிலியும் மட்டும்தான். இனிமேல் குழந்தைகள் இல்லை என்று ஏற்றுக் கொண்டுவிட்டோம். வீட்டில் அந்தப் பேச்சு கிடையாது, வருத்தமும் இல்லை. வாழ்க்கையில் தொழில் தவிர என்னதான் சாதித்திருக்கிறேன் என்று திரும்பிப் பார்த்தால் பெரும்பாலும் வெறுமைதான்.

எமிலியின் அன்பும், மாதா மாதம் நான் ஏற்பாடு செய்யும் சேம்பர் இசை நிகழ்ச்சியும்தான் என்னை இன்னும் ஓட வைத்துக் கொண்டிருக்கிறது. எங்கள் வீட்டில் வந்து ஸ்ட்ராடிவாரி வயலினை எடுத்து வாசிப்பதையே பெரும் பேறாகக் கருதி நிறைய இசைக் கலைஞர்கள் என்னை அணுகுகிறார்கள். நானும் அவர்களுக்கு வாய்ப்புக் கொடுப்பதை என்னுடைய கடமையாகச் செய்து வருகிறேன். இருந்தாலும் ஒரு குறை இருக்கிறது.

அப்பா மனதார சம்மதித்து அனுமதி கொடுத்தும்கூட, நான் என்னுடைய வாழ்க்கையை என் விருப்பப்படி அமைத்துக்கொள்ள முடியவில்லை. அந்த வாய்ப்பை இன்னொரு சிறுவனுக்குக் கொடுத்தால் நன்றாக இருக்கும், ஆனால் துரதிர்ஷ்டவசமாக எனக்கு ஒரு மகன் இல்லை.

38

வில்லோஷயர் ஏர்ல் விக்டர் ஹோவார்டின் ஜர்னல்

1761

இன்று ஒரு அதிசயமான சம்பவம் நிகழ்ந்தது. இன்றும் மாதாந்திர இசை நிகழ்ச்சி, ராபர்ட் பின்டோ *(Robert Pinto)*இன்றைய வயலின் இசைக் கலைஞர். அவர் மிகப் பிரபலமானவர், இளம் வயதிலேயே மேதை என்று புகழ்பெற்றவர். அவர் வாசித்தால் லண்டன் ஹேமார்கெட்டின் *(Haymarket)* ஹிஸ் மெஜஸ்டிஸ் தியேட்டர் *(His Majesty's Theatre)* நிரம்பி வழியும். அப்படிப்பட்டவர் எங்களுக்காக, இவ்வளவு சிறிய குழுமத்துக்குப் பிரத்தியேகமாக வாசித்தது எங்களது அதிர்ஷ்டம். அவர் இன்று வாசித்தது மாதிரி நான் ஒரு இசையைக் கேட்டதில்லை. அவர் வாசித்து முடித்துச் சில வினாடிகள் வரை நாங்கள் கண்களைத் திறக்க முடியாமல் உட்கார்ந்திருந்தோம். சொற்கள் இல்லாத தூய இசைக்கு இவ்வளவு மகத்துவமா என்று தோன்றுகிறது.

வாசித்து முடிந்த பிறகு அவர் அப்படியே அமர்ந்திருந்தார். மிகவும் உணர்ச்சிவசப்பட்ட ஆன்மீகமான நிலையில் இருந்தார் என்று எனக்குத் தோன்றுகிறது. அவர் இயல்பு நிலைக்கு வர பல நிமிடங்கள் ஆயின. அதுவரை நாங்கள் யாரும் பேசவில்லை, எழுந்திருக்கவில்லை, உடல் அசைவு

கூட இல்லாமல் உட்கார்ந்திருந்தோம். அவர் எனக்கு நன்றி சொன்னார். கலைஞனுக்கு ரசிகர்கள் முக்கியம், ரசிகர்களைவிட தனக்கு உயர்ந்த அனுபவம் அளிக்கும் தருணங்கள் முக்கியம். அத்தகைய தருணங்கள் கேட்பதற்கு ரசிகர்கள் இருந்தாலும் இல்லாவிட்டாலும் அமையும். இன்றைக்கு அப்படி அமைந்தது என்றார். அவர் சொன்ன நன்றி நாங்கள் ரசித்ததற்கு அல்ல, அப்படி ஒரு தருணம் கூடி அமைந்தபோது அதைக் கலைக்காமல் இருந்ததற்கு! கலைஞர்களின் மன நிலையை நான் இன்னும் சரியாகப் புரிந்துகொள்ளவில்லை. நானும் ஒரு வாத்தியம் வாசிக்கக் கற்றுக்கொண்டு வாசித்தால்தான் ஓரளவு புரியும் என்று நினைக்கிறேன்.

நான் இன்று ஜர்னலில் எழுத வந்தது இசை நிகழ்ச்சியையும், கலைஞரையும் அவரது ஆன்மீகத் தருணத்தையும் எங்களது ரசிக அனுபவம் பற்றியும் மட்டும் அல்ல. உண்மையில் நடந்த அதிசயமான நிகழ்ச்சி பற்றி.

என்னுடைய நண்பன் ஸ்டான்லி *(Stanley)* இன்று வந்திருந்தான். அவன் தொழில்முறை நண்பன் என்றாலும்கூட, எனக்கு அணுக்கமானவன். அவனுடைய மகனும் மகனுடைய நண்பன் ஒருவனும் வந்திருந்தார்கள். எட்வர்ட் *(Edward)* என்று பெயர், பதின்ம வயதுச் சிறுவன். அவன் வயது மற்ற சிறுவர்கள் போல இல்லாமல், இசையில் மயங்கினான். இறுதியில் நிகழ்ச்சி முடிந்தவுடன், எங்களுடன் அமைதியாக இருந்தான். பின்பே சமநிலைக்கு வந்தவுடன், ஓடிப்போய் அந்த வாத்தியத்தைத் தொட்டுப் பார்த்தான். வெட்கத்துடன் வாசித்தவருடைய கைவிரல்களைத் தொட்டுப் பார்க்கலாமா என்று கேட்டான். அவரும் மெத்த மகிழ்ச்சியுடன் தன்னுடைய கைவிரல்களை நீட்டிக் காண்பித்துக் கொண்டிருந்தார். அவன் விரல்களை மென்மையாகப் பிடித்துக் கொண்டு, வருடினான். நாங்கள் எல்லோரும் ஆச்சரியமாகப் பார்த்துக்கொண்டிருந்தோம்.

என் நண்பனிடம் வந்து, “அங்கிள், நான் இந்த வாத்தியத்தைக் கற்றுக்கொள்ள வேண்டும்” என்றான். அவன் சொன்ன உறுதி எனக்கு ஆச்சரியமாக இருந்தது. நான் தயங்கி என்னுடைய அப்பாவிடம் கேட்டது போல இல்லாமல், தைரியமாகப் பேசினான். அவனுடைய தெளிவு எனக்கு இன்னும் அதிசயமாக

இருக்கிறது. அடுத்த தலைமுறையினர் இப்படித்தான், நம்மை விட அதிக புத்திசாலிகளாகவும் தெளிவாகவும் இருக்கிறார்கள். என்னுடைய நண்பன் உடனே அவனைத் தனி அறைக்கு அழைத்துச் சென்றான். நானும் உடன் சென்றேன். அவனுக்கு அறிவுரை சொல்ல ஆரம்பித்தான். இசைக் கலைஞன் என்கிற தொழில் அவ்வளவாகப் பணம் செய்ய முடியாத ஒன்று, ஆயிரத்தில் ஒருவர்தான் பெரிய கலைஞராக மக்களால் அங்கீகரிக்கப்பட்டு நிறைய சம்பாதிப்பார்கள். மற்றவர்கள் எல்லாம் இசை சொல்லிக் கொடுக்கும் ஆசிரியர்களாகத்தான் ஆகமுடியும் என்றான். எட்வர்ட் கவலையே இல்லாமல், அதனால் என்ன, என் தந்தை நிறைய சம்பாதித்து வைத்திருக்கிறாரே என்றான். எனது நண்பனின் முகம் சிவந்துவிட்டது, நான் இடையில் புகுந்து சமாதானப் படுத்தினேன். இன்னொரு நாள் விரிவாகப் பேசலாம் என்று சொன்னேன்.

இந்தச் சிறுவனை நல்லபடியாக வழிப்படுத்த வேண்டும், அது என்னுடைய கடமை.

39

வில்லோஷயர் ஏர்ல் விக்டர் ஹோவார்டின் ஜர்னல்

1761

நான் இன்று ஒரு முடிவுக்கு வந்துவிட்டேன். நாள் முழுவதும் தொழிலில் மூழ்கி இருந்தாலும், மனத்தில் பின்னணியில் எட்வர்ட் பற்றியே எண்ணங்கள் நகரும் மேகங்கள் போல வந்து சென்று கொண்டிருந்தன. என் நண்பன் ஸ்டான்லியிடம் பேசி எட்வர்டின் தந்தைக்கும் சொல்லிச் சம்மதிக்க வைத்து முறையாக வயலின் வாசிக்கக் கற்றுக் கொடுக்க வேண்டும். ராபர்ட் பின்டோவையே கூட கேட்கலாம். அவர் சம்மதிப்பார் என்று நம்புகிறேன். அவனுக்கு ஆர்வம் இருந்து, பின்டோ ஒத்துக்கொண்டு கற்பித்தால், அவன் மாபெரும் வயலின் கலைஞனாக வரக்கூடும். அவனுடைய அப்பா இதற்கு ஒத்துக்கொள்ள வேண்டும். சந்தேகம்தான். உனக்கு என்ன அவ்வளவு அக்கறை என்று கேட்கக் கூடும். உண்மையான கேள்விதான். எனக்குச் செய்ய முடியாததை, எனக்கு மகன் இல்லை என்ற குறையில் இன்னொருவரின் மகன் வழியாகத் தீர்த்துக்கொள்ளப் பார்க்கிறேன். நாளை அவரிடம் பேசிப் பார்க்கிறேன். கவனமாகக் கையாள வேண்டும்.

எந்தவித முகமூடியும், சமூக நிர்ப்பந்தமும் இல்லாமல் ஜர்னல் எழுத்தில்தான் உண்மையாக இருக்க முடிகிறது. எமிலியிடம் கூட நான் இப்படி உண்மையாக இருக்க முடியாது.

40

வில்லோஷயர் ஏர்ல் விக்டர் ஹோவார்டின் ஜர்னல்

1761

இன்றைக்கு ஸ்டான்லியை எட்வர்டின் தந்தை டேவிட் காரோவையும் *(David Garrow)* அழைத்துக்கொண்டு மாலை நேரத்தில் வில்லோஷயர் மேனருக்கு வரச் சொல்லி இருந்தேன். அழைத்ததே அவருடைய மகன் பற்றி என்று எளிதில் ஊகித்திருக்கக் கூடும். நல்ல விஸ்கி எங்களைச் சற்று நெகிழ்த்தியது. மூன்று பேருக்குமே எதற்குச் சந்திக்கிறோம் என்று தெரிந்திருந்தாலும், வானிலையைப் பற்றி, வேறு ஏதோ, பல வருடங்களுக்கு முன் நிகழ்ந்த வேடிக்கையான சம்பவங்களைப் பற்றி, நாட்டு நிலவரம் பற்றி, பேசிக்கொண்டிருந்தோம்.

ஒரு மணி நேரம் ஆன பிறகு நான் மெல்ல ஆரம்பித்தேன். டேவிட் முன்பே எதிர்பார்த்து வாதங்களுடன் வந்திருந்தார். நாங்கள் இரண்டு பேரும் அவரவர் தரப்பு வாதங்களைத் திறமையாக முன் வைத்தோம். வாதங்களால் வெல்ல முடியாது என்று எனக்குப் புரிந்துவிட்டது. நான் கடைசியாக, "காரோ, இதோ பாருங்கள், உங்கள் மகனுடைய வருங்காலத்துக்காக நல்லெண்ணத்துடன் நான் உதவிசெய்ய முன்வந்திருக்கிறேன். எனக்கு வேறு எந்த

மறைமுகமான லாபமும் இல்லை. உங்களுடைய மகனுடைய தீவிரத்தைப் பார்த்தால் தடுக்க முடியாது என்று எனக்குத் தோன்றுகிறது. யோசியுங்கள்," என்றேன். அவ்வளவு தீவிரமாக யாருடனோ வாதம் செய்வது எனக்கே ஆச்சரியமாக இருந்தது.

டேவிட் மேலே பார்த்து யோசித்துக்கொண்டிருந்தார்.

நான் அந்தச் சந்தர்ப்பத்தை விடாமல், "என்னுடைய மனமார்ந்த விருப்பத்தை நிரூபிக்க, விலைமதிப்பில்லாத ஸ்ட்ராடிவாரி வயலினை உங்களது மகனுக்குப் பரிசாகக் கொடுக்கிறேன்," என்று சொன்னேன்.

டேவிட் அதை எதிர்பார்க்கவில்லை என்பது முகக்குறிப்பில் இருந்து தெரிந்தது. நானே அதைச் சொல்லுவேன் என்று நிச்சயம் செய்துகொண்டு சொல்லவில்லை. என் ஆழ்மனத்திலிருந்து வார்த்தைகளாக வந்துவிட்டது. ஒருவேளை ஸ்மித் எனக்குப் பரிசாகக் கொடுத்ததற்கு, நான் வயலின் கற்றுக்கொள்ளாமல் தொழிலுக்கு வந்ததற்கு இதுதான் சரியான தீர்வு என்று மனதில் தோன்றி இருக்கவேண்டும்.

டேவிட்டுக்கு என்னுடைய ஸ்ட்ராடிவாரி வயலினின் மதிப்பு தெரியும்போல. நான் அதைப் பரிசாகக் கொடுப்பதாகச் சொன்னவுடன் மறுபேச்சு இல்லாமல் அவர் ஒப்புக்கொண்டார்.

"சரி, நீங்கள் இவ்வளவு சொல்லுவதால் சம்மதிக்கிறேன். ஆனால் எனக்கு இசை பற்றி அதிகம் தெரியாது, என் மகன் எட்வர்ட் முறையாக இசைப்பாடம் கற்றுக்கொடுப்பதற்கு நீங்கள்தான் ஏற்பாடு செய்யவேண்டும்" என்றார்.

நான் மகிழ்ச்சியாக உடனே ஒத்துக்கொண்டேன்.

41

வில்லோஷயர் ஏர்ல் விக்டர் ஹோவார்டின் ஜர்னல்

1762

எட்வர்ட் ஒரு வருடத்திலேயே நன்றாக வாசிக்கிறான் என்று ராபர்ட் பின்டோ சொல்லுகிறார். அவ்வளவு பெரிய இசைக் கலைஞர் சொல்லிக்கொடுக்க ஒப்புக்கொண்டதே அவனுடைய அதிர்ஷ்டம். வழக்கமாக எட்வர்ட் வயது சிறுவர்களுக்கு முக்கால் அளவு வயலின்தான் வாங்கிக் கொடுத்து ஆரம்பிப்பார்களாம். ஆனால் இவன் என்ன ஓர் அதிர்ஷ்டக்காரன், உலகத்தின் மாபெரும் லூதியரான ஸ்ட்ராடிவாரியின் கைகளால் செய்யப்பட்ட வயலினை வைத்துக்கொண்டு ஆரம்பப் பாடங்கள் கற்றுக் கொள்கிறான். பெரும் கலைஞர்கள்கூட ஸ்ட்ராடிவாரி வயலின்களை வாடகைக்கு எடுத்து வந்து இசை நிகழ்ச்சிகளில் வாசிக்கிறார்களாம்.

விடாமல் கற்றுக்கொண்டு அவன் பெரிய கலைஞனாக வரட்டும். எங்களைப் போல அரசியலும் வணிகமும் செய்ய நிறைய பேர் இருக்கிறோம். எனக்குக் கிடைக்காத வாய்ப்பு எட்வர்டுக்குக் கிடைத்திருப்பது எனக்கு மிகுந்த மனநிறைவை அளிக்கிறது.

42

வில்லோஷயர் ஏர்ல் விக்டர் ஹோவார்டின் ஜர்னல்

1769

இன்று ஒரு துக்ககரமான நாள். எனது அப்பா இறந்த பிறகு மீண்டும் இன்றுதான் அப்படி ஒரு துக்கமாக இருக்கிறது. துக்கத்துக்குக் காரணம் எட்வர்டிமிருந்து வந்த கடிதம். அவனுக்கு நான் வயலின் பரிசளித்து, சொல்லிக்கொடுக்க மாபெரும் இசைக் கலைஞரான ராபர்ட் பின்டோவை ஆசிரியராக அமர்த்தி சுமார் எட்டு வருடங்கள் ஆகின்றன. நன்றாகத்தான் முன்னேறிக் கொண்டிருந்தான். என்ன ஆயிற்று? இப்போது எட்வர்ட் பதினெட்டு வயது இளைஞன். தன்னுடைய சிறகுகளை விரித்துக் கூட்டிலிருந்து பறந்துவிட்டான். அதுவும் வெளிநாட்டுக்கு. என் நண்பன் ஸ்டான்லிக்கு முன்பேயே தெரிந்திருக்க வேண்டும், ஆனால் சொல்லவில்லை. அதனால்தானோ என்னவோ கடந்த மூன்று மாதங்களாக என்னை அவன் பார்க்கவும் இல்லை, பேசவும் இல்லை, தவிர்த்து வந்திருக்கிறான். அவன் சொல்லி இருந்தாலும் எட்வர்டைத் தடுத்திருக்க முடியாது.

இன்று காலை அந்தக் கடிதம் வந்தபோது, நான் ஆச்சரியப் பட்டேன். இந்தியாவில் பாம்பேயிலிருந்து வந்திருந்தது. கப்பலிலிருந்து இறங்கியவுடன் எழுதுகிறேன் என்று எழுதி இருந்தான். இங்கேயே என்னிடம் சொல்ல வெட்கமா? குற்ற உணர்ச்சியா? அவன் கிழக்கிந்திய கம்பெனியில் எழுத்தாளனாகச்

சேர்ந்திருக்கிறானாம். அவன் தென் இந்தியாவின் மதராஸ் மாகாணத்தில் பணிபுரியப் போகிறானாம். எதற்காக இப்படி ஒரு பாதையைத் தேர்ந்தெடுத்தான் ? அவன் தன்னிலை விளக்கமாக நிறைய எழுதி இருந்தான். அவனுக்கு ஐரோப்பிய உலகம் சலிப்பாக இருக்கிறதாம். சாகசங்கள் நிறைந்த வாழ்க்கையைத் தேடிப் போகிறானாம். கிழக்கிந்தியக் கம்பெனியில் எழுத்தாளனாக வேலை செய்வது சாகசமா? ஒரு மிகச் சிறந்த வயலின் கலைஞனாக ஆவது சாகசமா? நீங்கள் கல்வியின் முடிவாக ஐரோப்பாவில் பெரும்பயணம் என்று சுற்றி வந்தீர்கள், எனக்கு உலகம் முழுவதும் பெரும்பயணம் செய்ய விருப்பமாக இருக்கிறது என்று எழுதி இருக்கிறான். என்னைப் பொறுத்தவரை அவனுடைய முடிவு தவறாகப்படுகிறது. ஆனால், நான் என்ன அவனுடைய தந்தையா? நிறுத்த முடியாது.

ஆனால் யோசித்துப் பார்த்தால், அவன் அப்படிச் செய்யக் கூடியவன்தான். பத்து வயதுச் சிறுவனாக அன்று இசை நிகழ்ச்சியைக் கேட்டுவிட்டு, அந்தக் கணமே வயலின் கற்றுக் கொள்ள வேண்டும் என்று முடிவுசெய்த சிறுவன்தானே அவன். தீர ஆலோசிக்காமல் உணர்ச்சி வசத்தில் முடிவெடுத்திருக்கிறான். வெளிநாடு செல்வது அவனுக்குப் பெரும் மனக் கிளர்ச்சியாக இருந்திருக்க வேண்டும்.

நான்தான் ஏமாந்துவிட்டேன். அப்படிச் சொல்லுவதும் சரி இல்லை. நான் மட்டும் க்ராண்ட் டூரில் என்ன செய்தேன்? ஓவியனாகவும். சமையல்காரனாகவும், கடைசியில் வயலின் கலைஞனாக ஆக ஆசைப்பட்டேன். ஆனால், நான் அப்பாவிடம் கேட்டு அவர் சம்மதித்த பிறகுதான் முடிவுசெய்தேன்.

என்னுடைய துரதிர்ஷ்டம் கலை வாழ்க்கையைத் தொடர முடியவில்லை. விதி என்றுதான் சொல்ல வேண்டும். கலை ஆசைகளை முழுவதுமாக மறந்துவிட்டு வாணிகம் செய்கிறேன்.

எட்வர்ட் என்னைச் சமாதானப்படுத்துவதாக இன்னும் எழுதி இருந்தான். அவன் வயலினையும் கூட எடுத்துச் சென்றிருக்கிறானாம். இந்தியாவிலும் விடாமல் தொடர்ந்து கற்றுக்கொள்வேன் என்று உறுதியாக நினைக்கிறானாம். இது நடக்காத காரியம். பதவியில் இருந்து கொண்டு வீட்டோடு வாசிக்கும் கலைஞனாக இருக்கலாம், அவன் மகத்தான இசை

நிகழ்ச்சிகளில் பங்கேற்கும் கலைஞனாக ஆக முடியுமா? கிழக்கிந்திய கம்பெனியில் எழுத்தாளன் ஓய்வு நேரத்தில் வயலின் வாசிக்கப் போகிறான்.

எட்வர்ட் மேல் கோபப்பட்டு என்ன பயன்? நான் என்ன கனவு கண்டேன், இப்போது என்ன செய்துகொண்டிருக்கிறேன்? என்னுடைய உணர்ச்சிகளைச் சொற்களால் எழுத முடியாது.

எல்லாமே பெரும் பயணம்தான்.

பகுதி – 3

பெரும் கருணை

1

1792, திருச்சினாப்பள்ளி

காலையிலேயே சூரியன் சுட்டது. நல்ல பிரகாசமான வெளிச்சம், கூடவே தகிப்பு.

வெயிலுக்கு இந்த அரசாங்க உடைகள் சரி இல்லை என்று கிழக்கிந்திய கம்பெனியின் திருச்சினாப்பள்ளி சீனியர் மெர்ச்சன்ட் *(Senior merchant)*, பே மாஸ்டர் *(Pay Master)* மற்றும் ஸ்டோர் கீப்பர் *(Store keeper)* ஆன எட்வர்ட் காரோ *(Edward Garrow)* குறைசொல்லிக்கொண்டே வந்தான். கூடவே அவனுடைய பதினாறு வயது மகன் வில்லியம் காரோ*(William Garrow).*

“வில்லியம், நம்முடைய நாட்டில் எப்பொழுதும் மழை, குளிர் எப்போது வெயில் வரும் என்று பேசிக்கொண்டிருப்போம், இங்கே வந்த பிறகு எப்போதும் தாங்க முடியாத வெயில் பற்றித்தான் பேச்சு.”

“உலகம் முழுவதும் எங்கே போனாலும் நாம் வானிலையைப் பற்றித்தான் பேசிக்கொண்டிருப்போம் என்று நீங்களே சொல்லி இருக்கிறீர்களே. நான் இங்கேயே பிறந்து வளர்ந்ததால் உணர முடியவில்லை, லண்டனில் எப்பொழுதும் குளிராக இருக்குமா?”

“வருடத்தில் சில மாதங்கள் தவிர பெரும்பாலும் அப்படித்தான், பனி, குளிர் இவைதான் ஐரோப்பிய கலாச்சாரத்தின் உணவு, உடை, மொழி, சிந்தனை மரபு எல்லாவற்றையும் உருவாக்கியது. பல அடுக்கு ஆடைகள், கம்பளி உடைகள், மேலே கோட்டு,

காலிலும் கையிலும் உறைகள், கால்களுக்குத் தோலால் ஆன ஷூ என்று எப்போழுதும் உடலைப் பத்திரமாகப் பாதுகாக்கும்படியாக உடை அமைந்தது."

"இங்கேயும் அப்படியே அணிகிறோமே?"

"தேவை இல்லை, ஆனாலும் பழக்கம்."

"புதிய காய்கறிகள் பெரும்பாலான மாதங்களில் கிடைக்காது, பதப்படுத்திய காய்களையும், மாமிசமும்தான் உணவாகியது. குளிரும், சாம்பல் நிற மேகங்களும் பார்த்துப் பார்த்து மனச்சோர்வு தன்னை அறியாமல் உருவாகும். வாயையே அதிகம் திறக்காமல் தணிந்த குரலில் பேசுவோம். இங்கே பார், வறுமை இருந்தாலும் ஜனங்கள் எவ்வளவு மகிழ்ச்சியாக இருக்கிறார்கள்? இவர்களுடைய மொழி கூச்சலிடுவதுபோலத் தோன்றினாலும், அது உற்சாகத்தின் வெளிப்பாடு அல்லவா? ஐரோப்பாவிலும்கூட வெயிலும் வெப்பமும் உள்ள இத்தாலி, ஸ்பெயின் நாடுகளின் கலாச்சாரமே வேறு. அவர்களுடைய உணவில் எத்தனை வகைகள், அதிரப் பேசுவதும், சிரிப்புமாக. உஷ்ண நாடுகள் உலகம் முழுவதும் வண்ணமயமாக இருக்கின்றன."

மலைக்கோட்டைக் கோயிலுக்கு யானைகள் ஏறிவரும் பாதையில் வந்துகொண்டிருந்தார்கள். பாதையிலிருந்து விலகிச் சற்று உள்ளே திரும்பிச் செல்லவேண்டி இருந்தது. அங்கே மலையில் குகையைக் குடைந்து ஒரு பெரிய மண்டபம். இறங்கி உள்ளே வந்தார்கள்.

மண்டபத்துக்கு உள்ளே வந்தது குளிர்ச்சியாக இருந்தது. வில்லியம் சுற்றிலும் இருந்த சிற்பங்களைப் பார்த்து வியந்துபோய் நின்றான்.

"இங்கே பார் இவர்களுடைய தெய்வங்களுக்கும் இவர்களைப் போலவே மேல் உடம்பில் ஆடை கிடையாது, இந்த வெயிலுக்கு அதுதான் சரி."

வில்லியம் அங்கே இருந்த மிகப் பெரிய சிற்பங்களைத் தொட்டுப் பார்த்தான்.

"இவ்வளவு பெரிய சிலைகளை யார் செய்தார்கள்?"

"யாரோ மன்னர்கள்தான் செய்திருக்கிறார்கள். இங்கே இருப்பவர்களைக் கேட்டால் எப்போது கட்டப்பட்டது, எந்த மன்னன் என்று எதுவும் தெரியாது. பல்லாயிரம் வருடங்களுக்கு

முன்னால் உண்டானது என்பார்கள். பல்லாயிரம் வருடங்களுக்கு முன்னால் நிச்சயமாக இந்த மாதிரி செய்திருக்க முடியாது. இவர்களுக்குச் சரித்திர உணர்வே கிடையாது. எல்லாமே புராணம் என்ற பெயரில் கட்டுக் கதைகள்."

"அப்பா, கதைகளாக இருந்தாலும், இந்தச் சிலைகள் மிக அழகாக இருக்கின்றனவே? அதை மறுக்க முடியாதே! இந்தப் பிரம்மாண்டமான சிலைகளைப் பார்த்தால் நாம் மிகவும் சிறியவர்கள் என்ற அடக்கமான உணர்ச்சி தோன்றுகிறது அல்லவா?"

"ஆம் மகனே, அதனால்தான் நம் நாட்டிலும்கூட மிகப் பிரம்மாண்டமான தேவாலயங்களைக் கட்டி வைத்திருக்கிறார்கள். அவற்றுக்குள் நுழைந்தாலே மனது அமைதிப்படும், அடக்கம் வரும்."

"அரசர்கள் எப்படி ராஜ்யத்தையும் கவனித்துக்கொண்டு கூடவே கலைகளையும் வளர்த்திருக்கிறார்கள்? ஆச்சரியமாக இருக்கிறது."

"இதில் பெரிய ஆச்சரியம் இல்லை, உலகம் முழுவதுமே அரசர்கள் அப்படித்தான் செய்திருக்கிறார்கள். இங்கே பக்கத்தில் தஞ்சாவூரில்கூட அப்படி ஒரு மிகப் பெரிய கோபுரத்துடன் கோவில் இருக்கிறது."

"பக்கத்தில் என்றால் நாம் போய் பார்க்கலாமா?"

"இல்லை மகனே, அந்த நகரம் இன்னும் நம் வசம் இல்லை, விரைவில் வந்துவிடும். இப்போது மராத்தியர்கள் அரசாட்சி செய்துகொண்டிருக்கிறார்கள்."

"அப்பா, நான் உங்களை ஒன்று கேட்கலாமா? நான் இங்கிலாந்தில் பிறக்கவில்லை, இங்கேதான் பிறந்ததும் வளர்ந்ததும், அதுவும் ஒரு இந்தியப் பெண்ணிற்கு என்று நீங்களே சொல்லி இருக்கிறீர்கள்."

"ஆமாம் மகனே, நீயும் ஒருநாள் இங்கிலாந்துக்கு என்னுடன் திரும்பலாம்."

"எனக்கு என்னவோ இந்த நாடுதான் பிடித்திருக்கிறது, இங்கே உள்ள மக்கள் மிக எளிமையானவர்களாக இருக்கிறார்கள், குடும்பப் பாசம் மிக்கவர்களாக இருக்கிறார்கள், ஒருவருக்கொருவர் உதவி செய்துகொள்ளுகிறார்கள், ஆயிரம் வருடங்களுக்கும் மேற்பட்ட கலைச் செல்வங்கள் இருக்கின்றன."

"உன் விருப்பம், என்னதான் இருந்தாலும் நாம் வெளிநாட்டவர்கள் அதை நினைவில் கொள், நாம் இவர்களை ஆளவந்திருப்பவர்கள். நட்பும் உறவும் வைத்துக்கொள்ளக்கூடாது, யாருடனும் நேசமும் கூடாது."

"அதனால்தான் என்னையும் என்னுடைய தாயையும் சிறு வயதிலேயே பிரித்துவிட்டீர்களா?"

எட்வர்ட் உடனே பதில் சொல்லவில்லை.

"உனக்கு மூன்று வயதுவரை அவள்தான் வளர்த்தாள், தவிர இப்போதும் நான் அவளுக்கு மாதா மாதம் பணம் கொடுத்துக் கவனித்துக்கொள்கிறேன்."

"எனக்கு என்னவோ இந்தியர்களுடைய உணவு, உடை, சிற்பங்கள், மொழி, சங்கீதம் எல்லாமே பிடித்திருக்கிறது."

"உன்னுடைய தாயின் ரத்தம், ஆனால் நம்முடைய வேர்களை மறந்துவிடாதே."

"எப்படி மறக்க முடியும்?"

"அது மட்டும் இல்லை, நான் உனக்காக கம்பெனியில் வேலையும் தயாராக ஏற்பாடு செய்திருக்கிறேன். நீ இன்னும் நான்கு வருடத்தில் கம்பெனியில் சேரலாம், பின்நாளில் என்னை மாதிரி கலெக்டராக வரவேண்டும் இன்னும் மேலே மாகாண கவர்னராக வரவேண்டும் என்று ஆசைப்படுகிறேன்."

"கட்டாயம் அப்பா, எனக்கும் ஆசைதான்."

அப்போது கோவிலிலிருந்து மங்கள வாத்தியம் கேட்டது- நாகசுரமும் தவிலும். கால பூஜையாக இருக்கலாம்.

"அப்பா, இந்த வாத்திய ஒலி கேட்டால் நல்ல சகுனம் என்று கேள்விப்பட்டிருக்கிறேன், நாம் இப்போது பேசிக்கொண்டிருந்தது நடக்கும் என்று எனக்குப்படுகிறது."

"வில்லியம், நல்லது நடக்கட்டும். ஆனால் நீ ஏதோ வேண்டாத மூட நம்பிக்கைகளை இவர்களிடம் இருந்து தெரிந்துவைத்துக் கொண்டிருக்கிறாய்."

"அப்பா, வேண்டாதது அல்ல, அதுவும் இசையை இவர்கள் வாழ்க்கையில் எல்லா நிகழ்வுகளுக்கும் சேர்த்து அனுபவிக்கிறார்கள்.

பிறந்த குழந்தைக்கு ஒரு தாலாட்டுப் பாட்டு, இறந்த மனிதர்களுக்கு ஒரு துக்கப் பாட்டு, ஏற்றத்தில் தண்ணீர் இறைக்க ஒரு பாட்டு, வயலில் வேலை செய்யும்போது களைப்புத் தீர ஒரு பாட்டு என்று வாழ்க்கை முழுவதும் நல்ல இசையால் நிரப்பிக்கொள்கிறார்கள்."

"ஏன் நமது பண்பாட்டிலும்தான் இசை உண்டு, நான் அதற்குத்தானே உனக்குச் சிறுவயதிலிருந்து வயலின் கற்றுத் தருகிறேன், நம்முடைய சங்கீதம் பண்பட்டது."

"உண்மைதான் அப்பா, எனக்கு அது மிகவும் பிடித்திருந்தாலும் இந்த இந்திய இசையும் என்னை ஈர்க்கிறது."

"எல்லாம் உனது இந்திய ரத்தம்தான். பூனை கத்துகிற மாதிரி இவர்களுடைய ஓலத்தை இசை என்று சொல்லாதே. நம்முடைய சங்கீதமே வேறு. நான் உனக்கு என்னுடைய விலைமதிப்பற்ற வயலினைத் தருகிறேன். தேவைப்பட்டால், பாதிரியார் இருக்கிறார், அவர் இன்னும் சொல்லிக்கொடுப்பார். சர்ச்சில் வந்து வாரா வாரம் வாசி."

"அப்பா, உங்களுடைய ஸ்ட்ராடிவாரி வயலினையா எனக்குக் கொடுக்கிறீர்கள்? என்னால் நம்ப முடியவில்லையே!"

"ஆமாம், என்னை மாதிரி பாதியில் விட்டுவிடாதே, எத்தனை முறை என்னுடைய கதையைச் சொல்லி இருக்கிறேன். என்னை நம்பி விக்டர் ஹோவார்ட் இந்த விலைமதிப்பில்லாத வயலினைக் கொடுத்து, நல்ல ஆசிரியரையும் ஏற்பாடு செய்தார். நான்தான் இங்கு வந்த பிறகு கம்பெனியில் வேலையில் ஆழ்ந்து, உத்தியோகத்தில் மேலே வர ஆசைப்பட்டு, சங்கீதத்துக்கு நேரம் ஒதுக்கவில்லை."

"ஆனாலும் நீங்கள் முடிந்தபோது தவறாமல் வாசிக்கிறீர்களே?"

"ஆனாலும் போதாது, வயலினை நன்றாகக் கற்றுக்கொண்டு வாசிக்கப் பல வருடங்கள் ஆகும். எனக்கு வயதாகிவிட்டது, நீயாவது தொடர்ந்து முயற்சி செய்."

"நீங்கள் இப்போதுதான் நான் கலெக்டர் ஆகவேண்டும், கவர்னர் ஆகவேண்டும் என்று சொன்னீர்கள், கூடவே எப்படி வயலின் கலைஞனாகவும் இருக்க முடியும்?"

"நீ இன்னும் இளைஞன், வாழ்க்கையை இப்போதுதான் ஆரம்பித்திருக்கிறாய், இப்போதே திட்டமிட்டுச் சரியாக அமைத்துக் கொண்டால் இரண்டும் முடியும்."

“இரண்டும் முடியும் என்கிறீர்களா?”

“கட்டாயம் முடியும், நீ கவனத்தைச் சிதற அடிக்காமல் இரண்டையும் தொடர்ந்து செய்து வந்தால்.”

“எதற்கு இரண்டையும் செய்ய வேண்டும்?”

“என்னுடைய அனுபவத்தில் சொல்லுகிறேன், நீ கவர்னர் ஆனாலும் கூட, வாழ்க்கையில் ஏதோ குறைகின்ற மாதிரி இருக்கும்.”

“என்ன மாதிரி குறை?”

“என்ன என்று சுட்டிக்காட்ட முடியாது. ஆனால், மனதில் அடியில் இருந்து அழுத்தும், வாழ்க்கையின் நோக்கம் என்ன, என்ன சாதித்துவிட்டோம் என்று நடுவயதில் கேள்வி வரும், ஒரு திருப்தி இருக்காது. அதற்குப் பதில் கண்டுபிடிப்பது சுலபம் அல்ல, என்னுடைய அனுபவத்திலிருந்து சொல்லுகிறேன், இப்போதே ஆரம்பிப்பது நல்லது, உனக்கு வயதாகி அந்தக் கேள்விகள் வரும்போது பதில் புலப்படும்.”

“அதற்கு என்ன செய்ய வேண்டும்?”

“ஏதாவது ஒரு ஆன்மீக வழியைக் கண்டுகொள்ள வேண்டும்.”

“எனக்குப் புரியவில்லை, நீங்கள் மதச் சடங்குகளைச் சொல்லுகிறீர்களா?

“மதமும் ஆன்மீகமும் என்னைப் பொறுத்தவரை ஒன்றல்ல.”

“சரி, அப்படியானால் ஆன்மீகம் என்பது என்ன?”

“நீ வயலின் வாசித்து வா, அந்த வாத்தியத்தில் மனதில் நினைப்பதைக் கையில் வாசிக்கும் வரை பயிற்சி செய், உலகத்தில் மிகச் சிறந்த வயலின் கலைஞன் ஆகவேண்டும் என்று தினமும் முயற்சி செய், அது முடிவில்லாத பயணம் ஆனால் அதுவும் ஒரு வகை ஆன்மீகப் பாதைதான்.”

“எனக்கு ஆன்மீகத்தில் விருப்பம் இல்லாமல் போனால்?”

“ஆன்மீகமாக இல்லாவிட்டாலும், வயலின் வாசிப்பதை வேறு விதத்தில் பார்க்கலாம். வருவாய்த்துறை, கணக்கு சரிபார்ப்பது, வரிகள் என்று பதவியில் இருந்துகொண்டு நாள் முழுவதும் வேலை பார்க்கும் அலுவலகர்களுக்கு மூளையே ஒருவிதமான

தர்க்க அமைப்பாகிவிடும். வேறு எந்த விதமான படைப்பூக்கமான செயல்களும் செய்யத் தோன்றாது, அடுத்த பதவி உயர்வு எப்போது, மதராச பட்டினத்தில் என்ன புதிய வதந்தி என்று மனம் அதிலேயே இருக்கும். கலைகளை ரசிக்கத் தெரிந்தால், மனசு வேறு மாதிரியாகப் பண்படும். அதுவும் வாத்தியங்கள் வாசிப்பது போன்ற பயிற்சிகள் உள்ளமும் உடலும் ஒருங்கிணைய உதவும். உன்னுடைய ஆளுமை இன்னும் செழுமை அடையும், நீயே யோசித்துப் பார்."

"அப்பா, நான் ஒன்று சொல்லுகிறேன், நீங்கள் தவறாகக் கொள்ளக் கூடாது."

"சொல்லு மகனே, என்ன வேண்டுமானாலும் சொல்லு."

"எனக்கு என்னவோ நீங்கள் சொல்லுவது எல்லாம் உங்களால் செய்ய முடியாததை என் வழியாக அடையப் பார்க்கிற மாதிரி தோன்றுகிறது."

எட்வர்ட் சில கணங்கள் மவுனமாக இருந்தான்.

"வில்லியம், அப்படியும் இருக்கலாம், நான் மறுக்கவில்லை, இன்னொரு கோணத்தில் பார், உனது நலனுக்காக என்னுடைய வாழ்க்கை அனுபவத்திலிருந்து சொல்லுகிறேன்."

"அப்படியா? இதை என்னுடன் உடன் பிறந்தவர்களுக்குச் சொல்லி இருக்கிறீர்களா?"

"யாருக்குச் சொல்ல வேண்டும் என்று என்னுடைய அனுபவத்தில் ஓர் உள்ளுணர்வு, அதனால் உன்னிடம் சொன்னேன், உன்னுடன் பிறந்தவர்களுக்கு வயதாகி இருந்தாலும் உனக்கு இருக்கும் மன முதிர்ச்சி இன்னும் இல்லை. நீ வயலின்தான் வாசிக்கவேண்டும் என்று இல்லை, வேறு ஏதாவது கலையைக் கற்றுக்கொள்."

இப்போது வில்லியம் சில கணங்கள் மவுனமாக இருந்தான்.

"சரி அப்பா, அப்படியே செய்கிறேன்."

திடீரென்று குளிர்ந்த காற்று வீசியது. இருவரும் ஒருவரை ஒருவர் பார்த்துக்கொண்டார்கள். புன்னகைத்தார்கள்.

மறுபடியும் மங்கள வாத்தியம் ஒலித்தது.

2

1804, பவானி, தமிழ்நாடு

சூரியன் கீழே இறங்கிக்கொண்டிருந்தான். வானத்தில் அவ்வளவாக மேகங்கள் இல்லாவிட்டாலும், அஸ்தமன சமயத்தில் கீழ்வானத்தில் ஏதோ ஒரு பெரிய பறவையின் சிறகுகள் மாதிரி வந்து இறங்கிவிடுகின்றன. அத்தனை நேரம் இருந்த நீலம் மாயமாகிக் கொண்டிருந்தது.

காவிரி நதிக்கரை ஓரமாக உல்லாசமாக அந்தக் குதிரை விரைந்த ஓட்டமும் இல்லாமல் சலித்த நடையும் இல்லாத ஒரு நடையில் போய்க் கொண்டிருந்தது. அந்த நடை, மேலே அமர்ந்திருந்த எஜமானனுக்கு அவனுடைய அப்போதைய மனநிலைக்கு உகந்தாற்போல இருந்ததாகப்பட்டது.

பவானி சங்கமத்திற்கு இன்னும் நான்கு மைல்கள். மாலை மங்கும் வெயில் தான். ஆனாலும் சூடு தகித்தது. நல்ல காற்று இல்லை. வியர்வை அதிகமாக இருந்தது. நதி சலனமே இல்லாதது போல ஒரு இடத்திலும், அதி வேகமாகச் சுழித்துக்கொண்டு ஒரு இடத்திலும், சலசல என்று சப்தமிட்டுக்கொண்டு பாறைகளிலிருந்து விழுந்து கொண்டு ஓரிடத்திலும் வேளைக்கு மாறும் மனுஷர்களின் குணம் போல ஓடிக்கொண்டிருந்தது.

கிழக்கிந்தியக் கம்பெனியின் சேலம், கோயம்புத்தூர் ஜில்லா கலெக்டர் வில்லியம் காரோவின் மனசு தளும்பிக்கொண்டிருந்தது.

வாரம் ஒரு முறையாவது, கூட இன்னொரு குதிரையில் துபாஷும், முன்னால் ஓடிவரும் சேவகனும் இல்லாமல் இப்படித் தனியாக நதிக்கரையில் சற்று நேரம் தளர்ந்து ஓய்வு கொடுக்கும் பயணம் உகந்ததாக இருக்கிறது.

சில நாட்கள் அலுவலகப் பணி சலிப்பு உண்டாகிறது. உப்புக்குச் செய்தது போல, புகையிலைக்கும் ஏகபோக உரிமை கம்பெனி எடுத்துக்கொள்ளவேண்டும் என்று மதராச பட்டினத்தில் சர் தாமஸ் மன்ரோவுக்குக் *(Sir Thomas Munro)* கடிதம் போயிருக்கிறது. அவர் செய்யலாமா என்று அபிப்ராயம் கேட்டு வில்லியம் காரோவுக்கு லிகிதம் எழுதி இருந்தார். காசிச்செட்டி ஏதோ கலகம் செய்து கொண்டிருக்கிறான். அவன்தான் அணுக்கமானவன். ஆனால், அவனே தன்னுடைய சொந்த வியாபாரத்துக்குச் சாதகமாக கலெக்டருக்கு ஆலோசனை சொல்லுகிறான் என்ற புகாரும் உண்டு. இந்தத் தலைவலியெல்லாம் கண்டால், எல்லாவற்றையும் ஒழித்து விட்டு உத்தியோகத்தையும் விட்டு விட்டு இப்படி நதிக்கரையில் உல்லாசமாகப் பயணம் செய்யலாம், எங்காவது நல்ல காற்று வரும் மரத்தடி நிழலில் வயலின் வாசிக்கலாம். சங்கீதத்தைக் கேட்பதற்கு மனிதர்கள் வேண்டும் என்ற அவசியம் இல்லை. நதியும், காற்றும், மழையும், சந்திரனும் கேட்கட்டுமே என்று காரோ நினைத்துக்கொண்டான்.

ஆனால், அப்படி மெய்மறந்து வாசிக்கும் அளவு வாத்தியத்தில் தேர்ச்சி இல்லை. மனதில் நினைப்பது கையில் சரளமாக வரவில்லை. இடது கை விரல்கள் வைப்பது சரியா, வில்லைப் பிடித்திருக்கும் கோணம் சரியா, வலது தோள் சரியாகத் தூக்கி இருக்கிறதா என்று சந்தேகத்தில் மனது அடிக்கடி அல்லாடுகிறது. அப்பா எட்வர்டிடம் கற்றுக்கொண்ட சங்கீதம்தான், முறையாக வேறு யாரிடமும் கற்றுக் கொள்ளவில்லை. ஸ்டீபன் பாதிரியாரிடம் திருச்சினாப்பள்ளியில் கற்றுக்கொள்ளும்படி அப்பா சொன்னார், கேட்கவில்லை. நீங்கள் சொல்லிக்கொடுங்கள் போதும் என்று சொல்லிவிட்டான். அப்பா கற்றுக்கொண்டதே பதினெட்டு வயது வரைதான், ஆனால் நல்ல அஸ்திவாரம். ராபர்ட் பின்டோ என்ற பிரபல கலைஞரிடம் லண்டனில் கற்றுக்கொண்டாராம். அவருக்கு முழுதாகக் கற்றுக்கொள்ளவில்லை என்ற வருத்தம். அப்பாவும் கம்பெனி வேலைக்கு நடுவில் ஏதோ சொல்பமாகச் சொல்லிக்கொடுத்ததுதான் வில்லியம் இப்போது வாசிப்பது.

மனம் போதும் என்று சொல்லும்வரை குதிரையும் போகும். சில நாட்கள் சந்திரன் ஒளியிலும் நட்சத்திர ஒளியிலும் திரும்ப வரவேண்டி இருக்கும். மாளிகைக்கு வந்து ஒரு கோப்பை மது நிரப்பி மெதுவாகக் குடித்தால் ஏதோ மேக மண்டலத்துக்கு நடுவே மிதக்கும் தேவலோகத்துப் பறவை மாதிரி இருக்கும். உடனே தன் வயலினை எடுத்துச் சற்றே வாசிக்கத் தோன்றும். தேர்ச்சி இருக்கிறதோ இல்லையோ, தான் வாசிப்பதைப் போல உசத்தியான சங்கீதம் தனக்கு உண்டோ என்று சமாதானப் படுத்திக்கொள்வான். அதுவும் ஒரு ஆன்மீகப் பாதை என்று அப்பா சொல்லி இருக்கிறார்.

பூமி சற்றுக் குளிர்ந்தது. மெல்லிசான காற்று தயங்கி வந்தது. வில்லியம் இறங்கி ஆற்றில் முகம், கைகளைக் கழுவிக்கொள்ளலாம் என்று நிறுத்தினான். குதிரையை ஒரு தென்னை மரத்தில் கட்டினான். அதன் கழுத்தைத் தடவிக்கொடுத்து, “இங்கேயே இரு வந்து விடுகிறேன்,” என்றான். பாவம் அந்தக் குதிரையையும் தண்ணீரில் இறக்கி விட்டிருக்கலாம், அதற்கும் தாகமாக இருக்கும். ஆனால் சோபியா தண்ணீரில் இறங்கினால் வெளியே வர மாட்டாள்.

அந்த இடத்தில் நதி ஆழம் இல்லை. சிறு பாறைகள் அங்கங்கே தடுக்க நதி சுழித்து ஓடிக்கொண்டிருந்தது. தன்னுடைய காலணி, காலுறை, மேலங்கி எல்லாம் கழற்றி கரையில் ஒரு பாறை மேல் வைத்தான். ஒரு கணம் எல்லா ஆடைகளையும் கழற்றிவிட்டு நிர்வாணமாகத் தண்ணீரில் இறங்கலாம் என்ற எண்ணம் படர்ந்தது. அக்கம்பக்கம் மனுஷ நடமாட்டமே இல்லை. ஒரு விதேசி இந்தியாவில் அப்படி எல்லாம் செய்யமுடியாது. அதுவும் ஜில்லா கலெக்டர் வேறு. எவனாவது பார்த்துவிட்டுப் புரளி கிளப்பிவிடுவான். வெள்ளைப் பரங்கியர்கள் நக்னமாகக் குளிக்கிறார்கள். இது எங்கள் தர்மத்துக்குப் புறம்பானது. நதி புனிதமானது. நதி எல்லோருக்கும் உரியது. பெண்டு பிள்ளைகள் வருவார்கள். என்ன அசங்கியம் என்று லிகிதம் பட்டினத்துக்குப் போகும். அதைக் கேட்டுக் கவர்னர் துரை விசாரித்து எழுதுவார். சரியான உத்தாரம் கொடுக்காவிட்டால் தகவல் குறிப்பு பெயருடன் லண்டன் வரை போகும்.

எதற்கு வம்பு என்று வில்லியம் சட்டையையும் கால்சட்டையையும் மடித்துவிட்டுக்கொண்டு நீரில் இறங்கினான். ஆழம் அதிகம்

இல்லை. ஆற்று நீரைக் கைகளால் அலசினான். குளிர்ச்சியாக இல்லை. சற்று வெதுவெதுப்பாகத்தான் இருந்தது. நீரை எடுத்து முகத்தில் தெளித்துக்கொண்டான். அதுவும் சுகமாக இல்லை. தண்ணீரிலிருந்து வெளியே வந்து ஒரு பாறையில் உட்கார்ந்து கொண்டான். கரை முழுவதும் புல் மண்டி இருந்தது. முழங்கால் வரை வளர்ந்த புல். பக்கத்தில் மரத்திலிருந்து ஏதோ ஒரு பறவை இனிமையாகப் பாடிக்கொண்டிருந்தது. மெல்லிசான சீழ்க்கை அடிப்பது போல நீண்ட கிரமமாக வந்தது. நடுவே ஒரு இடைவெளி. பதில் சொல்லுவது போல இன்னொரு மரத்திலிருந்து வேறு ஒரு சீழ்க்கை ஒலி வந்தது. அதனுடைய இணையாக இருக்கலாம். சூரியன் இன்னும் இறங்கி இருந்தது. கருமை படர ஆரம்பித்து விட்டது. வில்லியம் அந்த மாலைத் தருணத்தை அனுபவித்துக் கொண்டிருந்தான்.

எண்ணங்கள் ஆற்றில் சிறு அலைகள் போல எழுந்து அடங்கின. அப்பா சொன்னபடி வாழ்க்கை இதுவரை அமைத்துக்கொண்டாகி விட்டது. இந்தியப் பெண்ணுக்குப் பிறந்திருந்தாலும், தேவனின் கருணை, அப்பா குடும்பத்தில் சேர்த்து வளர்த்துவிட்டார். சில கம்பெனி அதிகாரிகள் செய்வதுபோல ஒதுக்கவில்லை. படிப்பு நன்றாக வந்தது. கூடவே வாக்குச் சாதுர்யமும். வெறுமனே படித்து என்ன பயன், கம்பெனியில் மேலே வருவதற்குச் சாமர்த்தியம் இருக்க வேண்டும். இப்போது ஜில்லா கலெக்டரும் ஆகி ஆயிற்று, ஆனால் அவ்வப்போது ஒரு சலிப்பு வந்து விடுகிறது. இந்தியர்கள் தந்திரமானவர்கள், பல்லிளித்துக்கொண்டே துரை துரை என்று சலாம் போடுகிறார்கள். ஆனால் மனதுக்குள் அவர்களுக்கு வெள்ளையர்களைச் சுத்தமாகப் பிடிப்பதில்லை. வாய்ப்பு கிடைத்தால் கொலையும் செய்வார்கள் என்று கம்பெனியில் பேசிக்கொள்கிறார்கள்.

ஓடும் தண்ணீரைப் பார்த்துக்கொண்டே இருந்தால் பொழுது போனதே தெரியவில்லை. சூரியன் உறைக்குள் போட்ட வாள் மாதிரி விரைவாக இறங்கிவிட்டான். இருளாக இருந்தாலும், சந்திரன் ஒளி கசிய ஆரம்பித்திருந்தது.

பளக் என்ற ஒலி கேட்டு வில்லியம் தலைநிமிர்ந்தான். ஏதோ மீன் தண்ணிரிலிருந்து குதித்துத் திரும்ப விழுந்திருக்க வேண்டும். வலது பக்கம் கரையைப் பார்த்தான். நீல நிறத்தில் ஒரு பறவை நதித் தண்ணீரின் மேல் படர்ந்திருந்த தாழ்வான மரக்கிளையில்

உட்கார்ந்துகொண்டு, தலையைச் சாய்த்துக் கீழே பார்த்துக் கொண்டிருந்தது. எதிர்பாராத ஒரு தருணத்தில் அது அம்பு போல கீழே பாய்ந்தது. அந்தக் காட்சியைப் பார்க்கத் தலையை நன்றாகத் திருப்பிய வில்லியம், இன்னொரு எதிர்பாராத காட்சியில் அப்படியே உறைந்துபோனான்.

அந்த இடத்தில் நதி வளைந்து செல்வதால் அதுவரை கவனிக்கவில்லை. நதிக்கு நடுவே ஒரு கல் பாறை. தனியாகப் பீடம் மாதிரி எழுந்திருந்தது. அதன் மேல் ஒரு பெண். தலைவிரித்துக் கருங்கூந்தல் காற்றில் அசைந்துகொண்டிருந்தது. நெற்றியில் பெரிய குங்குமம். முகம் நல்ல சிவந்த நிறமாக இருந்தது. பெரிய கண்களில் அடர்த்தியான மை. கண்களை முழுவதும் திறக்கவும் இல்லை, மூடவும் இல்லை என்பதுபோல தன்னுடைய மூக்கு நுனியைப் பார்த்தபடி சொருகிய கண்கள், காதுகளில் பெரிய குண்டலம், கழுத்தில் நல்ல பருத்த முத்துகளால் ஆன மாலை, ஜரிகை போட்ட வெண் பட்டுப் புடைவை, கை விரல்களில் ஏதோ முத்திரை பிடித்துக்கொண்டு அமர்ந்திருந்தாள். சௌந்தரியம் ததும்பி ஆறாக வழிவது போல இருந்தது. சந்திர கிரணத்தில் ஒரு தேவதை மண்ணில் இறங்கியது போல இருந்தது.

வில்லியம் உறைந்துபோனான். அவளைப் பார்த்தால் மனிதப் பிறவி மாதிரி இல்லை. சௌந்தரிய தேவதைதான். ஆனால் அவளுடைய அழகில் ஏதோ ஒரு பயம் வந்தது. நேரே கண்களால் தொடர்ந்து பார்க்க முடியவில்லை. ரோமாஞ்சனம் ஆனது. ஏதோ அமானுஷ்ய அனுபவம் என்று உள்ளுணர்வு சொல்லியது. எவ்வளவு நேரம் சென்றது என்று தெரியவில்லை.

ஒரு சிலிர்ப்புடன் மறுபடியும் பார்த்தபோது பாறை வெற்றிடமாக இருந்தது. அவளைக் காணவில்லை. அவள் இறங்கி நதிக்கரைக்கு வந்திருக்கக் கூடுமோ என்று பார்த்தான். இல்லை எங்கும் காணவில்லை.

வில்லியம் எழுந்து மேலாடையையும், காலணிகளையும் அணிந்துகொண்டு குதிரை அருகே வந்தான். சோபியாவும் முன்னங்கால்களை உதைத்துக்கொண்டு அமைதியாக இல்லாமல் கனைத்தது. அதற்கும் ஏதோ அபூர்வ அனுபவம் ஆகி இருக்க வேண்டும். வில்லியம் சேணத்தைப் பொருத்தி மேலே ஏறி பவானிக்கு விரைந்தான். குதிரையும் அந்த இடத்திலிருந்து

தப்பித்து ஓடுவதுபோல உந்தாமலேயே வேகமாக ஓடியது. பவானி ஊருக்கு வந்து கம்பெனியின் விருந்தினர் மாளிகையின் மதிலுக்கு உள்ளே வந்த பிறகுதான் குதிரைக்கும் வில்லியமுக்கும் மூச்சு சாதாரணமாக ஆனது.

மாடிக்குச் சென்று உடைகளை மாற்றி, கையில் கோப்பையை எடுத்துக்கொண்டான். இன்னும் சற்று நேரத்தில் வயலின் எடுத்து வாசிப்பான். அதில் ஆழ்ந்துபோவான்.

3

மறுநாள் காசிச்செட்டியை அலுவலகத்தில் கண்டதும் உடனே அறைக்குள் வரச் சொன்னான். நடந்ததை விவரமாகச் சொல்ல ஆரம்பித்தான். சொல்லும்போதே உடல் சிலிர்த்தது.

“யார் அந்தப் பெண்? மர்மமாக இருக்கிறது. வேறு யாராவது பார்த்திருக்கிறார்களா?”

“இன்னொரு முறை சொல்லுங்கள் - அந்தப் பெண் பட்டாடையில் இருந்தாளா? கண்களை மூடி தியானத்தில் இருந்தாளா?”

மறுபடியும் அவளை வர்ணித்தான். “ஏதோ ஒரு தேவதை பூமிக்கு இறங்கிவந்து, நதியில் பாறை மேல் உட்கார்ந்த மாதிரி இருந்தது.”

“கண்களைத் திறந்து ஒரு முறையாவது உங்களைப் பார்த்தாரா?”

“பார்த்திருக்கலாம், என்னைப் பார்த்தாளா என்று சரியாகத் தெரியாது, நான் ஏதோ மயக்கத்தில் இருந்த மாதிரி ஆகிவிட்டேன், திடீரென்று அவளைக் காணவில்லை.”

“அவர் பார்வை உங்கள் மேல் விழுந்திருந்தால், உங்களுக்குப் புண்ணியம்தான். வழக்கமாக யார் கண்ணிலும் தென்பட மாட்டார். தினமும் கோயிலில் அம்மன் சன்னிதியில் அர்த்தஜாம பூஜையின்போது மட்டும் இருப்பார், உங்கள் கண்களுக்கு அவர் தென்பட்டதே பாக்கியம்.”

“ஏன் அப்படிச் சொல்லுகிறாய் ? உனக்கு அவரைத் தெரியுமா?”

“நீங்கள் பார்த்தது பிச்சியம்மாவாக இருக்க வேண்டும்.”

“என்னது பிச்சியம்மாவா?”

“ஆமாம், அவர் ஒரு யோகினி.”

“யோகினி என்றால்?”

“பல அதிசய சக்திகளை அடைந்தவர், கடவுள் அம்சம் உள்ளவர்.”

“என்ன மாதிரி அதிசய சக்திகள்?”

“அவர் இரு நூறு ஆண்டுகளுக்கு முன்னால் பிறந்தவர் என்று சொல்லுகிறார்கள்.”

“இருநூறு ஆண்டுகளா? நல்லவேளை நீங்கள் வழக்கமாகச் சொல்லுவது போல ஆயிரம் என்று சொல்லவில்லை. தவிர அவரைப் பார்த்தால் வயது பதினெட்டுப்போல அல்லவா இருந்தது?”

“ஆமாம், அவர் என்றும் பதினாறு வயதாக இருப்பவர், அதுவும் ஒரு சக்தி.”

“இன்னும் என்ன சக்திகள்?”

“அவர் ஒரே நேரத்தில் பல இடங்களில் இருப்பார். நீங்கள் பவானியில் காவிரிக்கரையில் பார்த்த அதே நேரத்தில் இமாலயத்தில் ஒரு குகையில் இருக்கக் கூடியவர்.”

“ஏன்ன உளறுகிறாய்? ஒரே நேரத்தில் ஒரு மனிதர் பல இடங்களில் இருப்பதா?”

“ஆமாம், அவர் தினமும் அர்த்தஜாம பூஜைக்குக் கோவிலில் இருப்பார் என்று சொன்னேன் அல்லவா? அம்மன் வேத நாயகி சன்னிதியில் சோடசோபசாரம் என்று செய்வார்கள். அதாவது மஞ்சனம், பூ, கந்தம், தூபம், தீபம், நீர், அமுது, தூசு, அடைக்காய், ஆடி, குடை, கவரி, ஆலவட்டம், விசிறி, ஆடல், வாச்சியம் என்ற பதினாறுவகை உபசாரங்கள். அதில் வாச்சியம் என்பது வாத்தியம். அதை ஒரு சேவையாகப் பிச்சியம்மா வந்து தினமும் வீணை வாசித்துக்கொண்டே பாடுவார்.”

“அப்படியா, சரி இதில் என்ன மந்திர சக்தி?”

"பொறுமையாகக் கேளுங்கள், சென்ற வருடம் சித்திரை மாசம், பவுர்ணமி, வழக்கம் போல ராத்திரி பூஜையில் பிச்சியம்மா பாடிக் கொண்டிருந்தார். அன்றைக்கு மிக அற்புதமாகப் பாடி இருக்கிறார். வழக்கமான நேரத்தைவிட அதிக நேரம் பாடி, ஒவ்வொரு பாடலுக்கும் அம்மன் மேலிருந்து பூ விழுந்து ஆமோதித்தாளாம். கேட்டவர்கள் மெய்மறந்து, ஊரெல்லாம் அதே பேச்சு. ஆறு மாதங்கள் கழித்து ஐப்பசி மாதம், காசி யாத்திரை போயிருந்த பவானி சங்கர சாஸ்திரி திரும்பி வந்தார், அவர் வேதம் படித்தவர், இந்த ஊரில் மரியாதை பெற்றவர், அவர் சொல்லுகிறார், நம்ம பிச்சியம்மாவைக் காசியில பார்த்தேன் என்று. நாங்கள் எப்போது என்ன என்று விசாரித்தோம். அவர் சொன்னார், சித்ரா பவுர்ணமி அன்று காசி விசாலாட்சி சன்னிதியில் இருந்தாராம், அங்கே அன்றைக்கு அர்த்த ஜாம பூஜையில் பிச்சியம்மா பாடினாராம்."

"நம்பும்படியாகவே இல்லையே."

"இருங்கள் முழுக் கதையையும் கேளுங்கள்."

"இன்னொரு ஆச்சரியம், அன்றைக்கு பிச்சியம்மா வட நாட்டு சங்கீதத்தில் பூபாலி என்ற ராகத்தைப் பாடினாராம். அப்போது கோவிலில் இருந்த சில வட நாட்டு வித்துவான்கள் கூட அவருடைய பாட்டைக் கேட்டுப் பாராட்டினார்களாம். இதை பவானி சங்கர சாஸ்திரி சொன்னவுடன் சிலர் ஆகா என்றார்கள். என்ன விஷயம் என்றால், அதே நாள் இங்கே பவானியில் சித்ரா பவுர்ணமி அன்று அவர் அதே மோகன ராகத்தில் பாடி இருக்கிறார்."

"அதே ராகம் இருக்கட்டும், அவர் எப்படி ஒரே சமயத்தில் காசியிலும் பவானியிலும் இருந்தார்? அதைவிட காசிக்குப் பயணம் செய்தார், இங்கிருந்து செல்லுவதற்கே ஆறு மாசம் ஆகும் அல்லவா?"

"அவருக்கு ஆறு மாசம் ஆகாது, அவர் மனோவேகத்தில் பயணம் செய்யக் கூடியவர்."

"மனோவேகம் என்றால்?"

"நினைத்த மாத்திரத்தில் இன்னொரு இடத்துக்குச் செல்லக் கூடியவர், காலம் தூரம் எல்லாம் கடந்தவர்."

"எல்லாம் பிதற்றலாக இருக்கிறது."

"உங்களுக்கு அப்படி இருக்கலாம். ஒருமுறை இங்கே இன்னொரு நடந்த சம்பவத்தைச் சொல்லுகிறேன். சரியான கோடைக் காலம். வழக்கம் போல காவிரி வரண்டு இருந்தது. வெறும் பாறைகளும் மணலும்தான். அதில் ஊர்க் குழந்தைகள், விளையாடிக் கொண்டிருந்தனர். அவர்கள் விளையாட்டாக ஒரு தேர்ப் பொம்மை செய்து அதில் சுவாமியையும் அம்மனையும் வைத்து நதிக் கரையில் ஊர்வலம் மாதிரி சப்பரம் கட்டி விளையாடிக் கொண்டிருக்கிறார்கள்."

"குழந்தைகளுக்கும் வேறு விளையாட்டு இல்லையா?"

"குறுக்கே இடக்காகப் பேசாமல் கேளுங்கள், அப்போது பிச்சியம்மா அங்கே வந்திருக்கிறார். குழந்தைகளைப் பார்த்ததும் அவருக்கு முகத்தில் புன்னகை. குழந்தைகளும் லட்சணமாக வந்த பெண்ணைப் பார்த்துச் சிரித்திருக்கிறார்கள். பிச்சியம்மா குழந்தைகளிடம் என்ன விளையாடிக்கொண்டிருக்கிறீர்கள் என்று கேட்டிருக்கிறார். குழந்தைகள், தேர்த் திருவிழா, வாருங்கள் நீங்களும் தேர் இழுக்க என்று கூப்பிட்டிருக்கிறார்கள். அடேயப்பா இவ்வளவு பெரிய தேராக இருக்கிறதே என்று பிச்சியம்மாவும் அந்தக் குழந்தைகளுடன் விளையாட ஆரம்பித்திருக்கிறார். அப்போது ஒரு குழந்தை அவரிடம் இதையே பெரிய தேர் என்று சொல்லுகிறீர்களே, நீங்கள் இதைவிட பெரிதாகப் பார்த்ததில்லையா என்று கேட்டிருக்கிறாள். பிச்சியம்மா "ஓ பார்த்திருக்கிறேனே, நீங்களும் பார்க்க வேண்டுமா, வாருங்கள் திருவாரூரில் இன்றைக்குதான் ஆழித்தேர்" என்று சொல்லி இருக்கிறாள்.

அங்கே இருந்த குழந்தைகளில் சற்று வயதில் மூத்தவள் திருவாரூர் எங்கோ தூரத்தில் அல்லவா இருக்கிறது என்று கேட்டிருக்கிறாள். அதற்குப் பிச்சியம்மா எல்லாம் மனசு போகும் தூரம்தான் என்று சொல்லி இருக்கிறார். அந்தக் குழந்தைகளைக் கண்களை மூடிக் கொண்டு அவருடைய கைகளைப் பிடித்துக் கொள்ளச் சொல்லி இருக்கிறார். குழந்தைகளும் செய்திருக்கிறார்கள்."

"வினோதக் கதையாக இருக்கிறதே, என்ன ஆயிற்று?"

"அடுத்த கணம் குழந்தைகள் திருவாரூரில் ரதோத்சவக் கூட்டத்தில்

இருந்திருக்கிறார்கள். சுவாமி தரிசனம் செய்தது மட்டும் இல்லை, அங்கே விதவிதமான பக்ஷியங்களை வாங்கிக் கொடுத்திருக்கிறார், திரும்பி வந்த குழந்தைகள் கையில் காற்றாடி இன்னும் வினோதமான விளையாட்டுப் பொருட்கள், எல்லாம் வீட்டுக்கு ஓடி வந்து திருவாரூர்க் காட்சியை அம்மா அப்பாவிடம் சொல்லி இருக்கின்றனர். ஒரு குழந்தை அம்மாவுக்காகத் திருவாரூரிலிருந்து வடை, சுகியன், போளி என்று பக்ஷியங்களை வேறு கையில் எடுத்துக் கொண்டு வந்திருந்தது. முதலில் யாரும் நம்பவில்லை, பிறகுதான் அந்தப் பெரிய பெண் நடந்தது முழுவதும் சொல்லி இருக்கிறாள். ஜனங்கள் ஆற்றுப் படுகைக்கு ஓடினார்கள், ஆனால் பிச்சியம்மாவைக் காணவில்லை."

"நீ சொல்லுவது மாயாஜாலக் கதை மாதிரி இருக்கிறது."

"சர், நீங்கள் குழந்தைகள் சொன்ன கதை என்று நம்பவில்லை, சுமார் இருநூறு ஆண்டுகளுக்கு முன்பு இதே ஊரில் பெரியவர்கள் கண் முன்னாலேயே நடந்த அதிசயம்தான் பிச்சியம்மாவின் கதை."

"இன்னொரு அற்புதக் கதை சொல்லப்போகிறாயா?"

"நான் சொல்லுவதை முழுதாகக் கேளுங்கள், வாழ்க்கையில் சில விஷயங்கள் நம்பிக்கைக்கு உட்பட்டவை, பகுத்தறிவுக்குப் புலப்படாதவை."

"சரி, சொல்லு கேட்கிறேன். ஜில்லா கலெக்டராகிய நான் உங்களுடைய நம்பிக்கைகளைப் புரிந்துகொள்ள வேண்டும், அதற்காகவாவது கேட்கிறேன்."

4

“நான் சொன்னேன் இல்லையா, சுமார் இருநூறு வருடங்களுக்கு முன்னால் நடந்த சம்பவம் இது. அப்போது கோவில் இவ்வளவு பெரிதாக இல்லை. இந்தப் பிரதேசம் மைசூர் மன்னர் உடையார்கள்வசம் இருந்தது. கிருஷ்ணராஜ உடையாரின் தளவாய் தேவரசய்யன் என்பவர்தான் இங்கே ஆண்டு வந்தார். அவர்தான் அம்மன் கோவிலுக்குத் திருப்பணிகள் செய்து திருநடை மாளிகை அமைத்தார். எல்லா திருப்பணிகளும் முடிந்து கோவிலுக்குக் கும்பாபிஷேகம். மிக விமர்சையாக நடந்திருக்கிறது. அந்தத் திருவிழாவில் ஒருநாள் அம்மனுக்குப் பூப்பல்லக்கு உற்சவம். அம்மன் பூ அலங்காரம் செய்த பல்லக்கில் பவனி வருவாள். உங்களுக்குத் தெரியும் அல்லவா, அந்த மாதிரி உற்சவங்களில் வாச்சியம் உண்டு- நாகசுரம் வாசிப்பார்கள், கூடவே நாட்டியமும் உண்டு. அதற்காகவே பெண்டுகள் உண்டு. தேவரடியார் என்று சொல்லுவோம். அவர்களுடைய பணி தினமும் கோவிலில் பாடுவது, கால பூஜைகளின்போது நிருத்தியம் செய்வது என்று. அதற்காகவே சிறுவயதிலேயே பெண்களைப் பொட்டுக் கட்டி கோவிலுடன் சேர்த்துவிடுவார்கள், அவர்கள் கல்யாணம் செய்து கொள்ள மாட்டார்கள்.”

“அப்படியா? அவர்கள் அப்படிப்பட்ட வாழ்க்கையை விரும்பினார்களா?”

"ஆமாம், அப்படியும் வைத்துக்கொள்ளலாம். இந்த வழக்கம் பல நூறு ஆண்டுகளுக்கு முன்னால் சோழர் காலத்திலிருந்து உண்டு. சிவன் கோயிலில் ருத்திர கணிகை என்பார்கள். இங்கே இருந்த பல நாட்டியக்காரிகள்கூட தஞ்சாவூரிலிருந்து வந்தவர்கள்."

"தஞ்சாவூரா? நான் திருச்சினாப்பள்ளியில் இருந்தபோது தஞ்சாவூரைப் பற்றி, அங்கே பெரியகோவிலைப் பற்றி நிறையக் கேள்விப்பட்டிருக்கிறேன்."

"ஆமாம் அதே ஊர்தான். இங்கே எல்லா ஊர்களிலும் கோயில்களில் அப்படி ஒரு சம்பிரதாயம் உண்டு. வாழ்க்கையையே சுவாமிக்கு அர்ப்பணம் செய்து புண்ணியவதிகளாக வாழ்ந்து வந்தார்கள். சமூகத்தில் அவர்களுக்குத் தனி மரியாதையும் உண்டு. ஆனால் காலப்போக்கில் நிறைய மாறிவிட்டது."

"என்ன மாறியது?"

"எல்லாம் விஜய நகர சாம்ராஜ்யம் விழுந்து, சிற்றரசுகளாக மாறிய காலத்தில், பெரிய ராஜாக்களுடைய ஆதரவு இல்லாமல் போனது. உள்ளூர் பெருந்தனக்காரர்கள் தாங்களே ராஜா என்று அறிவித்துக்கொண்டு ஆட்சி செய்தார்கள்."

"தெரியும் உங்கள் ஊரில்தான் ஊருக்கு ஒரு ராஜா ஆயிற்றே! முதலில் நாங்கள் வந்தபோது இந்தியா ஒரு நாடு என்று தவறாகப் புரிந்துகொண்டிருந்தோம். இங்கே வந்த பிறகுதான் விவரங்கள் தெரியவந்தன. ஆயிரக் கணக்கான அரசுகள், ராஜாக்கள்."

"ஆமாம், அந்த மாதிரி இங்கேயும் ஒரு உள்ளூர் தனவான் இருந்திருக்கிறான். அவன் உற்சவத்தில் சுவாமியையும் அம்மனையும் பார்க்காமல் ஒரு தேவரடியார்ப் பெண்ணைப் பார்த்திருக்கிறான்."

"அவள்தான் பிச்சியம்மாவா?"

"ஆமாம், அவருடைய பெயர் புவனசுந்தரி. பார்ப்பதற்கு அப்படி அழகாக இருப்பார்களாம்."

"இப்போதும் அப்படித்தானே அவரைப் பார்த்தேன், கண்களை அகற்ற முடியாத அழகு."

"அவருடைய அழகு தெய்வீகமானது, வேறு எந்தக் கண்ணோடும் பார்க்காதீர்கள், பார்த்தால் பெருந்தனக்காரருக்கு ஆன மாதிரி ஆகிவிடும்."

“யாரது உற்சவத்தில் பெண்ணைப் பார்த்துக்கொண்டிருந்த தனவான் என்று சொன்னாயே அவன்தானா?”

“ஆமாம் அவன்தான், புவனசுந்தரி சுவாமிக்கு முன் நாட்டியம் ஆடி முடிந்ததும் இவன் அருகில் போய் பாராட்டி, இளித்துக் கொண்டே என்னுடைய அரண்மனையில் வந்து அன்று இரவு நாட்டியம் ஆட முடியுமா என்று கேட்டிருக்கிறான்.”

“வெறும் நாட்டியம்தானா, இல்லை வேறு அர்த்தத்தில் சொன்னானா?”

“அதில் என்ன சந்தேகம்? அவன் கேட்டதற்கு சுந்தரி பதில் சொல்லாமல் அம்மனைப் பார்த்துப் பிரார்த்தித்திருக்கிறாள். இவன் விடாமல் அவள் அருகே சென்று, “என்னடீ நான் கேட்ட கேள்விக்குப் பதில் சொல்லாமல் அம்மனைப் பார்த்து முணுமுணுக்கிறாய்?” என்று அதட்டி இருக்கிறான். சுந்தரி அதற்கு பதிலாக “போடா, நான் கோவில் சொத்து, பக்கத்தில் வராதே குல நாசம் ஆகும்,” என்று எச்சரித்திருக்கிறாள். அவன் கேட்காமல் “என்னடி நீ மரியாதை இல்லாமல் பேசுகிறாய், என்னுடன் வா” என்று கையைப் பிடித்து இழுத்திருக்கிறான்.”

“அக்கிரமமாக இருக்கிறதே, ஒரு பெண்ணை, அவளுடைய விருப்பம் இல்லாமல் ஒருத்தன் கையைப் பிடித்து இழுக்கலாமா? அதுவும் புனிதமான கோயிலில்? அதைப் பார்த்துக்கொண்டு எல்லோரும் சும்மா இருந்தார்களா?”

“சார், உங்களுக்கு எங்களுடைய ராஜ விசுவாசம் புரியாது, ராஜா என்ன வேண்டுமானாலும் செய்யலாம். யாரும் தடுத்துக் கேள்வி கேட்க முடியாது.”

“அதனால்தான், இப்போது எங்களை ராஜாக்களாக ஏற்றுக் கொண்டு விசுவாசமாக இருக்கிறீர்கள்.”

“என்ன வேண்டுமானாலும் சொல்லிக்கொள்ளுங்கள் மீதிக் கதையை நான் சொல்லுகிறேன்.”

“சொல்லு, சுவாரசியமாக இருக்கிறது.”

“ராஜா கையைப் பிடித்து இழுத்தானா, அப்போது புவனசுந்தரி, அம்மா என்று அம்மனைப் பார்த்து அலறினாள். அவளைத் தொட்ட கை அப்படியே நின்றுபோனது, ராஜாவுக்கு ஒரு பக்கம்

முழுவதும் சுவாதீனம் இல்லாமல் அந்தக் கணமே ஆனது."

"என்னது? அவனுக்குப் பக்கவாதம் வந்ததா? அதுவும் அந்தக் கணத்தில்?"

"ஆமாம், அதற்குப் பிறகு எத்தனையோ சிகிச்சை செய்தார்கள், உள்ளூர் வைத்தியர், பாலக்காட்டிலிருந்து ஒரு ஆயுர்வேத வைத்தியர், உங்கள் ஆங்கில மருத்துவர்கூட பரிசோதனைசெய்து ஒன்றும் செய்ய முடியாது என்று சொல்லிவிட்டார்கள்."

"பிறகு என்ன ஆச்சு?"

"ஆவது என்ன, வாழ்நாள் முழுவதும், அவன் கை கால் விளங்காமல் இருந்து செத்துப்போனான், அது மட்டும் இல்லை, அவனுக்கு அப்போதே மனைவிகள் குழந்தைகள் எல்லாம் இருந்தார்கள் ஒவ்வொருவராக ஏதோ ஒரு விதத்தில் வியாதி வந்து, விபத்தில் அகப்பட்டு ஒரே வருடத்தில் செத்துப்போனார்கள். குலநாசம் என்று சுந்தரி இட்ட சாபம் பலித்தது."

"அதிசயமாக இருக்கிறது, கேட்கவும் பயமாக இருக்கிறது. சரி, சுந்தரி எப்படிப் பிச்சியம்மா ஆனாள்?"

"அப்போதே சுந்தரி ஒரு வார்த்தை பேசாமல் தன்னுடைய நகை எல்லாவற்றையும் கழற்றி அம்மன் பாதத்தில் போட்டுவிட்டு கட்டிய புடவையுடன் கிளம்பி விட்டாள். அவளுடைய அம்மா அழுது, போக வேண்டாம் என்று தடுத்திருக்கிறாள். கேட்கவில்லை. மறுநாள் நதிக்கரையில் அவள் கண்மூடி பத்மாசனத்தில் தியானத்தில் இருப்பதைப் பார்த்திருக்கிறார்கள். அவளுடைய அம்மா சாப்பாடு எல்லாம் எடுத்துக்கொண்டு போயிருக்கிறாள். சுந்தரி ஒரு வார்த்தையும் பேசவில்லை, அப்படியே திருப்பி அனுப்பிவிட்டாள். தினமும் அர்த்தஜாம பூஜைக்கு மட்டும் அம்மன் சன்னிதியில் வந்து பாடுவாள், வீணை வாசிப்பாள்."

ஒருநாள் குருக்கள் கேட்டிருக்கிறார் "அம்மா, நீ நாட்டியத்தை விட்டு விட்டாயே, கோவிலுக்கும் சேவை கிடையாதா?" என்று.

அதற்கு அவள் "இல்லை ஐயா, இனிமேல் ஆடல் கிடையாது, மனிதர்கள் பார்த்து ஆசைப்படும் நாட்டியம் ஆட மாட்டேன். பக்தியுடன் பாட்டு மட்டும்தான். கூடவே மாசில் வீணை அவ்வளவுதான்" என்று சொல்லி இருக்கிறாள்.

ஆதன் பிறகு அவள் தினமும் பாடுவது அம்மன் சன்னிதியில் மட்டும்தான். அதனால் குருக்கள் விடாமல் "அம்மா, நீ அம்மனுக்கு மட்டும் பாடுகிறாய், சுவாமிக்குப் பாட்டு இல்லையா?" என்று கேட்டிருக்கிறார்.

அதற்கு அவள் "சுவாமி, சிவன் ஒரு ஆண்தானே, அவரும் பிட்சாடனராக முனி பத்தினிப் பெண்களை மயக்கியவர், அதனால் பாட மாட்டேன். என்னுடைய அம்மா பண்ணார் மொழியம்மைக்கு மட்டும்தான் பாட்டு" என்று சொல்லி இருக்கிறாள். எங்கள் அம்மனுக்கு வேத நாயகி, பண்ணார் மொழி அம்மை என்று பெயர்,

அந்தக் குருக்கள், "சரியான பிச்சியாக இருக்கிறாளே, சுவாமிக்குப் பாட மாட்டாளாம்" என்று சொல்லி இருகிறார். அம்மன் சன்னிதியில் அர்த்தஜாம பூஜை ஆரம்பிக்கும்போது, எங்கே அந்தப் பிச்சியை இன்னும் காணவில்லை என்று கேட்பாராம். நாளாவட்டத்தில் அதுவே அவள் பெயராக ஆகியது. இதுதான் புவனசுந்தரி பிச்சியம்மா ஆன கதை" என்று முடித்தான்.

"நானும் ஜாக்கிரதையாக இருக்க வேண்டும், நேற்று பார்த்ததே ஒரு அமானுஷ்ய அனுபவமாக இருந்தது."

"சாதாரணமாக அவர் கோவில் இரவு பூஜை தவிர மற்ற நேரங்களில் தென்பட மாட்டார். உங்களை மாதிரி ஒரு விதேசிக்கு தரிசனம் கிடைத்திருக்கிறது என்றால் ஏதோ அருள்தான்."

"அப்படியா? மறுபடியும் அவரைப் பார்த்தால் பேச முயற்சி செய்கிறேன். ஆனால் என்னுடைய தமிழ் கொச்சையாக இருக்கும், அவருக்குப் புரியுமோ இல்லையோ."

"நீங்கள் பேச முயற்சி செய்வது அபாயம் என்று எனக்குத் தோன்றுகிறது, அவர் சிவன் சன்னிதியிலேயே பாட மறுத்தவர், ஆண்கள் அவருக்கு ஆகாது, அதுவும் நீங்கள் விதேசி , ஆனாலும் உங்களுக்குத் தரிசனம் கொடுத்திருக்கிறார், இருந்தாலும் ஜாக்கிரதை, அவ்வளவுதான் நான் சொல்ல முடியும். அப்படி அவரே ஒருகால் உங்களிடம் பேசினால், நீங்கள் கேட்ட கேள்விக்குப் பதில் கிடைக்கக் கூடும். பிச்சியம்மாவுக்கு எல்லா பாஷைகளும் தெரியும், அவர் உங்களிடம் ஆங்கிலத்தில் சரளமாகப் பேசினாலும் ஆச்சரியப்படாதீர்கள்."

“நான் கோவிலுக்கு வரலாமா? எனக்கு அவருடைய பாட்டைக் கேட்க வேண்டும் என்று ஆசையாக இருக்கிறது.”

“ஐயோ, கோவிலுக்குள் உங்களை விடமாட்டார்களே.”

“நீ சொன்னாலும் கூடவா ? உனக்குத்தான் இங்கே பலரையும் தெரியுமே, ஏதாவது ஏற்பாடு செய்ய முடியுமா?”

“இல்லை சார், அது முடியாது, கோவில் விஷயத்தில் என்னைப் பலவந்தப்படுத்தாதீர்கள்.”

“காசிச்செட்டி, என்னுடைய நன்றிகள், என்ன ஆகிறதோ பார்க்கலாம்.”

5

அந்த நிகழ்ச்சிக்குப் பிறகு, வில்லியம் தினமும் காவிரிக் கரையில் சுற்றினான். எங்கேயாவது பிச்சியம்மா கண்ணில் படுவாரா என்று அலைந்தான். அவர் தென்படவில்லை.

ஒருநாள் அவனுக்கு ஓர் எண்ணம் வந்தது. வெள்ளிக்கிழமை அன்று வழக்கம் போல அலுவலக வேலைகள் முடிந்த பிறகு பவானி ஊருக்கு அருகில் காவிரிக்கரையில் குதிரையில் சுற்றினான். வெள்ளிக்கிழமை மற்ற நாட்களைவிட அம்மனுக்குப் புனிதம் என்று கேள்விப்பட்டிருந்தான். ஒருவேளை பிச்சியம்மா வெள்ளிக்கிழமை கோவிலுக்கு அருகில் தென்படலாம் என்ற ஆசையில்.

அன்றைக்கு இன்னொரு காரியம் செய்தான். குதிரை மேல் வரும்போது முதுகில் வயலின் பெட்டியையும் கட்டி எடுத்து வந்திருந்தான். பொழுது சாயும் வேளையில் நதிக்கரையில் ஒரு பெரிய அரச மரத்தின் அடியில் மேடை மாதிரி இருந்த இடத்தில் நின்று கொண்டு வாசிக்க ஆரம்பித்தான். அது மேடை மேல் நாகப் பிரதிஷ்டைகள் இருந்த மரம். அதனால் காலணிகளைக் கழற்றி விட்டு, நாகர் சிலைகளுக்கு அருகில் இல்லாமல், இன்னொரு பக்கமாக வாசித்துக்கொண்டிருந்தான்.

தன்னுடன் பேச விருப்பம் இல்லாவிட்டாலும், இந்த வினோத வாத்தியத்தைப் பார்ப்பதற்கும், கேட்பதற்கும் இன்னொரு

சங்கீதக்காரியான பிச்சியம்மா கட்டாயம் வருவார் என்று எதிர்பார்த்தான். முதலில் வாசித்துக்கொண்டே சுற்றிலும் தேடினான். யாரும் வரவில்லை. அவன் வாசித்துக்கொண்டே இருந்தான். எவ்வளவு நேரம் போனதோ தெரியவில்லை. ஒரு கட்டத்தில் கண்களை மூடி அனுபவித்து வாசிக்க ஆரம்பித்தான். காவிரிக்கரை, அரச மரம், வெயில் சூடு, நதியின் சலசலப்பு, பறவைகளின் ஓசை என்ற சுற்றுச் சூழலே மறந்துபோனது. கண்களின் ஓரத்தில் தன்னிச்சையாக நீர் கோர்த்துக்கொண்டது.

திடீரென்று அவன் வாசித்து வந்த கோவையில் இன்னொரு தந்தி வாத்தியத்தின் மீட்டும் இசை சேர்ந்து கொண்டது. வில்லியம் கண்களைத் திறந்து பார்த்தான். எதிரே மேடையில் கையில் வீணையுடன் பிச்சியம்மா. அவன் என்ன வாசிக்கிறானோ அதற்கு அழகு செய்வது போல கூடவே வாசித்து வந்தார். வில்லினால் வாசிக்கப்படும் வயலினின் தொடர்ந்த ஒலியும், விரல்களால் மீட்டப்படும் வீணையின் ஒலியும் ஒன்றுக்கொன்று நிரப்பி பூர்த்தி செய்துகொண்டன. அவ்வளவு கச்சிதமாகப் பிச்சியம்மா வாதி சம்வாதி சுரங்களை வாசித்து வந்தார். வில்லியம் திகைத்துப் போய் நிறுத்தினான். பிச்சியம்மா அவனை மேலே வாசி என்பது போல கை அசைத்தார்.

வில்லியமும் தொடர்ந்தான். மேஜர் ஸ்கேல்களை விட, கீழை நாட்டவர்களுக்கு மைனர் ஸ்கேல்கள் உவப்பாக இருக்கும் என்று கேள்விப்பட்டிருந்தான். அதனால் மைனர் ஸ்கேல் எடுத்து வாசித்தான். பிச்சியம்மாவும் அவனுடன் சேர்ந்து வாசித்தார். அவன் அடுத்த சுரம் என்ன வாசிக்கப் போகிறான் என்று முன்னமேயே தெரிந்தது போல, அந்த முழு இசைக் கோவையும் மனப்பாடமாகத் தெரிந்தது போல தயங்காமல் லாகவமாக வாசித்தார். அவன் வேகமாக வாசித்தால் அதே வேகத்துடன் தொடர்ந்தார். அவன் ஒலியைக் குறைத்து நளினமாக வாசித்தால், அவரும் மீட்டும் ஒலியைக் குறைத்துத் தொடர்ந்தார். நடுவில் வாசிக்கும் ஸ்தாயி மேலே போனால் தகுந்தபடி தானும் வாசித்தார். எவ்வளவு நேரம் போனது என்று தெரியவில்லை. இருள் சூழ்ந்து மெல்லிய சந்திரன் ஒளி மட்டும்தான். வியர்த்து சட்டை எல்லாம் நனைந்தது. மெல்லிய காற்று வர ஆரம்பித்தது. களைத்துப் போய் நிறுத்தினான்.

பிச்சியம்மாவும் நிறுத்திவிட்டு அவனைப் பார்த்துப் புன்னகைத்தார். அவர்தான் முதலில் பேச ஆரம்பித்தார். நல்ல இனிமையான குரல்

“என்ன வாச்சியம் இது? அருமையான நாதமாக இருக்கிறதே.”

“அம்மா, இதற்கு வயலின் என்று பெயர். எங்களுடைய இசை உலகத்தில் மிகப் பிரபலமான வாத்தியம்.”

“இதன் நாதத்தைக் கேட்டால் அப்படிப் பிரபலமாக ஆனது ஆச்சரியமாகவே இல்லை.”

“சென்ற இரண்டு நூற்றாண்டுகளில் இத்தாலியில் உருவானது. இதனுடன் சேர்த்து வயோலா, செல்லோ, பாஸ் என்று நான்கு வாத்தியங்களாக, குழுவாக வாசிப்பது வழக்கம்.”

“இங்கேயும் மங்கள வாச்சியங்களைச் சேர்த்து வாசிப்பது வழக்கம். தந்தி வாச்சியங்களில் வில்லினால் வாசிக்கும் வாச்சியத்தில்தான் இப்படி தொடர்ந்து நாதம் எழும், வீணையில் நடுவில் மீட்டாமல் வாசிக்க முடியாது.”

“ஆமாம், தொடர்ச்சியாக ஒலி எழுப்ப முடிவதனால்தான் வயலின் இவ்வளவு பிரபலமாக ஆகி இருக்கிறது.”

“இது இந்த பாரத தேசத்திலும் வெகு காலமாக இருந்திருக்கிறது.”

“அப்படியா, வீணைதான் உங்களது தந்தி வாத்தியம் என்று நினைத்துக்கொண்டிருக்கிறேன்.”

“வீணைதான் பிரபலமாக இருக்கிறது. ஆனாலும் வில்லினால் வாசிக்கும் வாச்சியங்கள் உண்டு.”

“அப்படியா?”

“எந்த வாச்சியமானால் என்ன, சங்கீதம்தான் உலகத்துக்கே முதல். இந்த ஊர் சுவாமியைப் பற்றிப் பாடிய திருஞான சம்பந்தப் பெருமான்

> “நாட்டம் பொலிந்து இலங்கு நெற்றியினான் மற்றொரு கை
> வீணையேந்தி
> ஈட்டும் துயரறுக்கும் எம்மான் இடம்போலும் இலை சூழ் கானில்
> ஓட்டம் தரும் அருவி வீழும் விசைகாட்ட முந்தூழ் ஓசைச்
> சேட்டார் மணிகள் அணியும் திரைசேர்க்கும் திருநணாவே”

என்று பாடினார். திருநணா என்று இந்த ஊர் அப்போது அழைக்கப்பட்டது. சுவாமி கையில் வீணை ஏந்தி உலகத்தில் உயிர்களை எழுப்பியிருக்கிறான் என்று சொல்லுகிறார்.

அப்பர் சுவாமிகளும் சிவபெருமான் பிரளய காலத்தில் அழிந்த உலகத்தை வீணை வாசித்து மீண்டும் படைக்கிறார் என்று பாடுகிறார். இறைவன் வாசிக்கும் வீணையிலிருந்து நாதம் எழ, அந்த நாதத்திலிருந்து ஆகாயமும் மற்ற காற்று, தீ, நீர், நிலம் எங்கிற நான்கு பூதங்களும், அந்த பஞ்ச பூதங்களும் சேர்ந்த உலகமும் உயிர்களும் தோன்றுகின்றன.

> "பெருங்கடல் மூடிப் பிரளயம் கொண்டு பிரமனும் போய்
> இருங்கடல் மூடி இறக்கும் இறந்தான் களேபரமும்
> கருங்கடல் வண்ணன் களேபரமும் கொண்டு கங்காளராய்
> வரும் கடல் மீள நின்று எம்மிறை நல்வீணை வாசிக்குமே"

அதனால் வாச்சிய நாதம்தான் உலகத்துக்கும் உயிர்களுக்கும் முதலில் தோன்றியது."

"உங்களுடைய புராணங்கள் மேலோட்டமாகப் பார்த்தால் வெறும் கதைகளாக இருந்தாலும், நிறைய தத்துவங்கள் இருக்கின்றனவே!"

"ஆமாம். அது மட்டும் இல்லை, சங்கீதம் என்பது இறை அம்சம் கொண்டதாகத்தான் நாங்கள் பார்க்கிறோம், அது வெறும் பொழுது போக்குக்கு மட்டும் அல்ல."

இவ்வளவு பேசிக்கொண்டு வந்தது வில்லியமுக்குத் தைரியமாக இருந்திருக்க வேண்டும்.

"நீங்கள் எப்படி நான் வாசித்தது எல்லாவற்றையும் ஈடு கொடுத்து கூடவே வாசித்து வந்தீர்கள்?"

"அதில் என்ன இருக்கிறது, எந்த நாட்டு சங்கீதம் ஆனாலும், ஒரு போக்கு என்று உண்டு அல்லவா? அதுவும் தவிர நாம் உன் மனத்துடன் லயித்து வாசித்தேன். நீ அடுத்து என்ன சுரம் வாசிக்கப் போகிறாய் என்ற வரிசை முதலிலேயே உனக்கு மனப்பாடம் அல்லவா? நானும் அதில் புகுந்துகொண்டேன்."

"அது எப்படி சாத்தியம்?"

"எத்தனையோ சாத்தியங்கள் அறிவுக்கு அப்பால் இருக்கின்றன,

எல்லாவற்றையும் அறிவினால் புரிந்துகொள்ளவேண்டும் என்று நினைக்காதே. நீ வாசித்தது எல்லாம் உன்னுடைய முயற்சி என்று நினைக்கிறாயா? நீ வாசித்த ராகம் உன்னுடைய தேர்வு என்று நினைக்கிறாயா? நீ முதலில் வாசித்த பண் பழம்பஞ்சுரம், சங்கராபரண ராகத்திலிருந்து வன்விளரி, தைவத சுரத்தை ஆதாரமாக மாற்றிக்கொண்டு கிரகபேதம், திரிபு செய்ய ஆரம்பித்தாய் அல்லவா? அது உன்னுடைய எண்ணத்தினால் மட்டும் அல்ல. மேலே கந்தர்வர்கள் படுமலைப்பாலை, நட பைரவி பாடிக்கொண்டு, வாச்சியங்களில் வாசித்துக்கொண்டு போனார்கள். அதன் அதிர்வுகள் உனக்குள் புகுந்து உன்னையும் வாசிக்க வைத்தது. அப்படித்தான் வேறு எத்தனையோ விஷயங்கள் நாம் செய்வதாக நினைத்துக்கொண்டிருக்கிறோம். அப்படி அல்ல. இப்போது இன்னும் மூன்று நாழிகைக்கு நடபைரவியின் அதிர்வுகள் இருக்கும். ஒரு சுத்த மனசுடைய பாடகனோ, வாச்சியக்காரனோ இந்த இடத்தில் வந்தால், அவர்களே அறியாமல், அதே ராகம் வாசிக்கத் தோன்றும். அந்த அதிர்வுகளை உணர்வதற்கும் ஏற்றுக் கொள்வதற்கும் அருள் வேண்டும். உனக்குக் கிடைத்திருக்கிறது, கிடைக்கும்போது அதை அனுபவி."

வில்லியம் தலைவணங்கினான்.

"அப்படியா, உங்களுடைய கருணையினால் எனக்கும் அருள் இன்னும் கிடைக்கட்டும்."

"நிச்சயம், நீ உன்னை மறந்து கடந்த பல நாழிகை நேரம் வாசித்தாய் அல்லவா? நான் என்ற விழிப்புணர்வு இல்லாத நிலையில் தன்னை மறந்து என்ன செய்தாலும் அது யோகம்தான். உனக்கு அருள் இருக்கிறது."

வில்லியம் இரு கைகளையும் கூப்பி மறுபடியும் வணங்கினான்.

"அம்மா, நான் உங்களுடைய சங்கீதத்தைக் கேட்க வேண்டுமே, அது அவ்வளவு இனிமையானது என்று கேள்விப்பட்டிருக்கிறேன்."

"நான் மனிதர்களுக்காகப் பாட மாட்டேன், வாசிக்கமாட்டேன்."

"என்னுடைய துரதிர்ஷ்டம்."

வில்லியம், சற்று முன்பு என்னுடன் சேர்ந்து வாசித்தீர்களே என்று நினைத்துக்கொண்டான். கேட்கவில்லை.

"அது என்னை அறியாமல் செய்தது, உன்னுடைய சங்கீதம் காவிரி நதி மூழ்க அழைப்பதைப் போல இருந்தது."

"என்னுடைய பாக்கியம், நான் உங்களுடைய பாணி சங்கீதத்தைக் கேட்க வேண்டுமே."

சில கணங்கள் காற்றின் மெல்லிய ஓசையைத் தவிர வேறு ஒன்றும் இல்லை.

"கோவிலில் அம்மன் சன்னிதியில் மட்டும்தான் அது சாத்தியம். ஆனால் நீ கோவிலுக்குள் வர முடியாதே."

"கோவிலில் தேர் உற்சவம் நடக்கும் என்று கேள்விப்பட்டு இருக்கிறேன், அப்போது நீங்கள் பாடி வாசிப்பீர்களா?"

"நான் புறப்பாடு, பல்லக்கு, தேர் போன்ற உற்சவங்களில் கோவிலுக்கு வெளியே பாடுவது வாசிப்பது இல்லை."

"அம்மா எனக்கு மிக வருத்தமாக இருக்கிறது."

பிச்சியம்மா உற்சாகமாக பதில் சொன்னார்.

"இன்றைக்கே நீ கோவிலுக்கு வா, அம்மன் சன்னிதிக்கு வெளியே கிழக்கு மதில் சுவருக்கு அருகில் வெளியே நில்."

"அங்கிருந்து கேட்க முடியுமா? உங்கள் கோவிலின் மதில்கள் பருமனானவை, கல்லால் ஆனவை, தவிர உங்களைப் பார்க்கவும் முடியாது."

"நீ இன்று வா, அர்த்த ஜாம பூஜைக்கு நேரமாகிவிட்டது."

வில்லியம் அவசரமாக எழுந்து கிளம்பினான். இதற்கு முன்பு கோவிலுக்கு அருகில் சென்றதில்லை. குதிரையை ஒரு மரத்தில் கட்டிவிட்டு, மதில் சுவருக்கு அருகில் வந்தான். அம்மன் சன்னிதிக்கு எதிரே எந்த இடம் என்று புரியவில்லை. விசாரிக்க அங்கே ஆள் நடமாட்டமும் இல்லை. அவன் யோசித்துக் கொண்டே மதிலின் அருகிலேயே நடந்தான்.

சன்னமாக வாச்சிய ஒலியும், கூடவே இனிமையாக யாரோ பாடும் ஒலியும் கூர்ந்து கேட்டால் தெரிந்தது. அந்த ஒலியை வைத்துக் கொண்டே அவன் மேலே நடந்தான். ஒரு இடத்தில், மதில் சுவரில் கற்கள் எடுக்கப்பட்டு மூன்று துவாரங்கள் இருந்தன. அவை வெளியில் நின்றுகொண்டு ஒருவர் வசதியாகப் பார்க்கும்

உயரத்தில் இருந்தன. ஆச்சரியத்துடன் வில்லியம் அதன் வழியாக உள்ளே பார்த்தான். நேராக அம்மன் சன்னிதி, பூஜை நடந்து கொண்டிருந்தது.

தீப ஒளியில் அம்மனுடைய பொன் நகைகளும் பட்டாடைகளும் பளபளத்தன. நின்றுகொண்டிருந்த பக்தர்கள் இடுப்பில் துண்டுடன் கைகட்டி சன்னிதிக்கு வெளியே அர்த்த மண்டபத்தில் ஒரு திசையில் பார்த்துக் கொண்டிருந்தனர். அங்கே பிச்சியம்மா உட்கார்ந்து கொண்டு கையில் வீணையுடன் பாடிக்கொண்டிருந்தார். அதே நடபைரவி ராகம்தான். அந்தக் குரலின் இனிமையும், வீணையின் இழைப்பும், ஒன்றுசேர்ந்து, ஒரு மாய உலகத்தை உருவாக்கி இருந்தது. கேட்டுக் கொண்டிருந்தவர்களும் அதே பரவச நிலையில் இருந்தார்கள். எவ்வளவு நேரம் சென்றது என்று தெரியவில்லை. ஒரு சமயத்தில் பாடல் முடிந்து தீபாராதனை காட்டினார்கள். அம்மனுடைய முகத்தைக் கற்பூர தீபம் ஒளியாக்கியது. பக்தர்கள் கைகளைத் தலைக்கு மேல் கூப்பி ஓலி எழுப்பினார்கள். வில்லியம் தன்னை அறியாமல் கைகளைத் தானும் உயர்த்தி வணங்கினான்.

அம்மனுடைய முகம். கல் பதித்த மூக்குத்தி எல்லாம் ஏதோ ஒரு மிகப் பரிச்சயமான முகம் போல இருந்தது. உடல் விதிர் விதிர்த்தது. அதே முகம், அவன் சேலையின் நுனியைச் சிறு விரல்களால் சுற்றித் திருகிக் கொண்டு மார்பில் பால் அருந்தும்போது அவனை உச்சி முகர்ந்து சிரித்த முகம், அவனைக் கொஞ்சி அணைத்து முத்தம் கொடுத்த முகம், சற்று வயதான பிறகும் பாலைத் தேடும்போது, கன்னத்தில் செல்லமாக அடித்து, “போதுண்டா கண்ணு” என்று சிரித்த முகம்.

6

வில்லியம் தினமும் கோயிலுக்கு இரவில் வருவதை வழக்கமாக கொண்டான். அர்த்தஜாம பூஜையையும், பிச்சியம்மாவின் சங்கீதத்தையும் கேட்காமல் ஒருநாள்கூட அவனுக்கு நிறையாது. என்ன அலுவலக வேலையாக இருந்தாலும், பயண நாட்கள் தவிர பவானிக்கு வந்து ராத்திரி தரிசனம் செய்துதான் உறங்கப் போவான்.

அவனுடைய வாழ்க்கை முறையே மாறிய மாதிரி இருந்தது. எப்போது இரவு வரும், அர்த்தஜாம பூஜை வரும் என்று மனம் ஏங்க ஆரம்பித்தது. பிச்சியம்மாவை காவிரிக்கரையில் சந்திக்க முடியுமா என்ற ஆவலில், அந்த அரச மரத்தடிக்குப் போய் தினமும் காத்திருக்க ஆரம்பித்தான். வாராந்திர விடுமுறை நாட்களில் மற்ற ஆங்கிலேயர்கள் குடித்துச் சிரித்து நடனம் ஆடி விருந்து சாப்பிட்டு மகிழ்ந்து வர, வில்லியம் மட்டும் அரச மரத்தடிக்கு வருவதும், அங்கேயே வயலின் வாசிப்பதுமாக இருந்தான்.

காசிச் செட்டிகூட ஒருநாள் "துரையே, உங்கள் கவனம் எங்கேயோ இருக்கிறது, என்ன ஏதாவது புதிய சங்காத்தமா?" என்று ஒரு மாதிரி சிரித்தான்.

வில்லியம், "உளறாதே, உனக்குச் சொன்னால் புரியாது" என்று கோபப்பட்டான்.

ஒரு வாரம் கழிந்திருக்கும். அன்றைக்கும் மாலையில் அரச மரத்தடியில் வாசித்துக்கொண்டிருந்தான். திடீரென்று வீணையின் நாதமும் கூடவே சேர்ந்தது. தெரிந்தாலும், கண்களைத் திறக்க முடியவில்லை. ஒரு மயக்க நிலையில் தொடர்ந்து வாசித்துக் கொண்டிருந்தான். வெகு நேரம் கழித்து வாசித்து முடித்துக் களைத்து நிறுத்தினான்.

கண்களைத் திறந்தால் எதிரே பிச்சியம்மா. கைகூப்பி வணங்கினான்.

"அம்மா, எனக்காக மதில் சுவரில் கற்களை எடுத்து, எனக்கும் அம்மன் தரிசனமும், உங்களுடைய பாட்டுக் கேட்பதும் என்னுடைய பாக்கியம். என்னுடைய நன்றி."

"நான் செய்வது என்ன, உனக்கும் வேளை வந்திருக்கிறது. நான் ஒரு கருவி அவ்வளவுதான்."

"அது உங்களுடைய அடக்கத்தைக் காண்பிக்கிறது. தவிர நீங்கள் சொன்ன கருவி என்ற சொல் என்னை இன்னும் சிந்திக்க வைக்கிறது. நாம்தான் எல்லாம் செய்துகொண்டிருக்கிறோம் என்று நினைக்கிறோம், பெருமிதம் கொள்கிறோம். ஊரே உங்களைப் பற்றி உயர்வாகப் பேசுகிறது. ஆனால் நீங்கள் ஒரு கருவிதான் என்று சாதாரணமாகச் சொல்லிவிட்டீர்கள். எவ்வளவு உயர்ந்த சிந்தனை?"

"அதில் பெரிய தத்துவமே இருக்கிறது, உங்களுடைய மொழியிலும் கருவி என்ற சொல் வாச்சியம் - இசைக் கருவிக்கும் உண்டு அல்லவா?"

"ஆமாம், நாங்களும் அப்படிச் சொல்லுவோம்."

"அதாவது உண்மையில் வாசிப்பவள், சங்கீதத்தை உண்டாக்குபவள் அந்த பராசக்தி. நாம் எல்லோருமே வெறும் கருவிதான். இப்போது உன் கையில் இருக்கும் வாச்சியம் தான்தான் எல்லா சங்கீதத்தையும் உண்டாக்குவது என்று நினைத்துக்கொண்டால் எப்படி, அப்படித்தான் நம்முடைய சிந்தனையும்."

"இது பெரிய தத்துவமாக இருக்கிறதே. இப்போது நான் வயலின் வாசிப்பதை எடுத்துக்கொண்டால், அதற்குக் காரணம் எனக்கு ஆர்வம் இருந்து கற்றுக்கொண்டிருக்கிறேன், முனைந்து வாசிக்கிறேன்."

"அது முதல் நிலை உத்தாரம். உனக்கு யார் வயலினை அறிமுகம் செய்தது? யார் சொல்லிக் கொடுத்தது?"

"என்னுடைய தந்தைதான் எனக்கு வயலின் வாத்தியத்தை அறிமுகம் செய்து வைத்தார். அவரேதான் சொல்லியும் கொடுத்தார். அவரேதான் என்னைத் தொழிலையும் கலையையும் சமமாக பாவித்து வாழ்க்கை நடத்தச் சொன்னார்."

"நல்லது, இப்போது சொல், நீ வாசிப்பது உன்னாலா? இல்லை உனது தந்தையாலா?"

"இரண்டும்தான்."

"நல்ல பதில், அடுத்த கேள்வி- உனது தந்தைக்கு எப்படி வயலின் வாச்சியத்தின்மேல் ஆர்வம் வந்தது?"

"அவருக்குச் சிறுவயதில் ஈர்ப்பு ஏற்பட்டு, என்னுடைய தாத்தாவின் நண்பர் விக்டர் ஹோவார்ட் என்பவர் என்னுடைய தந்தைக்கு ராபர்ட் பின்டோ என்கிற இசை மேதையை ஆசிரியராக அமர்த்தி கற்றுக்கொள்ள வைத்தார்."

"ஆகா, இப்போது ஒவ்வொரு அடுக்காக விரிகிறது. இப்போது சொல் யார் காரணம்?"

"நீங்கள் சொல்ல வருவது புரிகிறது, நீங்கள் அடுத்த கேள்வி கேட்டால், விக்டர் ஹோவார்டுக்கு எப்படி ஆர்வம் வந்தது என்றால், அவருடைய தந்தை அவரை க்ராண்ட் டூருக்கு இத்தாலிக்கு அனுப்பி இருந்தார். அங்கே அவர் வயலின் சங்கீதம் கேட்டு மயங்கி, அதைக் கற்றுக்கொள்ள வேண்டும் என்று மிக ஆசைப்பட்டார்."

"அவருடைய ஆசைப்படி நடந்ததா?"

"இல்லை, அதனால்தான் அவர் என்னுடைய தந்தையைச் சிறுவயதிலேயே ஊக்கப்படுத்திக் கற்றுக்கொள்ள வைத்தார்."

"ஏன் அவருக்கு என்ன ஆயிற்று?"

"அவருடைய தந்தை எதிர்பாராத விதமாக உடல் நலக் குறைவினால் அகால மரணம் அடைந்தார். அதன் பிறகு விக்டர் ஹோவார்ட் தொழிலைத் தானே எடுத்து நடத்த வேண்டியதாகப் போனது. ஆனால், அவர் அதிலும் மிகத் திறமையாக வணிகத்தொழில்

செய்து, மிகப் பெரிய செல்வந்தராக ஆனார்.”

“அப்படியானால் அவருடைய வாழ்க்கைக்கும் வெற்றிக்கும் சூழ்நிலைதான் காரணம் என்று சொல்ல முடியுமா?”

“சொல்லலாம், ஆனால் இப்படியே விரித்துக்கொண்டு போனால் சொந்த முயற்சி என்று ஒன்று இல்லையா? அப்படி ஒன்று தேவை இல்லையா? நாம் வெறும் கருவிகள்தானா? யாரோ அமைத்துக் கொடுப்பார்கள், இல்லை சூழ்நிலை தானாக வரும் என்று சும்மா இருக்கலாமே.”

“இருக்கலாம். ஆனால், படைப்பூக்கம் கொண்ட மனம் சும்மா இருக்காது. ஏதாவது ஒன்றைப் பற்றிக்கொண்டு, புதிதாகப் படைக்கும். புதிதாகச் செய்யும்.”

“எனக்குக் குழப்பமாக இருக்கிறது. செய்வது படைப்பூக்கம் கொண்ட நாமா? இல்லை, நாம் வெறும் கருவிதானா?”

“படைப்பூக்கம் எங்கிருந்து வருகிறது? அந்தச் சக்தியைத்தான் நான் என்னுடைய தாய் என்று உறவு கொண்டாடி கும்பிடுகிறேன். அவளுடைய ஒரு கோலத்தை இதோ இந்தக் காவிரி நதியின் ஓட்டத்தில் காண்கிறேன், இதோ இந்த அரச மரத்தின் இலைகளின் ஒழுங்கில் காண்கிறேன், ஒழுங்கில்லாத வடிவத்தில் இங்கே சிதறிக்கிடக்கும் பாறைகளில் காண்கிறேன், அதோ அந்த இலைகளை அசைக்கும் காற்றில் காண்கிறேன், அருவமான மென்காற்று என் உடலைத் தீண்டும்போது உணர்கிறேன், காற்றில் கலந்து என் காதில் விழும் சங்கீதத்தில் கேட்கிறேன், இதோ இந்த மனோரஞ்சிதப் பூவிலிருந்து வரும் மணத்தில் நுகர்கிறேன், அவளைத்தான் கோயிலில் பண்ணார் மொழி அம்மையாக நம்மைப் போன்ற மனித உருவில் காண்கிறேன். அதன் தொடர்ச்சிதான் நான் செய்வது எல்லாமே அவள் அருளால் என்றும், நான் ஒரு கருவி என்றும் அறிகிறேன்.”

“அம்மா, நீ சொல்லுவது புரிவது மாதிரி இருக்கிறது, ஆனாலும் முழுதாக என் பகுத்தறிவு ஏற்றுக்கொள்ளவில்லை.”

“பரவாயில்லை, பக்குவம் வரும்போது புரியும், அப்போது ஞானி ஆகலாம்.”

“ஞானி ஆனால் ஆசை இருக்காது என்பார்களே, உங்களுக்கு ஆசை எதுவும் இல்லையா? எல்லாம் துறந்தவரா?”

சற்று நேரம் மவுனம் நிறைத்தது.

வில்லியம் தான் எல்லை மீறி ஏதாவது தவறாகக் கேட்டு விட்டேனோ என்று பயப்பட்டான்.

"அப்படி இல்லையே, இதோ இந்தக் கணத்தில்கூட ஒரு ஆசை இருக்கிறது."

"அது என்ன என்று நான் தெரிந்துகொள்ளலாமா?"

"ஓ, தாராளமாக, உன்னுடைய கையில் வைத்திருக்கிறாயே அந்த வாச்சியத்தைக் கற்றுக்கொள்ள வேண்டும். அதில் எங்களுடைய சங்கீதத்தை வாசிக்க வேண்டும் என்று ஆசை."

"அம்மா, என்னிடம் கேட்டிருக்கலாமே, இப்போதே சொல்லித் தருகிறேன்."

"இன்றைக்கு நல்ல நாள், ஆரம்பிக்கலாம்."

கையில் வாச்சியத்தை வாங்கிக்கொண்டு பிச்சியம்மா வில்லியம் வாசித்த சுரங்களை அப்படியே திருப்பி வாசித்தார். அதே சுரக் கோவை, அதே வேகம், அதே அழுத்தமும் நளினமும், லாகவமாகப் பல வருடங்கள் சாதகம் செய்தவர் போல இருந்தது.

வில்லியம் அயர்ந்துபோனான்.

"நான் படிப்படியாகச் சொல்லிக்கொடுக்க வேண்டும் என்று இருந்தேன். எப்படி முதலில் வில்லை எப்படி வலது கையில் உறுதியாகவும் அதே சமயம் லாகவமாக அசைக்கும்படியாகவும் பிடித்துக்கொள்ள வேண்டும் என்று ஆரம்ப பாடத்தைச் சொல்லிக் கொடுக்கலாம் என்று நினைத்திருந்தேன்."

"இதோ இந்த மாதிரி விரல்களை விரித்து ஒருபுறமும், கட்டை விரலால் மறுபுறமும் பற்றிக்கொண்டு வில்லை முன்னும் பின்னும் அசைக்க வேண்டும், அவ்வளவுதானே."

பிச்சியம்மா தானே புதிதாக ஒன்றைக் கற்றுக்கொண்ட குழந்தை போல ஆர்வத்துடன் விளக்கினார்.

"நீ வாசிப்பதில் வில்லுக்கு மூன்று விதமான அசைவுகள் கண்டேன். ஒன்று நீட்டி வாசிக்கும்போது தோளிலிருந்து முழுக் கையும் அசைகிறது, அடுத்தது சற்று குறுகலான வில்லாகப் போடும் போது முழங்கையிலிருந்து அசைந்தால் போதும், மூன்றாவதாக

மிக வேகமாக வாசிக்கும்போது மணிக்கட்டு மட்டும் அசைந்தால் போதும், சரிதானே?"

பிச்சியம்மா வெறும் காற்றில் மூன்று விதமாகவும் வாசித்துக் காண்பித்தார்.

"அடுத்தது இடது கை- முதலில் வாச்சியத்தைத் தோளில் இப்படி பிடித்துக்கொள்ளவேண்டும் சரியா?"

முகவாய்க் கட்டையில் அழுத்தி வயலினை இடது தோளின்மேல் வைத்துக்கொண்டார்.

"அடுத்தது இடது கட்டை விரலை இப்படி வைத்துப் பிடித்துக் கொண்டு வில்லினால் இழைக்க வேண்டும். இந்த மாதிரி தொடர்ந்து ஒலி வரவேண்டும் அல்லவா?"

"நான் என்ன சொல்லிக்கொடுக்க இருக்கிறது?"

"ஆகா, இந்த மாதிரி தொடர்ந்து ஒலி வருவதுதான் எனக்கு மிக விருப்பமாக இருக்கிறது. என்னதான் வீணையில் வாசித்தாலும், நடுவே மீட்ட வேண்டும், தொடர்ச்சி அறுபட்டுப்போகும். நான் பாடும்போது கூடவே வாசிக்க இதுதான் சரியான வாச்சியம் என்று தோன்றுகிறது."

"அப்படியா, உங்கள் மரபில் இப்பொழுது இந்த வாச்சியம் இல்லையே."

"இப்பொழுது இல்லாவிட்டால் என்ன? ஒருகாலத்தில் இருந்திருக்கிறது, நான் அதை மறுபடியும் தொடங்கிவைக்கிறேன்."

"நானும் அதில் ஒரு கருவியாக இருப்பதில் மிகுந்த மகிழ்ச்சி."

இருவரும் வாய் விட்டுச் சிரித்தார்கள். அன்று இரவு முழுவதும் பாடம் தொடர்ந்தது. பிச்சியம்மா தானாகச் சில புதிய நுட்பங்களைக் கண்டறிந்தாள். நின்றுகொண்டு வாச்சியத்தை இடது கையால் தாங்கிக்கொண்டு வாசிப்பது, சுரங்களை அசைக்கும் சங்கீதத்துக்குத் தோதாகவில்லை. உட்கார்ந்துகொண்டு, வயலினின் ஒரு நுனியைக் கால்களின் மேல் அமர்த்தி வாசிப்பது சவுகர்யமாக இருந்தது.

"என்ன ஆச்சரியம், முதன் முதலில் வில்லைத் தந்தியில் இழைக்கும்போதே உங்கள் கையில் நல்ல நாதம் வருகிறது! நான்

கற்றுக்கொண்டபோது என்னுடைய அப்பா ஒரு வருடத்துக்குப் பிறகும், இன்னும் வில் மென்மையாக இல்லை என்பார்” என்று வில்லியம் ஆச்சரியப்பட்டான்.

பொழுது புலரும் வேளையில், பிச்சியம்மா தானாகவே பண்ணையும், பாடல்களையும் வாசிக்க ஆரம்பித்துவிட்டார்.

வில்லியம், “இப்படி ஒரே இரவில் சரளமாக வாசிக்கக் கற்றுக் கொள்ள முடியுமா என்று ஆச்சரியமாக இருக்கிறது, உங்களுக்கு ஏதோ மந்திர சக்திதான்” என்றான்.

பதிலுக்கு முதலில் வெறும் புன்னகைதான். வில்லியம் திரும்ப புருவத்தை உயர்த்திச் சொற்கள் இல்லாமலேயே கேட்டான்.

“மந்திரம் என்பது மனதை ஒருமுகப்படுத்திக் கூர்மையாக வைத்துக் கொள்வதில்தான் இருக்கிறது. நீ விளக்கா விட்டாலும், ஆழ்ந்து கவனித்துக் கைகளை வைத்துக்கொள்ளும் முறை, எப்படி பிடித்துக் கொள்ள வேண்டும், எவ்வளவு அழுத்தம் கொடுக்க வேண்டும், எவ்வளவு தளர்வாக விரல்களை வைத்துக்கொள்ள வேண்டும், வில் தந்தியில் படும் கோணம், நாதத்தின் தொடர்ச்சி என்று மனதில் வாங்கிக்கொண்டேன். அதை அப்படியே திரும்பச் செய்தேன், அவ்வளவுதான்.”

“இல்லை, நீங்கள் அவ்வளவு சுலபமாகச் சொல்லிவிட்டீர்கள், சாதாரண மனிதர்களுக்கு அந்த மனோநிலை கிடைக்காது.”

பிச்சியம்மா மறுபடியும் புன்னகைத்தார் “முயற்சி செய்தால் எல்லோருக்கும் எல்லாம் முடியும், கூடவே அருள் வேண்டும்.”

வில்லியம் அந்த மொத்த அனுபவத்தில் திளைத்துச் சொல் இழந்து நின்றான்.

“அடிக்கடி இங்கே வா, உன்னுடைய வாச்சியம் நல்ல நாதமாக இருக்கிறது. நான் இன்னும் வாசித்துப் பழகுகிறேன்” என்றார் பிச்சியம்மா.

அந்த வழக்கம் தொடர்ந்தது.

7

ஆறேழு மாதங்கள் ஆகி இருக்கும். அடிக்கடி இருவரும் அரச மரத்தடியில் சந்திப்பதும் அளவளாவுவதும், சங்கீதப் பயிற்சி செய்வதும் நடந்துவந்தது.

அன்றைக்கு மழை வருவதும் விடுவதுமாக இருந்தது. வடகிழக்குப் பருவக் காற்றின் மழை. இடி மின்னலுடன் அதிகமாகவும் ஆகக் கூடும். காற்றும் சில சமயம் புயல் மாதிரி வீசும். ஆனால் வில்லியம் அதற்காக வழக்கத்தை நிறுத்தவில்லை.

குதிரையில் சென்று மதில் சுவரின் அருகே நின்று அர்த்தஜாம பூஜை, கற்பூர ஆரத்தி வரை நின்று வணங்கினான். தீப ஒளியில் கண்கள் கலங்கி, மனம் நிறைந்து வணங்கினான். பிச்சியம்மா கையில் வீணையுடன் மதுரமாகப் பாடி முடிப்பதற்கும் மழை சற்று வலுக்கத் தொடங்குவதற்கும் சரியாக இருந்தது.

சரி இன்றைக்குச் சந்திப்பு மரத்தடியில் நடக்காது என்று, விருந்தினர் மாளிகைக்குத் திரும்பினான். வரும்போதே மழை இன்னும் வலுத்தது. குதிரையை அவிழ்த்து, பாதுகாப்பான இடத்தில் கட்டிவிட்டு, மாளிகைக்குள் வந்தான்.

நனைந்திருந்த உடைகளை மாற்றிவிட்டு ஜன்னல் வழியே மின்னல் வெளிச்சத்தில் மழையைப் பார்த்தான். மேகத் திரள்கள் கண்களுக்குத் தெரியாத சக்கரம் வைத்த வாகனங்கள் போல

உருண்டு விரைந்துகொண்டிருந்தன. பார்ப்பதற்கே உற்சாகமாக இருந்தது. ஜன்னல் அருகே உட்கார்ந்துகொண்டு மழையைப் பார்த்தான். இப்போது மழை சீற்றம் கொண்டது போல அதிகம் ஆனது. பார்க்கப் பார்க்க மனதில் களியாட்டம். அந்த மேக மண்டலத்துக்குள் தானும் இருப்பது போல ஓர் உணர்ச்சி.

அந்தக் களியாட்டக் கணத்தில் வயலினை எடுத்து வாசிப்பது ஒன்றைத்தான் செய்ய முடியும். எடுத்து வாசிக்க ஆரம்பித்தான். தானாக ஒரு இசைக் கோவை எழுந்தது. கனத்த இருள் மழை, நடுவே சிதறும் மின்னல், பிளக்கும் இடி இவை எல்லாவற்றையும் ஒருங்கிணைத்தது. கண்களை மூடிக்கொண்டு வாசித்தான். மனதிலும் அந்த மழைச் சித்திரம் தொடர்ந்தது.

எவ்வளவு நேரம் வாசித்திருப்பானோ தெரியாது, யாரோ கைகளைப் பற்றி இழுக்க, வாசிப்பதை நிறுத்திவிட்டுத் திரும்பினான். அன்று சேவகர்கள் கூட யாரும் வீட்டில் இல்லையே, பவானி மாளிகையில் வழக்கமாக இருப்பவர்கள் ஏதோ பண்டிகைக் கொண்டாட்டம் விசேஷம் என்று விடுமுறை சொல்லிவிட்டுப் போயிருந்தார்கள்.

திரும்பினால் அங்கே ஒரு சிறிய பெண் குழந்தை. சிரிக்கும் பெரிய கண்கள், லட்சணமான முகம், நெற்றியில் குங்குமம், தலையில் கதம்ப மல்லிகை, ஒரு செம்பருத்தி, ஒரு கீற்று தாழம்பூ அழகாகச் செருகி இருந்தது, அரக்குச் சிவப்பு நிறப் பட்டுப் பாவாடை ஜரிகையுடன், மேலே முத்தும் மணியுமாக ஆபரணங்கள், வெள்ளியில் கால் கொலுசு சிலுசிலுத்தது, மல்லிகை, தாழம்பூ, கற்பூர மணம், சிரித்துக் கை அசைத்து, வெளியே போகச் சொன்னாள்.

வில்லியத்துக்கு ஒன்றும் புரியவில்லை, திகைத்து நின்றான். உடல் ஏனோ தானாக நடுங்கியது.

அந்தப் பெண் குழந்தை, மறுபடியும் அவன் கையைப் பிடித்து வெளியே இழுத்துச் சென்றாள். ஒரு கையில் வயலினுடன் மாடியிலிருந்து படிகளில் தடுமாறி இறங்கி, சிறுமியின் வேகத்துக்கு ஈடுகொடுத்துக் கீழே வந்தான். வாசல் கதவையும் திறந்துகொண்டு மழையில் வெளியே வந்தார்கள். அவள் அப்பொழுதும் கையை விடவில்லை. கட்டடத்திலிருந்து தள்ளி அழைத்துச் சென்றாள். அங்கே இருந்த பெரிய மருத மரத்தடிக்குப் போய் மழை நீர் படாமல் நின்றான். அவள் விடவில்லை, மரத்தின் அடியில்

நிற்காமல், இன்னும் தள்ளி அழைத்துச் சென்றாள்.

வில்லியம் ஒரு பெரிய மின்னலைப் பார்த்துக் கண்களை மூடிக் கொண்டான். ஆகாசத்திலிருந்து ஒரு நதி கடலில் சேருவது போல போல பல கிளைகளாகப் பிரிந்து பிரகாசமாக இறங்கியது. ஒரு மாபெரும் இடி தொடர்ந்தது. பக்கத்தில்தான் விழுந்தது, ஒலியில் அதிர்ந்து திரும்பிப் பார்த்தால், மாளிகை இடிந்து சரிந்து கொண்டிருந்தது. வில்லியம் திக்கித்து நின்று விட்டான். அந்தக் குழந்தை மட்டும் கையைப் பிடித்து இழுத்து வெளியே இழுத்துக் கொண்டு வந்திருக்காவிட்டால், இறந்திருப்பான்.

நன்றி சொல்லத் திரும்பினான், நாக்கு எழவில்லை. உடல் சிலிர்த்து இன்னும் நடுங்கிக்கொண்டிருந்தது. இருளில் அந்தப் பெண் குழந்தை சில அடிகள் தூரத்தில் நின்றுகொண்டு இருந்தாள்.

ஒரு மின்னல் அடித்தது. அந்த மின்னல் ஒளியில் சிரித்துக் கொண்டிருந்த குழந்தையின் முகத்தை நன்றாகக் கண்டான்.

உடல் விதிர்விதிர்க்க “அம்மா!” என்று அலறினான்.

அடுத்த மின்னல் ஒளியில் அந்தக் குழந்தையைக் காணவில்லை.

வில்லியம் வெறி வந்தது போல மழையில் கோயிலுக்கு ஓடினான். மதில் சுவர் வழியாக எண்ணெய் தீபத்தின் ஒளியில் அம்மனைக் கண்டான். அதே அரக்குப் பட்டு, கதம்ப மல்லிகை, தலையில் ஒற்றைச் செம்பருத்தி, தாழம்பூக் கீற்று.

அம்மா அம்மா என்று அரற்றினான்.

8

மழை விட்டு சிறுதூறலாக ஆகி இருந்தது. வில்லியம் பித்துப் பிடித்தவன் போல நடந்துகொண்டிருந்தான். அந்தக் குழந்தை மட்டும் கையைப் பிடித்து இழுத்துக்கொண்டு வீட்டை விட்டு வெளியே வந்திருக்காவிட்டால், இந்த நேரம் வீட்டோடு புதை பட்டிருக்க வேண்டியதுதான். வந்தது அம்மாவா அம்மனா, இல்லை பிச்சியம்மாவா? இப்போது நினைத்தால் குழப்பமாக இருந்தது. சுய நினைவின்றி நடந்து நடந்து சோர்ந்து கால் வலிக்க நின்றபோது, அரச மரத்தடிக்கு வந்திருப்பதை உணர்ந்தான். அங்கே அடர்ந்த மரத்தின் அடியில் அவ்வளவாகத் தண்ணீர் படவில்லை. வயலினை மரத்தில் அப்படியே சார்த்தி விட்டு, கையைத் தலைக்கு அடியில் வைத்துக் கொண்டு உறங்கிவிட்டான்.

மழை விட்ட இரவு முடிந்து காலை மிக ரம்மியமாக விடிந்தது. அடங்கி இருந்த பறவைகள் சிறகுகளை உதறிக்கொண்டு, வழக்கத்தை விட ஆரவாரம் செய்துகொண்டு கிளம்பின. இலைகள் உதிர்ந்து கிடந்தன. சூரியனின் கதிர்கள் மெல்ல எழத் தொடங்கியபோது, பறவைகளின் கீதத்துடன் கூடவே வீணையும் கேட்டது. ஏதோ ஒரு காலைப் பண். வில்லியம் விழித்து எழுந்து உட்கார்ந்தான். பிச்சியம்மாதான் வாசித்துக்கொண்டிருந்தார்.

“அம்மா, என் உயிரைக் காப்பாற்றினீர்கள்” என்று குரல் தழுதழுக்கக் கை கூப்பினான்.

"வில்லியம், நான் எதுவும் செய்யவில்லை, எல்லாம் நீ தினமும் வணங்கும் பண்ணார் மொழி அம்மையின் அருள்தான்."

"அம்மையின் பெரும் கருணைதான், எனக்கு அருள் கிடைத்தது என்கிறீர்களா?"

"ஆமாம் அதில் என்ன சந்தேகம்?"

"அந்த அம்மனுக்கும், உங்களுக்கும் என்னுடைய நன்றிக் கடனைத் தெரிவித்துக்கொள்ள வேண்டுமே."

"நீதான் மாவட்ட கலெக்டர் ஆயிற்றே, அம்மனுக்கு ஏதாவது செய்துகொடு."

"உயர்ந்த வைரக் கற்களால் பதக்கம் செய்து கொடுக்கட்டுமா?"

"அம்மனுக்கு ஏற்கெனவே நிறைய நகை உண்டு."

"வேறு என்ன செய்யலாம்?"

"பள்ளியறையில் எழுந்தருளச் செய்யும்போது ஊஞ்சல் போல ஆடக் கூடிய ஒரு ஆசனம் செய்து கொடுக்கலாம். அகிலமெல்லாம் உண்டாக்கி, ஆட வைக்கும் அம்மனை நாம் தாலாட்டி உறங்க வைக்கலாம்."

"ஆகா, உடனே செய்ய வைக்கிறேன் அம்மா, தந்தத்தால் ஆன ஒரு ஆசனம், குழந்தையாக வந்து என்னைக் காப்பாற்றிய தாய்க்குத் தொட்டிலாகவும், கட்டிலாகவும் ஆகட்டும்."

"நல்லது, அப்படியே செய்."

"அம்மா, உங்களுக்கும் ஏதாவது செய்ய வேண்டுமே, மறுக்கக் கூடாது."

"அவசியமில்லை, சரி, உன்னுடைய அன்புக்காக."

"நீங்கள் விரும்பிக் கற்றுக்கொண்ட இந்த வயலினை உங்களுக்கே காணிக்கையாக அளிக்கிறேன். இந்த வாத்தியம் விலை மதிப்பற்றது, ஸ்ட்ராடிவாரி தன்னுடைய கையினால் செய்தது, மிக அற்புதமான நாதம் கொண்டது, நீங்கள் ஏற்றுக்கொள்ள வேண்டும்."

"உன் விருப்பப்படியே ஆகட்டும்."

பிச்சியம்மா கைகளில் வயலினையும் வில்லையும் கொடுத்தான்.

9

***ப**வானி, ஜனவரி 11,1804*

வில்லியம் காரோ, கோயம்புத்தூர் ஜில்லா கலெக்டர் தன்னை பெரும் கருணையுடன் காப்பாற்றிய அம்மனுக்கு தந்தத்தால் ஆன கட்டிலை சமர்ப்பித்தான். அதை?

"சாலிவாக சகாப்தம் ௵ ௲௭௱௨௰௫ கலியுகாதி ௪௯௦௪ ௵ ருத்துரோத்காரி அர்ப்பசி ௴ ஸ்ரீ பவாநி கூடல் வேதநாயகி அம்மன் பள்ளி தந்தக் கட்டில் ராச ராச உல்லியம் காறோ துறையவர்கள் உபையம்

உ. W.Gorrow, 11 January 1804"

என்று பொறித்தார்கள்.

அன்று, அர்த்த ஜாம வேளையில் பள்ளியறையில் அம்மனைக் கட்டிலில் அமர்த்தி, மஞ்சனம், பூ, கந்தம், தூபம், தீபம், நீர், அமுது, தூசு, அடைக்காய், ஆடி, குடை, கவரி, ஆலவட்டம், விசிறி, ஆடல், வாச்சியம் என்று சோடச உபசாரங்களும் செய்து, குங்குமப்பூப் போட்டு சுண்டக் காய்ச்சிய பால் நிவேதனம் செய்து கொண்டாடினார்கள்.

பிச்சியம்மா பாட ஆரம்பித்தார். குமரகுருபரர் பாடிய சகலகலாவல்லி மாலையிலிருந்து.

"பண்ணும் பரதமும் கல்வியும் தீஞ்சொல் பனுவலும் யான்
எண்ணும்பொழுது எளிது எய்த நல்காய், எழுதா மறையும்
விண்ணும் புவியும் புனலும் கனலும் வெங்காலும் அன்பர்
கண்ணும் கருத்தும் நிறைந்தாய், சகலகலாவல்லியே."

வான், நிலம், நெருப்பு, காற்று, காற்று என்கிற ஐம்பூதங்களிலும் அன்பர்களுடைய கண்களிலும் கருத்திலும் நிறைந்திருப்பவளே, பண், பரதம், கல்வி, இனிய சொற்களால் ஆன பாடல்கள் ஆகியவற்றையெல்லாம் நான் எண்ணும்போது எளிதாகச் செய்யும்படி அருள் என்று சகலகலாவல்லி சரசுவதியைத் துதித்தாள்.

மென்மையான குரலில் கையில் வயலினையும் வாசித்துக்கொண்டு நீலாம்பரியில் சகலகலாவல்லியை வேண்டினாள். அன்றைக்குப் பாடிய மேகராகக் குறிஞ்சிப்பண் என்கிற நீலாம்பரி ராகத்துக்கு உரிய பலவிதமான அசைவுகளையும் அழகாகக் கொடுக்க வயலின் வாச்சியம் மிகவும் தோதாக அமைந்தது. புதிய வாச்சியத்தின் நாதத்தில் கேட்டவர்கள் எல்லோரும் ஆழ்ந்தார்கள். இதுதான் கந்தர்வகானமாக இருந்திருக்க வேண்டும் என்றார்கள்.

மொழியின் உச்சமாகத் தமிழ்ப்பாவுடன் இணைந்த வாச்சியமாக ஸ்ட்ராடிவாரி வயலின் ஒலித்தது. அதன் நாதம் பெரும் கருணை செய்யும் வேத நாயகி, பண்ணார்மொழியம்மையின் சன்னிதியையும் கேட்டவர்களின் மனதையும் நிறைத்தது.

பகுதி – 4

காடாறு

1

மவுன்டன் வ்யூ, சான்ஃப்ரான்சிஸ்கோ பே ஏரியா, (Mountain View, SanFrancisco Bay Area) ஏப்ரல் 2025

விக்ரம் ஆதித்யா அலாரம் அடித்து, புரண்டபோது காலை மணி ஆறு. இன்னும் வெளிச்சம் நன்றாக வரவில்லை. ஜன்னலுக்கு வெளியே தெரிந்த மேப்பிள் மரம் பெரிய இலைகளுடன் அரை இருளில் குழப்பமாக அசைந்தது.

அவனுக்கு ஜிம் போவதற்குச் சோம்பேறித்தனமாக இருந்தது. மறுபடியும் போர்த்திக் கொண்டான். தற்காலிகமாக தப்பித்த மாதிரி இருந்தது. அரைத் தூக்கத்தில், எழுந்தபோது மணி ஏழே முக்கால். வெளிச்சம் நன்றாக வந்திருந்தது. திங்கள் காலை, வார ஆரம்பமே சோர்வாக இருந்தது. முப்பது வயது இளைஞனுக்குப் படுக்கையிலிருந்து எழுந்திருக்கப் பிடிக்கவில்லை. அன்றைக்கு வேலைக்கு நேரில் போக வேண்டும். வாரத்தில் இரண்டு மூன்று நாட்கள் நேரில் போவதே சுமையாக இருக்கிறது. எண்ணங்கள் தொடர்ந்தன.

காலை ஒன்பது மணிக்கு வாராந்திர டீம் மீட்டிங். நீளமாகப் பேசிக்கொண்டே போவார்கள். நல்ல வேளையாக அன்றைக்கு ஆல்ஹாண்ட்ஸ் மீட்டிங் இல்லை, இருந்திருந்தால் இளைஞன்

போல டீ ஷர்டும் ஸ்னீக்கரும் அணிந்த இந்திய சி இ ஓ ,போலி உச்சரிப்பில் சென்ற காலாண்டில் என்ன சாதனை, அடுத்த காலாண்டு இலக்கு என்ன, போட்டி கம்பெனிகளை விட மார்க்கெட் பங்கு எவ்வளவு நன்றாக முன்னேறி இருக்கிறது, எப்படிப்பட்ட பிரகாசமான எதிர்காலம் என்று சொன்னதையே சொல்லி அறுத்துத் தள்ளிவிடுவார்.

முதல் நாள் ஞாயிற்றுக்கிழமை நண்பர்களுடன் எட்டு மைல் ஹைக் முடித்து சான்ஹொஸே ரெஸ்டாரன்டில் காத்திருந்து மசால் தோசையும் சாப்பிட்டாகிவிட்டது. மாலை வாராந்திர தல யாத்திரையாக அப்னி மண்டியில் இலவச டீ குடித்து, சப்பாத்தி பாக்கெட்டுகளும், பன்னீரும், பக்கத்து கிழக்கு ஐரோப்பியக் கடையில் பழங்களும், மெட்ராஸ் கடையில் அரிசி பருப்பு காய்கறிகளும், பால், தயிரும், டாய்லெட் பேப்பரும் வரிசையில் நின்று வாங்கியாயிற்று. இனிமேல் ஒரு வாரத்துக்கு மறுபடியும் க்ரோசரி ஷாப்பிங் வேண்டாம். இரவு வந்து வீட்டில் வாரம் முழுவதற்கும் சாப்பாட்டுக்கு சப்பாத்திக்கு சப்ஜியும், தாலும் மூன்று நாட்களுக்கு சாம்பாரும், கறிகளும் செய்து ஃபிரிட்ஜில் வைத்தாகிவிட்டது.

மதியத்துக்கு அலுவலகத்திலேயே ஸ்டிர் ஃப்ரை, ஃபலாஃபல், ஃப்ரைட் ரைஸ், பன்னீர் டிக்கா மசாலா என்று ஏதாவது கிடைக்கும். சுமாராக இருந்தாலும், சமாளிக்கலாம், ஆனால் அன்று வி பி யுடன் டீம் லஞ்ச். அவர் இருபது வருடங்களுக்கு முன்பு அமெரிக்காவுக்கு வந்தவர். இப்போது சன்னிவேலில் பெரிய வீடு, பள்ளியில் பார்ட் டைம் வேலை செய்யும் மனைவி, ஒரு மகன், ஒரு மகள், ஜூலை நாலாம் தேதி சுதந்திரதினம் கொண்டாடும் அமெரிக்க குடிமகன் ஆனவர். டீம் லஞ்சின்போது அவருடைய வீட்டில் ஹோம் தியேட்டர் சவுண்ட் ப்ரூஃபிங்க் செய்து கொண்டிருப்பதைப் பற்றியும், இந்தியாவிலிருந்து வந்திருக்கும் அவருடைய மாமனார் சரியாக வளராத கருவேப்பிலைச் செடியைக் கவனித்துக்கொள்வதையும், அன்றைக்கு அவருடைய பையனை பாஸ்கெட் பால் கோச்சிங்குக்கு மாலையில் கொண்டு விட்டு விட்டு, பெண்ணை ரஷ்யன் கணக்கு வகுப்பிலிருந்து அழைத்து வர வேண்டும், அவர் மனைவி ரோபோடிக்ஸ் க்ளாஸ் மற்றும் கோடிங் இரண்டுக்கும் அழைத்துச் செல்லுவாள் என்றும் வேலைச் சுமையுடன் அது கடினமாக இருப்பதாகவும் பேசிக் கொண்டிருப்பார்.

வாரம் முழுவதும் வேறு என்ன வேலைகள் என்று பட்டியல் போட்டான். புதன் கிழமை இரவு போர்டு கேம் விளையாட நண்பன் அழைத்திருந்தான். அன்றைக்கு டின்னர் கவலை இல்லை. வியாழன் இரவு மறுபடியும் சமைத்தால் போதும். மெமோரியல் டே விடுமுறைக்கு ந்யூயார்க் போகலாம் என்று நண்பர்கள் திட்டம் போட ஆரம்பித்திருந்தார்கள். விமான டிக்கெட் விலைகள் எக்கச்சக்கமாக உயர்ந்துவிட்டன. அதனால் ரோட் ட்ரிப் என்று முடிவு செய்திருந்தார்கள்.

விருப்பம் இல்லாமல் குளித்து முடித்து, வே ப்ரோட்டீன் பவுடர் போட்டு, க்ரீக் யோகர்ட் சேர்த்து, பழங்களையும், பாதாம், வால் நட் சேர்த்து ப்லெண்டரில் சேர்த்து அரைத்து ஆரோக்கியமான காலை உணவு ஆயிற்று. 101 இல் டிராஃபிக் அதிகமாகிவிடும், வர வர இப்போது சில நாள் அரை மணி நேரம் கூட ஆகி விடுகிறது. மாலை ஐந்து மணிக்கே வீட்டுக்குக் கிளம்பிவிடலாம் என்று இருந்தான். அதற்கு மேல் தாக்குப் பிடிப்பது முடியாது. முடிந்தால் மாலை பாக்ஸிங் க்ளாஸ் எப்படி இருக்கிறது என்று பார்த்துவிட்டு வரவேண்டும். நண்பர்கள் சிலர் சேர்ந்திருந்தார்கள். பிடிக்காதவர்களையும் வேண்டாதவற்றையும் நினைத்துக்கொண்டு குத்துவிடலாம்.

நேற்றைக்கு சென்னையில் அம்மாவுடன் பேசி ஆகிவிட்டது. அம்மா இந்தியாவிலிருந்தே கல்யாணத்துக்குப் பெண் பார்க்க ஆரம்பிப்பதாக ஜனவரியில் பொங்கல் முடிந்தவுடனேயே சொல்லி இருந்தார். வேண்டாம் இன்னும் சில வருடங்கள் போகட்டும் என்றால் கேட்கவில்லை.

“உனக்காகப் பொண்ணுங்க காத்துக்கிட்டிருக்காங்கன்னு நினைக்காதே, இப்போது ஆரம்பிச்சாதான் ரெண்டு மூணு வருஷம் ஆகும். நீயாக யாரையாவது மனதில் நெனச்சிருந்தா சொல்லிடு, இல்லன்னா நாங்க பார்த்து செய்து வைக்கிறோம்” என்று வாரா வாரம் பேசுபொருள் ஆக்கிவிட்டார்.

திருச்சியில் பாட்டியுடனும் வீடியோ கால் ஆயிற்று. பாட்டி இந்த வருஷமாவது பூஜைக்கு ஊருக்கு வரச் சொன்னார். அதிகம் விடுமுறை எடுக்க முடியாது.

மாலை திரும்பி வந்தவுடன் டேடிங் ஆப்பில் ப்ரொஃபைல் முடிக்கவேண்டும். நண்பர்கள் எல்லோரும் அதில் இருந்தார்கள்.

சில மாதங்களுக்கு முன்பு ஆரம்பித்தது. அந்த ஆப்பை எப்படி உபயோகிக்க வேண்டும் என்று நிறையத் தகவல்கள் இணையத்தில் கிடைத்தன. தயக்கமாகத்தான் ஆரம்பித்திருந்தான். இன்றைக்கு எப்படியாவது முடிக்க வேண்டும் என்று இருந்தான்.

நாள் எதிர்பார்த்தபடி மோசமாக இருந்தது. டீம் மீட்டிங் முடிந்து, தன்னுடைய வேலையை ஆரம்பித்துச் சில மணி நேரத்திலேயே முடித்து விட்டான். ஆனால் ப்ராடக்ட் மேனேஜர் வந்து இன்னும் சில மாற்றங்களைச் சொன்னான். ஏற்கெனவே முடித்திருந்த அல்காரிதங்களை மறுபடியும் சோதனை செய்ய வேண்டி இருந்தது. இன்னும் எத்தனை ஆயிரம் முறை செய்ய வேண்டும் என்று அலுப்பாக இருந்தது.

முதலில் இந்த கம்பெனியில் சேரும்போது, ஆகா! தானாக ஓடும் கார் என்று புதுமையாக இருந்தது. இனிமேல் யாரும் கஷ்டப்பட்டு டிராஃபிக்கில் கார் ஓட்ட வேண்டாம், ஒவ்வொருவரும் ஒரு நாளில் சராசரி இரண்டு மணி நேரம் சேமிக்கலாம், மனித வாழ்க்கையையே மாற்றி அமைக்கப்போகிறோம் என்று உற்சாகமாக இருந்தது. போகப் போக அப்படித் தோன்றவில்லை. உண்மையாகவே இது தேவையா, அப்படிச் சேமித்த நேரத்தில் மனிதர்கள் என்ன சாதித்திருப்பார்கள்? இன்னும் அதிக நேரம் சோஷியல் மீடியாவில் பொழுது போக்கி இருப்பார்கள் என்று தோன்றியது. இன்றைக்கும் அதே கேள்வி வந்தது. மனச் சோர்வுடன் வீட்டுக்கு வந்தான்.

2

டேடிங் ஆப்பில் ப்ரொஃபைலை முடித்துவிட வேண்டும் என்று ஒரு காபியுடன் உட்கார்ந்தான். அந்த ஆப்பை எப்படி சரியாக உபயோகப்படுத்திக்கொள்ளவேண்டும் என்று இணையத்தில் தேடினான். சரவணபவன் ஸ்டைல் குருமா முதல் பயங்கர தொற்று நோய் வைரஸ் வரை வீட்டிலேயே எப்படிச் செய்யலாம் என்று எதைத் தேடினாலும், படம், வீடியோக்களுடன் விளக்கம் கிடைக்கிறது.

அந்த டேடிங் ஆப்பில் எப்படி வெற்றிகரமாக, மிகச் சரியான பொருத்தமான பெண்களுடன் விரைவில் தொடர்பு ஏற்படுத்திக் கொள்வது என்று தேடியதில் முதலில் முக்கியமானது ப்ரொஃபைல் படங்கள், ஒரே சமயத்தில் தீவிரமாக மற்றும் விளையாட்டுத்தனமாக இருக்க வேண்டும் என்று தெரிய வந்தது. அந்த மாதிரி என்ன படம் தனக்கு இருக்க முடியும் என்று புரியவில்லை. ந்யூயார்க் டைம் சதுக்கத்தில் கூட்டத்துக்கு நடுவே நண்பர்கள் எல்லோரும் குதித்துக் கத்திக்கொண்டிருக்க, தான் மட்டும் தீவிரமாக எதையோ யோசித்துக்கொண்டிருப்பது போல ஒரு படம் இருந்தது. அதைப் போடலாம், ஆனால் கூட்டமாக, நண்பர்களுடன் படம் போட வேண்டாம், தனியாகத் தெரிய வேண்டும் என்று படித்திருந்தான். அந்த மாதிரி என்ன படம் இருக்கிறது என்று தேட வேண்டும்.

வார விடுமுறை நாளை விவரிக்கச் சொல்லி ஒரு கேள்வி இருந்தது. வாரம் தவறாமல் ஹைகிங், மசால் தோசை, க்ரோசரி ஷாப்பிங், வாராந்திர சமையல், வாஷிங் மெஷினில் துணி, டிஷ் வாஷரில் பாத்திரம், வாக்குவம் க்ளீனரால் வீடு சுத்தம் செய்வது என்று பதில் எழுதினால் சுவாரசியமாக இருக்காது, அதே சமயம் சான்டா க்ரூஸில் சர்ஃபிங் போவேன், யோசிமிட்டியில் சிகரத்தின் உச்சி வரை ஏறி இருக்கிறேன் என்று செய்யாதவற்றை எழுதவும் பிடிக்கவில்லை.

வேலை, இன்டர்வியூ கேள்விகள் மாதிரி சில இருந்தன. குணத்தில் பலம் என்ன, பலவீனம் என்ன என்ற வழக்கமான கேள்வி இருந்தது. நேர்மை, கடின உழைப்பு போன்ற பதில்களைக் கொடுத்தால் வேறு கம்பெனியில் வேலை கிடைக்கலாம். ஆனால் பெண்கள் விரும்பமாட்டார்கள் என்று தோன்றியது.

தவிர எல்லா பதில்களும் சற்று நகைச்சுவை கலந்து இருக்க வேண்டுமாம், பெண்களுக்கு அப்படிப்பட்ட, புதிரான ஆண்கள்தான் பிடிக்குமாம். தனக்கு அப்படி உண்டா என்று விக்ரமுக்கு சந்தேகமாக இருந்தது. புதிரானவன் என்பதில் சந்தேகம் இல்லை, வேலையில் என்ன வேண்டும் வாழ்க்கையில் என்ன வேண்டும் என்பது தனக்கே தெரியவில்லை என்று நினைத்துக் கொண்டான்.

இதுவரை கிடைத்த கேள்விகள் பரிந்துரைக்கப்பட்ட பதில்களைப் படித்ததில் தானும் எழுதிவிடலாம் போல இருந்தது. ஆனால் ஒரு கேள்வி திணற வைத்தது. நூறு மில்லியன் டாலர் கையில் இருந்தால் என்ன செய்வாய் என்று எழுதச் சொல்லி இருந்தது. மிக நல்ல கூர்மையான கேள்வி என்று தோன்றியது. யோசிக்க வேண்டும். ஆரம்பித்து நிறையமுறை பாதியில் நிறுத்தி இருக்கிறான். எப்போது ப்ரொஃபைல் முடிப்பது, எப்போது யாராவது பெண் அதைப் பார்த்து விரும்பி தொடர்புகொள்ளுவாள், எப்போது முதல் டேடிங் சென்று போபா குடிப்பது, எல்லாமே நினைத்தால் சோர்வுதான் ஆனது. நிறுத்திவிட்டான்.

சாப்பாட்டுக்குப் பிறகு வழக்கம் போல ஏதாவது சீரியல் ஷோ பார்க்கலாம் என்று நினைத்தான். இல்லை ஏதாவது ஸ்டார்ட்அப் ஃபவுண்டர்களின் பாட்காஸ்ட் கேட்கலாம். அவர்கள் என்ன செய்கிறார்கள், எப்படிப் பல மில்லியன் டாலர் ஃபண்டிங்

கிடைக்கிறது, எப்படி பல மடங்கு விலைக்கு விற்றுவிட்டு சீரியல் ஆன்ட்ரப்ரனர் என்று சொல்லிக்கொண்டு அடுத்த ஸ்டார்ட்அப் ஆரம்பிக்கிறார்கள் என்று தெரிந்துகொண்டால் கார்ப்பரேட் வேலையை விட மிக வேகமாகப் பணம் பார்க்கலாம் என்று தோன்றியது.

சிந்தனைச் சரடு தொடர்ந்தது. பணம் இருந்தால் என்ன செய்யலாம்? வீடு வாங்கலாம், ஆனால் எவ்வளவு மில்லியன் வரும் என்பதைப் பொறுத்தது. வீடு விலை எல்லாம் எக்கச்சக்கமாக ஏறி விட்டது. ஸான் ஹோசே, கூப்பர்டினோ, ஃப்ரீமான்ட், மவுன்டன் வியூ, சன்னிவேல் என்று எல்லா இடத்திலும் நூறு வருடம் பழைய வீடு கூட சம்பளத்துக்கு வேலை செய்பவர்களுக்கு எட்டாது ஆகி விட்டது. ப்லெசன்டன் மாதிரி தள்ளி இருக்கும் இடத்தில் கூட விலை ஏறிவிட்டது. நண்பன் ஒருவனுக்கு ஸ்டாக் ஆப்ஷன் நிறைய கிடைத்து வாங்கி இருக்கிறான். மார்ட்கேஜ் வட்டி விகிதம் முன்பு மாதிரி குறைவாக இல்லை. கடன் வாங்கி வாழ்நாள் முழுவதும் திருப்பி அடைக்கலாம். வீடு வாங்கி என்ன செய்வது? ஹெச் ஒன் பி விசாவில் வீடு வாங்க வேண்டாம் என்று சொல்லுகிறார்கள். இப்போதுதான் அப்பாயிண்ட்மென்ட் கிடைத்து விசா புதுப்பித்த மாதிரி இருக்கிறது, இந்த வருட இறுதியில் மறுபடியும் போக வேண்டும். என்னவோ வினோதமான விதி முறைகள், யு எஸ் ஏ இலிருந்து வெளி நாடு போய் புதுப்பிக்க வேண்டும். இன்னும் கடுமையான விசா விதிகள் வரும் என்று வதந்தி உலவுகிறது. இந்தியாவில் அப்பாயின்ட்மெண்ட் கிடைப்பதற்கு மாதக் கணக்கில் காத்திருக்க வேண்டும்.

இந்தத் தொந்தரவு வேண்டாம் என்றால் முடிந்தவரை பணம் சம்பாதித்து விட்டு இந்தியா திரும்பிவிடலாம். இங்கே வீடு வாங்கும் அளவு பணம் இருந்தால், இந்தியா போய் ரிடையர் ஆகிவிடலாம் என்று நண்பனுடைய அப்பா சொன்னார். பணம் இருப்பதாகவே வைத்துக் கொள்ளலாம், ரிடையர் ஆகி என்ன செய்யலாம்? சும்மா இருக்க முடியாது. நேரம் போவதற்காகவாவது ஏதாவது செய்ய வேண்டும். ஆனால் இந்தியாவில் நல்ல வேலை கிடைக்குமா என்று சந்தேகமாக இருந்தது. இந்தியா டீமுடன் பேசினால் பொறுமையே போய்விடுகிறது. சுற்றி வளைத்துப் பேசிக்கொண்டிருப்பார்கள். ப்ராஜெக்ட் ஸ்டேடஸ் சரியாகச் சொல்ல மாட்டார்கள். குடைந்து கேள்வி கேட்டால் ஒழிய

உண்மையான நிலை என்ன என்று தெரிய வராது. ப்ராஜெக்ட் டீமில் முக்கியமான சில சீனியர்கள் விட்டுப் போய்விட்டார்கள் என்று தெரியவரும். அனுபவம் இல்லாத ஜூனியர்களைப் போட்டுவிடுவார்கள். இங்கிருந்து எல்லாம் மறுபடியும் விளக்க வேண்டும். இந்தியாவில் மானேஜர்கள் என்ன செய்கிறார்கள் என்றே புரியவில்லை. அப்படியானால் அங்கே என்ன காரியர் இருக்கும்? பணம் நிறைய இருந்தால் வேலையைப் பற்றி யோசிக்க வேண்டாமோ?

சாப்பிட்டு விட்டு வழக்கமாகப் பார்க்கும் அபத்தமான காமெடி ஷோ பார்த்துவிட்டு சலித்துப் போய் சோஃபாவிலேயே தூங்கினான்.

காலை நாலரை மணிக்கு விழிப்பு வந்துவிட்டது. அதிகம் யோசிக்காமல் இந்தியாவுக்கு ஒரு மாதம் விடுமுறை எடுத்துக் கொண்டு போகலாம் என்று முடிவு செய்து டிக்கெட் பதிவு செய்தான்.

3

ஏப்ரல் 2025, சென்னையிலிருந்து திருச்சி

"அம்மா இன்னும் கொஞ்சம் ஏ சி போடுங்க."

எவ்வளவு வைத்தாலும் இன்னோவாவின் பின் இருக்கையில் உட்கார்ந்துகொண்டிருந்த விக்ரம் ஆதித்யாவுக்கு ஏசி போதவில்லை.

"ஆமாண்டா விக்ரம், உங்க ஊரு ஸ்நோ குளிரு எல்லாத்துலயும் இருந்துட்டு, இங்க உனக்கு வெயிலே தாங்கல."

"அம்மா, நான் இருக்கற சான்ஃப்ரான்சிஸ்கோ பே ஏரியால ஸ்நோ எல்லாம் வராது" குரலில் சலிப்பும் எரிச்சலுமாக.

"என்னவோப்பா, வந்ததிலிருந்து வெயில், புழுதி, குப்பை, டிராஃபிக், கூட்டம்ன்னு சொல்லிக்கிட்டே இருக்க, இங்க பிறந்து இருபத்தோரு வருஷம் வளர்ந்தவன்தானே? மேல் படிப்பு படிக்க அமெரிக்கா போயி பிஹெச்டியும் முடிச்சு வேலைக்கும் சேர்ந்து மொத்தமா எட்டு வருஷம் ஆகுதா, அதுக்குள்ள ஏதோ வெளிநாட்டுக்காரன் மாதிரி பேசற."

"சாரிம்மா, என்னவோ சின்னச் சின்ன விஷயம்கூட எரிச்சலாயிடுது."

"எல்லாம் ஒரு கல்யாணம் ஆனா சரியாயிடும்."

“அம்மா, நீங்க எப்படியாவது பேச்ச கல்யாணத்துல கொண்டு வந்து முடிப்பீங்க.”

“பின்ன என்னடா, வயசாகுதில்ல, இந்தக் காலத்துல பையன்களுக்குதான் நல்ல பெண் கெடச்சு கல்யாணம் ஆகுறது தாமதம் ஆகுது, பொண்ணுங்க கல்யாணமே வேண்டாம்னு சொல்லறாங்க, பசங்களப் பார்த்துட்டு ரிஜெக்ட் பண்ணிடறாங்க. நீயும் எதுவும் சொல்ல மாட்டேங்கற, நாங்களும் இன்னும் பார்க்க ஆரம்பிக்கல.”

“அம்மா, ப்ளீஸ் இன்னும் எரிச்சல் படுத்தாதீங்க, எனக்கு நீங்க பார்க்க வேண்டாம்.”

“நீயா பார்த்து வெச்சுட்டியா?”

“அம்மா, ப்ளீஸ்.”

“விக்ரம், இவ்வளவு வருஷம் கழிச்சு நீ இந்தியாவுக்கு வந்திருக்க, வழக்கம்போல டிசம்பர்ல வராம ஏப்ரல்ல, அதுவும் அதிசயமா ஒரு மாசம் லீவு. திருச்சி பாட்டி வீட்டுக்கு வேற வர ஒத்துக்கிட்டிருக்க. நம்ம குடும்பத்து வருஷாந்திர பூஜைக்கு போயிட்டிருக்கோம். பிச்சியம்மா அருளால சீக்கிரமே உனக்கு ஒரு கல்யாணமும் ஆயிடுச்சுன்னா, எங்களுக்கு நிம்மதி.”

விக்ரம் கோடை விடுமுறையில் திருச்சி பாட்டி வீட்டுக்கு வந்து பல வருடங்கள் ஆகின்றன. எட்டாம் வகுப்பில் ஐஐடி கோச்சிங் சேர்ந்தது முதல் திருச்சிக்கு வரவில்லை.

சென்னையிலிருந்து காலையில் கிளம்பி சுமார் மூன்று மணி நேரம் ஆகி இருந்தது. முன் இருக்கையில் இருந்த அப்பா இரண்டாம் காப்பி வேண்டும் என்று சைகை செய்து நிறுத்தச் சொல்லிவிட்டு டீம்ஸ் வீடியோ காலில் “லெட்டஸ் எக்ஸ்ப்லோர் ஆல் பாசிபில் ஆப்ஷன்ஸ்” என்று சொல்லி விட்டு ம்யூட் செய்தார். வீடியோவில் இருந்த மீதி ஏழு பேரும் சில வினாடிகள் மௌனத்துக்குப் பிறகு தொடர்ந்தனர்.

நெடுஞ்சாலையின் பக்கத்திலேயே வாகனங்கள் நிறுத்த நிறைய இடம் இருந்த ஒரு காபி பார்லரில் நிறுத்தினார்கள். இறங்கியவுடன், சூடு தாக்கியது.

“அம்மா, என்ன இது வெயில் இவ்வளவு அதிகமா இருக்கு?”

“இப்படித்தான் இருக்கும். நிறைய நாள் இருக்கப் போற, பழகிக்க.”

மினரல் வாட்டர் பாட்டில், தொப்பி, கறுப்புக் கண்ணாடியுடன் விக்ரம் கடைக்குள் நுழைந்தான்.

அப்பா “மூணு காபி சீக்கிரம் கொண்டு வாப்பா” என்று சொல்லி விட்டு “நான் திரும்பவும் பேசணும்.” என்று மொபைலைக் காண்பித்து அடுத்த மேசைக்கு நகர்ந்து உட்கார்ந்தார்.

“உங்கப்பா வி பி ஆனதுலேர்ந்து இப்படிதான், ராவு பகல்னு இல்லாம எப்பப் பார்த்தாலும் கால்.”

“மசால் வடை சூடா இருக்குது சாப்பிடறீங்களாம்மா?” என்ற சர்வருக்கு, தலை அசைப்பிலேயே மறுத்தார்கள்.

“தாத்தா பாட்டிய நேரில பார்த்தே எவ்வளவு வருஷம் ஆகுது, எப்படி இருக்காங்க?”

“இருக்காங்க, வயசாகுதுல்ல, முடியறதுல்ல. பார்த்திருப்பயே, நீதான் அப்பப்ப வீடியோகால் போட்டுப் பேசறன்னு பாட்டி சொன்னங்க.”

“ஆமாம்மா, பாட்டியாவது பேசுவாங்க, தாத்தா ஹலோ சொல்லிட்டுப் போயிடுவாரு.”

அப்பா தாத்தாவை எத்தனை அழைத்தாலும் சென்னைக்கு இடம் பெயர அவருக்குச் சம்மதம் இல்லை.

“காத்தோட்டமா திண்ணையும் வாசலிலேயே ஜாதி மல்லிகைக் கொடியும், ரேழியும் கால வீசி நடக்கற மாதிரி கூடமும், ஊஞ்சலும், சதுரமா முற்றமும் பின்கட்டுல குளிர்ச்சியா மா மரத்துடன் கிணத்தடியும், இலை பறித்துச் சாப்பிட கொல்லையில் வாழை மரமும், தினமும் அம்மன் தரிசனமும் எல்லாம் விட்டுட்டு உங்க ஊரு கூண்டுக்கு வர முடியாதுப்பா” என்று நீளமாக பதில் சொல்லுவார்.

சென்னை சாலிக்கிராமத்தில் ஒரு கிரவுண்டு நிலத்தில் எட்டு அபார்ட்மெண்டுகளில் ஒன்றாக இருந்த வீட்டுக்கு வர மனசு இல்லாமல் பிடிவாதம் பிடித்துக்கொண்டிருந்தார். அதற்காகவே அப்பா சில வருடங்களுக்கு முன்பு வளசரவாக்கத்தில் மெயின் ரோட்டில் பெரிய அபார்ட்மெண்ட் வாங்கினார். ஆனாலும் வரவில்லை.

"ஆமாம், இங்க கிணத்தடி பாசியில வழுக்கி விழுந்து இடுப்பு ஒடிஞ்சா ஏன்னு கேக்க ஆள் இல்ல..." என்று பாட்டி முணுமுணுத்தாலும் கேட்க மாட்டார்.

அப்பா கோபத்துடன் "எப்ப பாத்தாலும் வீட்டு வாசல்ல டூரிஸ்டு வேன், கார், பக்கத்துல அழுக்கு கரி படிஞ்ச ஹோட்டல், இந்தப் பக்கம் சர்பத் கடை, டம்ளர் கழுவி வீட்டு வாசலிலேயே தண்ணிய கொட்டுவான், இதுக்கு நடுவுல மல்லிகையாம் வாழையாம் காற்றாம், உளுத்துப் போன சீலிங் என்றைக்கு விழுமோ, பழைய வீட்டை விட்டுட்டு வர மனசு இல்லை. நீங்க கீழ விழுந்து எலும்பு ஒடிஞ்சா நாங்க வந்து பார்த்துக்க முடியாது" என்று சொன்னால் தாத்தா "தாயே அகிலாண்டேஸ்வரி" என்று கோவிலுக்குக் கிளம்பி விடுவார்.

"நாம அபார்ட்மென்ட விட்டு, மரம் செடி எல்லாம் இருக்குற மாதிரி ஒரு தனி வீடுக்குப் போகலாமா, அப்பவாவது பாட்டியும் தாத்தாவும் நம்ம கூட வந்து இருப்பாங்க" என்று விக்ரம் ஆசையாகக் கேட்பான்.

அப்பா "தாராளமா, தோட்டமும் பெரிய வீடும் சென்னையிலயும் உண்டு. டி நகர்ல என் ஃப்ரண்டு ஒருத்தன் இருக்கான், அவனுடைய அப்பா கட்டின வீடு. ரெண்டு கிரவுண்டுல அஞ்சு பெட் ரூம் வீடு. வாசல்ல தூண் வெச்ச பழைய கால போர்டிகோ, கிருஷ்ணன் பொம்மையோட ஃபவுண்டன், நாகலிங்க மரம் சம்பங்கிக்கொடி எல்லாம் உண்டு. பசங்க ரெண்டு பேரும் அமெரிக்கால செட்டில் ஆயிட்டாங்களாம், இவனும் போயிடப் போறான்."

"யாரு மணி அங்கிளா?"

"ஆமாம், அவனேதான். வீட்ட கண்டவங்களுக்கு விற்க இஷ்டமில்ல, இடுச்சிட்டு அபார்ட்மென்ட் கட்டடுவாங்க. கொஞ்சம் முன்ன பின்ன இருந்தாலும் பரவா இல்ல, யாராவது தெரிஞ்சவங்களுக்குத்தான் குடுப்பேன்னு இன்னும் விக்கல, ஏதோ கணக்குப் பார்த்து பதினொரு கோடின்னு சொல்லறான். நீ படிச்சு முடிச்சுட்டு அமெரிக்கா போய் சம்பாதிச்சுட்டு அந்த வீட்ட வாங்கு, அவங்களை கூட்டிட்டு வந்திடலாம்" என்று சொல்லி முடிப்பார்.

விக்ரமுக்கு ஏன் அப்படிச் சொல்லுகிறார் என்று தெரியும். அபார்ட்மென்ட்டுக்கு வாங்கின கடனையே அவர் இன்னும் முடிக்கவில்லை. கூடவே விக்ரம் அமெரிக்காவில் படிப்பதற்குக் கடன் எடுத்திருந்தார். விக்ரம் இப்போது அதை அடைத்து முடித்திருந்தான். தவிர வி பி ஆன பிறகு அப்பாவுக்கு நீலாங்கரையில் கடற்கரை வில்லா, பி எம் டபுள்யு வாங்க வேண்டும் என்று ஆசை.

4

ஏப்ரல் 2025, திருவானைக்காவல், திருச்சி

தண்ணீர் இல்லாத மணல் ஆறாக இருந்த கொள்ளிடம் தாண்டி திருவானைக்காவல் வீட்டுக்கு வரும்போது உச்சி நேரம் ஆகிவிட்டது.

வாசலிலேயே காத்திருந்த பாட்டி, "வாடா கண்ணு, உன்ன பார்த்தே எவ்வளவு வருஷம் ஆச்சு?" என்றாள். வயது எண்பதுக்கு மேல் ஆகி இருந்தாலும், களையான முகம், வயதானவர்கள் போல பெரிய குங்குமப் பொட்டு கிடையாது, நடுத்தரமான அளவுதான் பொட்டு, எப்பொழுதும் நிமிர்ந்துதான் இருப்பார். மடிப்புக் கலையாத காட்டன் புடைவையில் பார்க்கும்போதே தலைமை ஆசிரியராகப் பணியில் இருந்தபோது பள்ளிக்குக் கிளம்பியது மாதிரி இருக்கும், மரியாதையாக எழுந்து நிற்கத் தோன்றும்.

"பாட்டி, அதான் நான் மாசா மாசம் வீடியோ கால் பண்ணிக்கிட்டிருக்கேனே."

"என்னவோப்பா, நேரில பார்க்குறமாதிரி ஆகுமா?"

"பாட்டி உங்களுக்காகவே விர்ச்சுவல் ரியாலிடி செட் வாங்கித் தரேன். த்ரி டீல என்கூட பேசலாம்."

"பேசலாம் சரி, இப்படி முடியுமா?" என்று விக்ரமின் தலையைத் தடவி உச்சி முகர்ந்தாள். "ஆமாம் உங்க கம்பெனி விர்ச்சுவல் ரியாலிடி செட் எல்லாம் பெரிசா லான்ச் செஞ்சும் கூட அவ்வளவா தினசரி வாழ்க்கைக்கு வரலயே? ஸ்டாக் விலையும் இறங்கிட்டே போகுது."

"ஆமாம் பாட்டி, இப்ப மார்கெட் எல்லாமே குழப்பம்தான், காரணம் இல்லாமல் ஏறுது இறங்குது."

"சரி, எல்லோருமா ஒரு செல்பி" என்று படம் எடுத்தாள்.

"வாங்க எல்லோரும், பசியா இருப்பீங்க சாப்பிடலாம். விக்ரம் உனக்குப் பிடிக்கும்ன்னு வெண்டைக்காய் அரைச்சு விட்ட மோர்க்குழம்பும் எண்ணெய்க் கத்திரிக்காயும் செஞ்சிருக்கேன்."

கை கால் கழுவிக்கொண்டு எல்லோரும் சாப்பிட அமர்ந்தார்கள்.

"முளி தயிர் பிசைந்த காந்தள் மெல் விரல்" அப்படின்னு மோர்க்குழம்பு செய்யறதைப் பத்தி இரண்டாயிரம் வருஷம் முன்னாடி பாடி இருக்காங்க. காந்தள் மலர் எது தெரியுமா? "மொபைலில் படம் காண்பித்தாள். இதுக்கு 'க்ளோரியோசா சுபெர்பா' என்ற தாவரவியல் பெயர். கைவிரல்களுக்கு அதை உவமையா சொல்லி இருக்காங்க."

"என்ன பாட்டி, இப்ப இதுதான் படிக்கிறீங்களா?"

"ஆமாம்பா இப்பத்தான் சரித்திரம், சங்கப் பாடல்கள் எல்லாம் நிதானமா படிச்சுட்டிருக்கேன். இது குறுந்தொகை."

விக்ரம் கண்களை விரித்துப் பார்க்க, "நீயும் இதெல்லாம் இப்பவே படிப்பா, ஜெனெரேடிவ் ஏஐ, எல்எல்எம் மட்டும் கத்துக்கிட்டா மட்டும் போதாது" என்றாள்.

5

பாட்டி வீட்டில் மதியம் சாப்பிட்ட பிறகு எல்லோரும் சற்று படுத்துக்கொண்டு ஓய்வு எடுத்துக்கொள்வது வழக்கம். பயணக் களைப்பு, நல்ல சாப்பாடு, மூன்று பேரும் நன்றாகத் தூங்கிவிட்டார்கள். திடீரென்று தரை அதிர ஒரு சத்தம். ஆர்கெஸ்ட்ராவில் பாட்டின் இறுதியில் ஜலீர் என்று ஒரு தகடு அதிருமே அந்த மாதிரி சத்தம் கேட்டு விக்ரம் எழுந்தான்.

கண்களைக் கசக்கிக்கொண்டு எழுந்து வந்தால் சமையலறைக்குப் பக்கத்தில் இருந்த ஸ்டோர் ரூமிலிருந்துதான் சப்தம் வந்தது. அட்டத்தில் சாய்த்து வைத்திருந்த ஏணியில் பாட்டி ஏறி கையைத் தூக்கி எதையோ எடுக்க முயன்றபடி நின்றுகொண்டிருந்தாள்.

“பாட்டி நீங்க எதுக்கு ஏறினீங்க? நான் இருக்கேனே.”

“விக்ரம், நீயே இத்தனை வருஷம் கழிச்சு வந்திருக்க, தொந்தரவு செய்ய வேண்டாம்னுதான். கோவிட் இருந்தபோது உன் அம்மா அப்பா கூட வர முடியல, நாங்களேதான் எல்லாம் செஞ்சோம்.”

“நீங்க இறங்குங்க முதல்ல, என்ன வேணும்?”

“தாம்பாளம், பித்தளைக் குடம், விளக்கு, பாத்திரங்கள் எல்லாம் எடுக்கணும். வேலைக்காரம்மா வள்ளி வந்து சாயங்காலம் தேய்ச்சு வெச்சால்தான் நாளைக்கு காலை பூஜைக்கு, சமையலுக்கு எல்லாம் சரியாக இருக்கும்.”

விக்ரம் மேலே ஏறினான். அட்டத்தில் அடைசலாக இருந்தது. நிறைய ஒட்டடை.

ஒரு பக்கம் பாத்திரங்கள். ஈயம் பூசிய அண்டாக்கள், அடுக்குகள், தவலை, தாம்பாளம், தேங்காய் துருவும் மணை, ஜாரணிக் கரண்டிகள், சாவி விளக்கு, பித்தளைக் குடம், தாமிரச் செம்பு, பெரிய தூபக்கால், வெற்றிலைப் பெட்டி, திருகு கூஜா, பித்தளை அடுக்கு காரியர், பெரிய சேவை நாழி எல்லாம் இருந்தன.

இன்னொரு பக்கம் உபயோகத்தில் இல்லாத பல பொருட்கள். கண்ணாடி உடைந்த பெரிய நிற்கும் கடியாரம், டேபிள் ஃபேன், பல்லாங்குழிப் பலகை, ரெக்சின் தலையணை, தஞ்சாவூர் சந்தன மாலை, பட்டுப் பாய் என்று நிறைய இருந்தன. மரப் பெட்டிகளில் துணி சுற்றிய நவராத்திரி பொம்மைகள், ஒரு பெட்டி நிறைய புத்தகங்கள்.

பாட்டியிடம் கேட்டுத் தேவையானவற்றை எடுத்துக்கொடுத்தான்.

“சரி, நீ இறங்கலாம், மத்தது எல்லாம் கீழேயே இருக்குது.”

“பாட்டி ஒரே நிமிஷம், இங்க நிறைய திங்க்ஸ், என்னன்னு பார்க்கறேன்.”

ஒரு பெட்டி நிறைய புத்தகங்கள் இருந்தன. திறந்து என்ன என்று பார்த்தான். ஒரு புத்தகத்தை எடுத்துத் தூசி தட்டி திறந்தான். “இண்டியன் பீனல் கோட், ரதன்லால், தீரஜ்லால், 1920” என்று தடியான அட்டையுடன் இருந்தது.

“பாட்டி இதல்லாம் என்ன? பழைய புக், நூறு வருஷம் ஆன கிரிமினல் லா, யாருது?”

“ஓ அதுவா, எப்பவோ தூக்கிப் போட்டாச்சுன்னு நெனச்சேன். நான் முழுசா மேல ஏறிப் பார்த்தே எத்தனயோ வருஷம் ஆச்சு. அதெல்லாம் என்னுடைய அப்பாவுடையது, அவர் பெரிய லாயர், ஹை கோர்ட்டு சுப்ரீம் கோர்ட்டுல எல்லாம் கேசு ஜெயிச்சவர்.”

“அப்படியா? பாட்டி, எனக்கு நம்ம குடும்பத்துலயே உங்க ஜெனரேஷனுக்கு மேல யாரைப் பத்தியும் தெரியாது.”

“நீ மட்டும் என்ன, இந்தக் காலத்துப் பசங்க யாருக்குமே தெரியறதில்ல. நாங்கதான் சொல்லிக்கொடுக்கணும்.”

இன்னும் என்ன இருக்கிறது என்று மொபைல் போனில் டார்ச் போட்டுப் பார்த்தான். ஒரு மூலையில் அந்தப் பெட்டி இருந்தது. ஒரு பக்கம் கூம்பிய மாதிரி செவ்வக வடிவம். பழையகாலப் பெட்டியாக இருந்தது. பித்தளைக் கொக்கிகளை விடுவித்துத் திறந்தான். உள்ளே ஒரு வயலின் வாத்தியம் இருந்தது. விக்ரம் பார்த்துக்கொண்டிருக்கும்போதே ஒரு சிறிய பூச்சி அந்த வாத்தியத்தின் மேலே ஓடியது. அதைத் தட்டிவிடப் பார்த்தான். அது வாத்தியத்தின் மேல் இருந்த துளையின் வழியாக உள்ளே சென்றுவிட்டது.

டார்ச் அடித்து உள்ளே பார்த்தான். ஒரு பழுப்பேறிய காகிதம் ஒட்டி இருந்தது.

"அன்டோனியஸ் ஸ்ட்ராடிவாரியஸ் க்ரெமோனென்ஃபெஸ் ஃபகியபத் ஆன்னோ 1685"

என்று எழுதி இருந்தது. கூடவே ஏ எஸ் என்ற முத்திரையும் இருந்தது.

6

“பாட்டி இங்க வாங்க” விக்ரம் உரத்து கூப்பிட்டான். பாட்டி விரைவாகத் திரும்பி வந்தாள்.

“பாட்டி இங்க பெட்டியில ஒரு வயலின் இருக்குது.”

“அங்கயா இருக்குது? ஜாக்கிரதயா எடு. பூஜை அறையில அலமாரியில இருக்குன்னு நெனச்சேன், நாளைக்கு பூஜையில வைக்கணும்.”

“பூஜையில வெக்கணுமா? என்னுடைய ஃப்ரண்ட் வீட்டுல சரஸ்வதி பூஜைக்கு வீணை எல்லாம் வெப்பாங்க, பார்த்துருக்கேன். நம்ம வீட்டுலயும் சரஸ்வதி பூஜை மாதிரிதானா?”

“பிச்சியம்மான்னு சொல்லுவோம், நம்ம குல தெய்வம் மாதிரி, நாளைக்கு அவங்களுக்கு பூஜை. அதுல இந்த வயலினையும் வைப்போம்.”

“அப்படியா? நம்ம வீட்டுல மட்டும்தான் இந்த பூஜை செய்வோமா? நான் சின்ன வயசில பார்த்தது சரியா நெனவு இல்ல.”

“நான் சொல்லி இருக்கேன். சின்ன வயசில உனக்குத் தினமும் தூங்கறதுக்கு முன் தினமும் ஒரு கதை சொல்லுவேன். உனக்குப் பிடிச்ச கதை ஒண்ணுதான். விக்ரமாதித்தன் கதை, அதையே தினமும் சொல்லணும். எனக்கும் பிடிச்ச வீரதீர சாகசக் கதை அது.

உனக்கு விக்ரம் ஆதித்யான்னு பெயர் வெச்சதே அதிலிருந்துதான். சில நாள் நான் பிச்சியம்மா கதையையும் சொல்லி இருக்கேன். உனக்கு எல்லாம் மறந்துபோயிடுச்சு.”

“பாட்டி எனக்கு மறந்துபோச்சு, ப்ளீஸ் மறுபடியும் எல்லாம் சொல்லறீங்களா?”

“பாரு சின்னப்பையன் மாதிரி கேட்கற, சொல்லறேன். நாளைக்கே பூஜை முடிஞ்சவுடன் சென்னைக்குக் கிளம்பாம இங்கயே ஒரு வாரம் இரு. காவிரில குளிக்கலாம். கறந்த பால் காபி சாப்பிடலாம். கதை கேட்கறது மட்டும் இல்ல, இந்த அரை ட்ராயருக்கு பதில் வேட்டி கட்டிக்கிட்டு, தினமும் கோவிலுக்குப் போகலாம்.”

“பாட்டி, எனக்குக் கோயிலுக்கு எல்லாம் தினமும் வர முடியாது.”

“கோயில்ல வெறும் சாமி கும்பிடுவது மட்டும் இல்லை, உனக்கு ரோமன் ஆர்க்கிடெக்சர் தெரியும். நான் உனக்குச் சிற்பக்கலையில சோழர் காலம்னா என்ன நாயக்கர் காலம்னா என்னனு காட்டறேன். நீ சிஸ்டைன் சாப்பல் மைக்கேல்அஞ்செலோ ஓவியங்களைப் பார்த்திருப்ப. ஆனா இங்க புதுக்கோட்டை பக்கத்துல சித்தன்னவாசல்ல ஓவியங்கள் பார்த்திருக்க மாட்ட. பக்கத்துலயே குடுமியான் மலையில பல்லவர் காலத்து இசைக் குறிப்புகள் கல்வெட்டு இருக்குது. நீ படிச்ச கல்வி முழுசுமே எஞ்சினியரிங், டெக்னாலஜின்னு ஆயிடுச்சு. தேடிப் போய்ப் பார்க்கிறது மேற்கத்திய நாடுகள்தான். நம்ம சரித்திரம் எல்லாம் ஹைஸ்கூல்ல படிச்சு மறந்துடறீங்க. என்னன்னு சொல்லுறது.”

“பாட்டி நீங்க சொல்லுறது எல்லாமே சரி, எனக்கும் தெரிஞ்சுக்கணும்னு ஆசை, ஒரு மாசம் இருக்கேன், உங்களால எனக்கு எல்லாம் சொல்லிக்குடுக்க முடியுமா?”

“உனக்கு முதல்ல தமிழ் பேசச் சொல்லிக் கொடுக்கணும், வெளி நாட்டுல போய் சில வருஷம்தான் ஆகுது, அதுக்குள்ள பாதி சமயம் நீ இங்லிஷ்ல யோசிச்சு அதைத் தமிழ்ப்படுத்திப் பேசற! உன் கூட பேசி எனக்கும் நல்ல தமிழ் மறந்துடும் போல இருக்குது.”

விக்ரம் அசட்டுப் புன்னகை செய்தான்.

“ஆனால், நம்ம குடும்ப ட்ரெடிஷன் ஒண்ணு மட்டும் என்னால சொல்லித் தர முடியாது.”

“என்னது அது?”

“வயலின் வாசிப்பதையும், நம்ம சங்கீதத்தையும் நீ கத்துக்கணும். எனக்குக் கேட்க மட்டும்தான் தெரியும், பாடவோ, வாசிக்கவோ வராது.”

“அப்படியா பாட்டி? உங்களுக்குத் தெரியாததே இல்லன்னுதான் நெனச்சுட்டிருக்கேன்.”

“இல்லப்பா, நம்ம குடும்பம் பெரிய சங்கீதக் குடும்பம், பெரிய வித்துவான்கள் எல்லாம் இருந்திருக்காங்க. சங்கீதத்துக்காக ராஜ மானியம், விருது எல்லாம் வாங்கி இருக்காங்க.”

“இப்ப நம்ம குடும்பத்துல பாடறவங்க வாசிக்கறவங்க யாரும் இல்லியே?”

“ஆமாம்பா, நம்ம குடும்பம் உனக்குப் பல தலைமுறைகளுக்கு முன்னால உயிர்பிழச்சதே சங்கீதத்துனாலயும் பிச்சியம்மா கருணையாலவும்தான். என்னவோ சங்கீதம் எல்லாம் மூன்று ஜெனரேஷனுக்கு முன்னால போயிடுச்சு.”

“பாட்டி நீங்க எனக்கு எல்லா கதையும் சொல்லுங்க, நான் இதெல்லாம் கேள்விப்பட்டதே இல்லை.”

“எல்லாம் சொல்லறேன், நீ வந்து சில நாள் இங்க இருக்கறதே சந்தோஷம்.”

7

பூஜை அறைக்குச் சென்றார்கள். அறையில் ஒரு பெரிய அகிலாண்டேசுவரி படம் நடுவில் இருந்தது. முத்து போன்ற சுடருடன் வெள்ளி விளக்கு. உள்ளே நுழையும்போதே ஊதுபத்தி, பவளமல்லி, சண்பகம், மல்லிகைப் பூக்களின் மணம். தரை பளபளப்பாக சிவப்பு ஆக்சைடுடன் இருந்தது. குளிர்ச்சியான அந்தத் தரையில் எடுத்து வந்த பொருட்களை ஒரு பக்கம் அடுக்கி வைத்துக்கொண்டே பாட்டி கதை சொல்ல ஆரம்பித்தாள்.

"நான் சொல்லப் போவது எல்லாம் வாய்மொழிக் கதை ஓரல் ட்ரெடெடிஷன். ஹிஸ்டாரிகல் டாகுமெண்ட் எல்லாம் கேட்காதே. இன்டர்நெட்டில தேடாதே, இது நம்ம குடும்பக் கதை, எங்கயும் கிடைக்காது. இப்படி நடந்திருக்குமான்னு சந்தேகப்படக்கூடாது. இதெல்லாம் ஒரு நம்பிக்கைதான். நம்ம அறிவுக்கு அப்பால்பட்ட நிறைய விஷயங்களில் இதுவும் ஒண்ணுன்னு நெனச்சுக்கோ."

"சரி பாட்டி நம்பறேன் சொல்லுங்க."

"இது நடந்தது நம்ம குடும்பத்துல ஒன்பது தலைமுறைக்கு முன்னால. காவிரிக்கரை கிராமம், சின்ன கிராமம்தான், நூறு குடும்பம் இருந்திருப்பாங்க. எல்லாம் உறவுமுறை, பங்காளிங்கதான். அந்தக் காலத்துல காவிரில தண்ணீர் நெறய இருந்திருக்கணும், வருஷத்துக்கு மூணு போகம் வெளச்சல் காணும் பூமி, நம்ம குடும்பத்துலயும் நிலம் எல்லாம் இருந்தது, வசதியான குடும்பம்.

வீட்டுல வேலைக்கு ஆள் இருந்திருப்பாங்க. அந்தக் குடும்பத்துல மீனாட்சின்னு ஒரு பொண்ணு. கல்யாணம் ஆகி, கர்ப்பிணி வேற. குழந்தை பிறப்புக்கு அம்மா வீட்டுக்கு வந்திருக்காங்க. அப்ப தமிழ் நாட்டுல அரசியல் குழப்பம். ஒரு பக்கம் ப்ரிட்டிஷ் காரங்களும் ஃப்ரெஞ்சுக்காரங்களும் சண்டை, தஞ்சாவூரில மராட்டியர்கள், இந்தப் பக்கம் மைசூர் சுல்தான், அந்தப் பக்கம் ஆர்க்காடு நவாப், நடுவுல விஜய நகர மிச்சம் நாயக்கர்கள் பாளையக்காரங்க, மாறி மாறி சண்டைதான்."

"ஓ, போர்க் காலமா?"

"ஆமாம், இதுக்கு நடுவுல நம்ம ஊரு வளமா இருந்திருக்கு. மீனாட்சி வேளைக்கு விதவிதமா சாப்பாடு சாப்பிட்டு, தோழிகளோட பேசி விளையாடி மகிழ்ச்சியா இருந்திருக்காங்க. நிலமெல்லாம் இருந்ததுன்னு சொன்னேன் இல்லையா, நம்ம குடும்பத்துக்கு வருமானத்துக்குக் குறைச்சல் இல்ல. அதனால வீட்டுல யாரும் நாள் முழுக்க வருந்தி உழைக்கணும்னு இல்ல. பெண்கள் கலைகள் எல்லாம் கத்துக்கிட்டு இருந்தாங்க. எல்லோருமே நல்ல சங்கீதம் பாடுவாங்க, வீணை வாசிப்பாங்க, ஆண்களுக்குத் தமிழ்ப் புலமை இருந்தது கவிதை காவியம் எல்லாம் எழுதி இருக்காங்க, குடும்பத்துல எல்லோருமே ஓரளவு படிச்சவங்களாக இருந்திருக்காங்க."

"பாட்டி, இன்ட்ரஸ்டிங்கான ஆரம்பமா இருக்குதே, இவ்வளவு விவரம் உங்களுக்கு யார் சொன்னாங்க?"

"என்னுடைய பாட்டி, அம்மா எல்லோரும் கதையாச் சொல்லுவாங்க. காவிரிக்கரைன்னு சொல்லுவாங்க, ஆனா எந்த ஊருன்னு கூட தெரியாது. நானா ஆராய்ச்சி செஞ்சு இப்படித்தான் இருந்திருக்கணும்னு முடிவுக்கு வந்திருக்கேன்."

"பாட்டி இன்னொரு கேள்வி, நம்ம குடும்பத்துல பண வசதி இருந்தால்தான் கலைகள், கவிதைன்னு ஆர்வம் இருந்ததா?"

"அப்படியும் சொல்லலாம், அன்றாடம் சாப்பாட்டுக்கே உழைச்சு கூலி வாங்க வேண்டிய நிலைமை இருந்திருந்தா, கலைகளில ஆர்வம் இருந்திருக்குமான்னு சந்தேகம்தான். நம்ம நாட்டுல மட்டும் இல்ல, உலகம் முழுவதும் நதிக்கரையிலதான் நாகரிகம் வளர்ந்து பெரிய நகரங்கள் அமைந்து, ராஜ்ஜியம் ஆனது எல்லாமே. தண்ணீர்

இருந்தால் பயிர் செய்யறது சுலபம், சிரமப்பட வேண்டாம். ப்ரொடக்டிவிடி அதிகம் இருக்கும். ஜனங்களுக்கு அன்றாடம் சாப்பாட்டுக் கவலை இருக்காது. நம்ம ஊர் காவிரிக்கரையில ஈரோடு பவானிக்குப் பக்கத்துல இருந்திருக்கணும்."

"பாட்டி, உங்களோட கதை மட்டும் இல்ல, இந்த மாதிரி ரிஸர்ச் விளக்கமும் எனக்குப் பிடிச்சிருக்கு, மேலே சொல்லுங்க."

"அந்த ஊரில ஒரு பிரச்சனை வந்தது. அதுவரை பாளையக்காரர்கள்தான் ஆட்சி. பிரிட்டிஷ்காரங்க திப்பு சுல்தான கொன்றதற்குப் பிறகு அந்தப் பக்கம் எல்லா ஊரையும் அவங்களோட ராஜ்ஜியத்துல சேர்த்துக்கிட்டு வந்தாங்க."

"திப்பு சுல்தானா? அவர் மைசூரில்தானே ஆட்சி செஞ்சது?"

"மைசூர்தான், ஆனா அவர் தமிழ்நாட்டுல பல இடங்களை ஜெயிச்சு ஆட்சியில கொண்டு வந்தார். அவர் ராஜ்ஜியம் தெற்குல தாமிரவருணிக் கரை மதுரை, திண்டுக்கல், நம்ம ஊரு கிட்ட ஈரோடு தாண்டி கரூர் வரைக்கும், மேற்குல மங்களூர், கேரளாவுல காலிகட், வடக்குல கிருஷ்ணா துங்கபத்ரா வரை இருந்தது."

"அப்படியா, அவ்வளவு பெரிய அரசா?"

"ஆமாம், அவர் தோத்துப் போன பிறகு, ப்ரிட்டிஷ் நம்ம ஊரையும் எடுத்துக்க வந்தாங்க. அதே சமயம், உள்ளூர் பாளையாக்காரங்க தனியா ஆட்சி செய்யலாம்னு திட்டம் போட்டாங்க. அப்ப நம்ம ஊர் பெரியவங்க கூடிப் பேசி வெள்ளைக்காரன் ராஜ்ஜியமே நல்லதுன்னு முடிவுக்கு வந்தாங்க. ஒரு நம்பிக்கையான ஆளையும் அனுப்பி திருச்சில ப்ரிட்டிஷ் கூட பேச்சுவார்த்தை நடத்த இருந்தாங்க."

"இது என்ன இப்ப இருக்கற இன்டர்நேஷனல் பாலிடிக்ஸ் மாதிரி இருக்குது?"

"ஆமாம், காலம் காலமா சரித்திரம் முழுக்க அதே கதைதான்."

"பிறகு என்ன ஆச்சு?"

"அந்த சமயத்துல மீனாட்சி நிறை மாதக் கர்ப்பிணி, ஒருநாள் விடியற்காலையில கனவு கண்டிருக்கா."

"என்ன கனவு?"

“நதிக்கரையில பவானி வேதநாயகி கோயில் கோபுரத்துக்கிட்ட நிற்கற மாதிரியும், சரசுவதி மாதிரி வெண்பட்டு உடுத்திய ஒரு பெண் கையைப் பிடிச்சு உள்ளே அழைச்சுட்டுப் போகிற மாதிரியும், அர்த்த ஜாம பூஜையில அம்மன் சன்னிதில இருக்கற மாதிரியும் கனவு. அன்றைக்கு சித்ரா பவுர்ணமி, கோயில்ல விசேஷ பூஜை எல்லாம் இருக்கும். மீனாட்சி எழுந்து அவங்க அம்மா கிட்ட கனவு பற்றிச் சொல்லி, அன்னிக்கு சாயங்காலம் கோயிலுக்குப் போகணும்னு சொல்லி இருக்காங்க.”

“பாட்டி, கதை இன்டரஸ்டிங்கா போகுது, பிறகு என்ன ஆச்சு?”

“நிறைமாதக் கர்ப்பிணி , வெளியில போகக்கூடாதுன்னு அவங்க அம்மா முதல்ல சொல்லி இருக்காங்க. அன்னிக்கு மீனாட்சியுடைய அப்பாவும் கூட வர முடியாத நிலைமை. ஆனால் மீனாட்சி விடல, வற்புறுத்தி, பிடிவாதம் பிடிச்சு அம்மாவ ஒத்துக்க வெச்சு, சாயங்காலம் ஒரு வண்டி கட்டிக்கிட்டு நம்பிக்கையான ஒரு ஆள் பாதுகாப்புடன் கோயிலுக்குப் போயிருக்காங்க. கோயில் நம்ம கிராமத்திலிருந்து பல மைல் தூரம் இருந்திருக்கணும். போயி இறங்கும்போதே கோபுரத்தடியில கனவுல கண்ட மாதிரி வெள்ளைப் பட்டு உடுத்திய பெண் சிரித்த முகத்துடன் வா அப்படின்னு கையைப் பிடிச்சு அம்மன் சன்னிதிக்குக் கூட்டிட்டு போயிருக்காங்க.”

“பாட்டி, சினிமா மாதிரி கதை போகுது.”

“கதை இல்லப்பா, உண்மையாக நடந்தது, மேல கேளு. கோயில்ல அம்மனுக்கு பவுர்ணமி பூஜை விமர்சையா நடந்திருக்கு. பூஜை முடிவுல அம்மனுக்குப் பதினாறு உபசாரங்கள் அப்படின்னு செய்வாங்க, தூபம், தீபம், சாமரம் வீசறது, பாட்டுப் பாடறது, நாட்டியம் ஆடுவது அப்படின்னு பல விதமான சேவைகள். கடைசியா அந்த வெண்பட்டுப் பெண் பாட்டுப் பாடி இருக்காங்க, பாட்டுக்குக் கூடவே கையில வயலினையும் வாசிச்சுக்கிட்டுப் பாடினாங்களாம். பாடி முடிச்சு, தன் கையில இருந்த வயலினை மீனாட்சி கிட்ட கொடுத்து, நீயும் பாடு, இந்த வாச்சியத்த வாசின்னு சொல்லி இருக்காங்க.”

8

“வாச்சியம் அப்படின்னா என்னது?”

“வாத்தியம், இன்ஸ்ட்ருமென்ட், இசைக் கருவி, பழைய தமிழ்ல வாச்சியம்னு அருமையான சொல். நம்ம குடும்பத்துல இன்றைக்கும் அப்படிச் சொல்லுவோம்.”

“மீனாட்சி உடனே வாசிச்சாங்களா?”

“முதல்ல மீனாட்சி அந்த வாத்தியத்தைத் தனக்கு வாசிக்கத் தெரியாதேன்னு சொல்லி இருக்காங்க. அப்ப கோயில் குருக்கள் பிச்சியம்மா சொன்னால் கேள்வி கேட்காம செய் அப்படின்னு சொல்லி இருக்காரு.”

“அந்த வெண்பட்டு பெண் பெயர் பிச்சியம்மாவா?”

“ஆமாம், அவங்க பெரிய யோகினியாம், பல சக்தி எல்லாம் அடைஞ்சவங்களாம், பல நூறு வருஷம் வாழ்ந்தவங்களாம்.”

“பாட்டீ...”

“தெரியும். நீ கேட்காதே, முதல்லயே சொன்னேனே, பல நூறு வருஷங்கள் வாழ்ந்தாங்கன்னு சொன்னால் நம்பணும்.”

“சரி பாட்டி.”

“மீனாட்சி வாசிக்கத் தெரியாதுன்னு சொன்னாங்க இல்லையா, பிச்சியம்மா அவங்க கையில வாத்தியத்தைக் கொடுத்து, தலையில கை வெச்சு ஆசீர்வாதம் பண்ணி இப்ப வாசி, பாடுன்னு சொன்னாங்களாம்.”

“ம், ஆச்சரியம்.”

“மீனாட்சியும், பல வருஷங்கள் வாசித்துப் பழகிய மாதிரி வயலினை எடுத்து வாசிச்சுக்கிட்டே பாடினாங்களாம், கேட்டவர்கள் எல்லாம் மகிழ்ந்து பாராட்டினாங்களாம். பாடி முடிச்சவுடன தீபாராதனை எல்லாம் ஆன பிறகு, மீனாட்சி கிட்ட “இங்கயே இருந்துக்குங்க, ஊருக்குப் போக வேண்டாம்னு” சொன்னங்களாம்.

மீனாட்சியுடைய அம்மா, “அதெப்படி, எங்க குடும்பம் ஊருல இருக்குது, இவ கர்ப்பிணி. நாங்க ஊருக்குக் கிளம்பிப் போகணும் இப்பவே ராத்திரி ஆயிடுச்சுன்னு சொல்லி இருக்காங்க.”

“மீனாட்சி அங்கயே இருந்துட்டாங்களா?”

“ஆமாம், அன்னிக்கு ராத்திரி தங்கிவிட்டு அடுத்த நாள் காலை கிளம்பிப் போகலாம்னு, கூட வந்த ஆளைத் தகவல் சொல்ல அனுப்பி இருக்காங்க.”

“இன்னும் ஏதோ பெரிசா ஆகியிருக்கற மாதிரி தெரியுது.”

“ஆமாம், ஊரில அன்னிக்கு இரவு ஒரு பயங்கர சம்பவம். நான் முதல்லயே சொன்னேன் இல்லையா, அரசியல் குழப்பம். நம்ம ஊருல பெரியவங்க எல்லோரும் சேர்ந்து பிரிட்டிஷ் கூட இணைஞ்சுடலாம், அதுதான் பாதுகாப்புன்னு முடிவு செஞ்சிருந்தாங்க. பாளையக்காரங்களுக்கு இந்தத் திட்டம் எப்படியோ தெரிஞ்சுபோய் அவங்களுக்கு பயங்கர கோவம். இதே மாதிரி ஒவ்வொரு ஊரும் முடிவு எடுத்தா அவங்களுக்கு ராஜ்யம் இல்லாமல் போயிடும்னு ஆத்திரம்.”

“அப்ப என்ன செஞ்சாங்க?”

“ஊரையே அழிச்சு எல்லோரையும் கொன்னுபோடணும்னு ஒரு படை வந்து சேர்ந்தது. அதை யாரு அனுப்பியதுன்னு சரியா தெரியல. பாளையக்கரங்கதான்னு ஒருசிலர் நம்பினாங்க. இல்ல வந்தது கொள்ளைக்காரர்கள், கள்ளர் அப்படின்னு சிலர் நம்பினாங்க. பாளையக்காரர்கள் காப்பாத்த மாட்டாங்கன்னு

தெரிஞ்சு கொள்ளையர்கள் வந்துட்டாங்கன்னு சொல்லுவாங்க. ஒரு படைத் தலைவனோட நூறு குதிரைகள், வாளை உருவி எடுத்துக்கிட்டு நம்ம ஊருக்கு வந்திருக்காங்க."

"ஐய்யோ, வந்தது யாராவது இருக்கட்டும் என்ன ஆச்சு?"

"என்ன ஆச்சு, ரணகளம்தான். நம்ம ஊர்க்காரங்க எதிர்பார்க்கல, அதனால ஊர விட்டுப்போய் ஒளிஞ்சுக்கல. படையை எதிர்க்க ஆள் இல்ல. குதிரை மேல வந்த வீரர்கள் ஒவ்வொரு வீட்டுக்குள்ளயும் புகுந்து தேடி ஒருத்தர் விடாம ஆண்கள், பெண்கள் குழந்தைங்கன்னு எல்லோரையும் கொன்னுட்டாங்க, அவ்வளவு ஆத்திரம் அவங்களுக்கு."

"ஐய்யோ கேட்கவே பயங்கரமா இருக்குதே, பெண்கள் குழந்தைகளையுமா கொன்னாங்க?"

"ஆமாம். யாரயும் விடல, அதனாலேயே வந்தது கொள்ளைக்காரர்கள் இல்லன்னு சொல்லுவாங்க, கள்ளர்களுக்கு தர்மம், கட்டுப்பாடு எல்லாம் உண்டு, அப்படிப் பெண்களையும் குழந்தைகளையும் கொல்ல மாட்டாங்க. அரசியல்ல ஒரே ஒரு தர்மம்தான், தான் ஜெயிக்கணும், அதற்காக என்ன வேணும்னாலும் செய்யலாம். கடைசியில தப்பிச்சது மீனாட்சியும் அவங்க அம்மாவும் வயிற்றில் வளர்ந்துட்டிருந்த குழந்தையும் மட்டும்தான்."

விக்ரம் மவுனமாக இருந்தான். கண்களில் நீர் படர்ந்தது.

"அப்படித் தப்பிச்சு வந்ததுதான் நம்ம குடும்பம். மீனாட்சி பவானியிலயே தங்கிட்டாங்க. கோயில் சன்னதியில பிச்சியம்மா வாத்தியத்தைக் கொடுத்து ஆசீர்வாதம் செஞ்சதனால, மீனாட்சிய கோவில் மரியாதையோட தினமும் வயலின் வாசிச்சுப் பாட மானியம் கொடுத்து ஒரு வீட்டையும் கொடுத்தாங்க."

"பாட்டி, இந்தக் கதையக் கேட்டாலே புல்லரிக்குது, பிறகு பிச்சியம்மா என்ன ஆனாங்க?"

"யோகிகள் கடைசியா இயற்கை வழியா இறைவனுடன் கலந்துடுவாங்கன்னு கேள்விப்பட்டிருக்கேன். சிலர் ஜோதியாகி வெட்ட வெளியில கலந்துடுவாங்க, அந்த மாதிரி பிச்சியம்மா தண்ணீர் வழியாக இந்த உலகத்தை விட்டார். சித்ரா பவுர்ணமி இரவுல பூஜை முடிய வெகு நேரம் ஆயிடுச்சாம். முடிஞ்ச பிறகு

எல்லோரும் பார்த்துக்கொண்டிருக்கும்போதே பிச்சியம்மா கோயிலுக்கு வெளியே வந்து. காவிரியும் பவானியும் சேரும் சங்கமத்தில் அப்படியே பாஞ்சுட்டாங்களாம். அவ்வளவுதான். காரணமாகத்தான் மீனாட்சியைக் காப்பாத்தி வாத்தியத்தைக் கொடுத்து, தானும் உலகத்த விட்டுப் போனாங்கன்னு பெரியவங்க சொன்னாங்க. ஆக நம்ம குடும்பம் தப்பிச்சுப் பிழைச்சு இன்னிக்கு வரை வந்திருக்கோம்."

"பாட்டி, என்ன சொல்லறதுன்னே தெரியல, அற்புதம்னுதான் தோணுது."

"ஆமாம்பா, அதனாலதான், நம்ம குடும்பத்துல ஒவ்வொரு வருஷமும் சித்ரா பவுர்ணமி அன்னிக்குப் பிச்சியம்மாவ நம்ம குல தெய்வமா பூஜை செய்வோம்."

"பாட்டி, நம்ம குடும்பக் கதையை விவரமா சொன்னதுக்கு தாங்க்ஸ்."

"எனக்கும் சந்தோஷம், ஒவ்வொரு தலைமுறையும் தெரிஞ்சுக்க வேண்டியது."

"பாட்டி எனக்கு ஒரு கேள்வி, நம்ம ஊருல எல்லோரும் ஏன் பரிதாபமா செத்துப்போனாங்க? மீனாட்சி ஒருத்தர் மட்டும் ஏன் தப்பிச்சாங்க?"

"விக்ரம், இப்ப சமீபத்துல ஒரு விமான விபத்து ந்யூஸ் பார்த்தோமில்ல? டேக் ஆஃப் ஆகும்போதே எஞ்சின் நின்று போய் விமானம் விழுந்து, எரிந்து எல்லோரும் செத்துட்டாங்க, ஒருத்தர் மட்டும் தப்பிச்சார். ஏன்? எதற்காக? சொல்ல முடியுமா? நாம உலகத்துல நடக்கற எல்லாத்துக்கும் லாஜிகலா காரணம் உண்டு, விளக்கலாம் அப்படின்னு நெனக்கறோம். இது மாடர்ன் எஜுகேஷனால வர குழப்பம். நம்ம நாட்டுல சில விஷயங்கள கேள்வி கேட்காம நம்பிக்கையோட ஏத்துப்போம்."

"பாட்டி, நான் இப்படி யோசிச்சதே இல்ல" அவன் குரல் மங்கியது

பாட்டி கையை விரித்தாள்.

"பாட்டி, நம்ம குடும்பத்தப் பத்தி இன்னொரு கேள்வி."

"கேளுப்பா விக்ரம்."

"மீனாட்சி பவானியில கோயில்ல பாடிட்டிருந்தாங்கன்னு சொன்னீங்க, அவங்களுக்குப் பிறந்த குழந்தை என்ன ஆச்சு? நம்ம குடும்பத்துல வயலின் கலைஞர்களா யாராவது இருந்தாங்களா? இப்ப நம்ம குடும்பத்துல ஏன் யாருமே பாடறதில்ல வாசிக்கறதில்ல? ஏன் வயலினை அட்டத்துல போட்டு வெச்சிருக்கீங்க?"

"விக்ரம், இரு, இரு, எனக்குத் தெரிஞ்சவரை எல்லாக் கதையும் சொல்லறேன். மீனாட்சிக்கு ஒரு பெண் குழந்தை பிறந்தது. அந்தக் குழந்தைக்குப் பிச்சின்னு பேரு வெச்சாங்க. அவளும் சங்கீதம் கத்துக்கிட்டுக் கோயில் சேவகம் செஞ்சிட்டிருந்தா. அதற்குப் பிறகு இன்னும் இரண்டு தலைமுறை பெண்கள்தான், அவங்களும் பவானிலயே கல்யாணம் செஞ்சிக்கிட்டு, குடும்பம் நடத்தி கோயில் சேவகமும் விடாமல் நடத்தியிருக்காங்க."

"பவானியிலயே இருந்தாங்களா? எப்ப திருச்சிக்கு வந்தாங்க?"

"நடுவுல ஒரு பிள்ளைக் குழந்தை பிறந்திருக்குது. அந்தப் பையன் என்ன காரணமோ கோயில் சேர்ந்த வாழ்க்கைய விட்டுட்டு, திருச்சி வந்துட்டான். இங்க வந்து வேலைக்குச் சேர்ந்திருக்கான். அப்படியே விட்டுப்போச்சு. ஆனால் தவறாம ஒவ்வொரு வருஷமும் சித்ரா பவுர்ணமிக்கு வயலினையும் வெச்சு பூஜை செய்யறோம்."

"தாங்க்ஸ் பாட்டி, இவ்வளவு பெரிய மிராகிள் நடந்த குடும்பம், என்ன ட்ரெடிஷன், ஒண்ணும் தெரியாம இருந்திருக்கேன்."

"அதனாலதான் உனக்கு இவ்வளவும் சொன்னது. நான் படிச்சு டீச்சர் ஆனேன். உங்கப்பா மெக்கானிகல் எஞ்சினியரிங் படிச்சுட்டு இப்ப ஐடி கம்பெனில சாஃப்ட்வேர், நீ ஐஐடில கம்ப்யூட்டர் சயன்ஸ் சேர்ந்து, இப்ப அமெரிக்காவுல பிஹெச்டி வரை முடிச்சு என்ன வேலைன்னா ஏஐ அப்படிங்கற. நம்ம குடும்பத்துல மறுபடியும் யாராவது சங்கீதம் தொடர்ந்தா நல்லா இருக்கும்."

"பாட்டி, அப்பாதான் ஐஐடில படிக்கலன்னு என்னைப் படிக்க வெச்சார், அம்மா நம்ம பையனும் அமெரிக்கால இருக்கணும்னு ஆசைப்பட்டு மேல படிக்க அனுப்பிச்சாங்க. இதெல்லாம் நான் என்னுடைய முழு விருப்பத்துடன் செஞ்சேனானு கேட்டால், சரியா என்னால பதில் சொல்ல முடியாது."

"எல்லோருமே அப்படிதானேப்பா, எல்லாம் தெரிஞ்சு எத்தனை முடிவுகள் சொந்தமா எடுக்கறோம்? சக்ஸஸ் ஆனால் நம்ம

முடிவு, இல்லாவிட்டால் மற்றவங்க வற்புறுத்தல் அப்படினு சொல்லுவோம்."

"அப்பா பெரிய கம்பெனி வேலைய விட்டுட்டு, ஸ்டார்டப்புல சேரு அப்படிங்கறாரு. அதுல ஸ்டாக் கிடைச்சு நான் சீக்கிரமா மல்டி மில்லனர் ஆகணும்னு அவருக்கு ஆசை. அம்மா, எனக்குக் கல்யாணம் செய்யணும் அப்படீன்னு ஆரம்பிச்சிருக்காங்க. இப்ப நீங்க புதிசா வயலின் கத்துக்கச் சொல்லி ஆரம்பிச்சிருக்கீங்க. எனக்கு இந்த ப்ரெஷர் எதுவும் இல்லாம ஒரு வெகேஷன் வேணும்னுதான் இந்தியா வந்திருக்கேன்."

"விக்ரம், நீ பாவம், நான் உனக்கு அனாவசிய ப்ரெஷர் கொடுக்கல. இதெல்லாம்தான் பிரச்சனையா இல்ல வேற ஏதாவதா?"

"பாட்டி நீங்க நான் சொல்லாமலேயே கண்டுபிடுச்சுடுவீங்க."

"ஆமாம்பா, இத்தன வயசு ஆகி, டீச்சரா அனுபவம் இருக்கறதுக்கு அதுகூட முடியலனா எப்படி?"

"நான் உங்ககிட்ட கேட்கணும்னு இருந்தேன். நீங்க எப்படி கிட்டத்தட்ட நாற்பது வருஷம் வேலையில இருந்தீங்க, அதுவும் எப்படி ஒரே தொழில், ஒரே ஸ்கூல், அதே பாடம் சொல்லிக் கொடுத்து, இதே ஊரிலயே இருந்தீங்க?"

"நல்ல கேள்வி, நான் அப்படி யோசிச்சதில்லை."

பெரிய சுவர்க் கடியாரம் ஆறு மணி அடித்தது.

"டின்னருக்கு தயார் செய்யணும்."

பாட்டி எழுந்து விளக்கைப் போட்டாள்.

9

மறுநாள் சித்ரா பவுர்ணமி அன்று மாலை சந்திரோதயத்துக்குப் பிறகு பிச்சியம்மாவுக்கு பூஜை நடந்தது. பூஜை அறையில் காவிரி நீர் நிரப்பிய கலசம் வைத்து அதன்மேல் மாவிலையும் பெரிய தேங்காயும் வைத்து, வெண் பட்டுத் துண்டு கட்டி வெள்ளைத் தாமரைப் பூக்களால் ஆன மாலை போட்டு அந்தக் கலசத்தில் பிச்சியம்மாவை ஆவாகனம் செய்தார்கள். கலசத்துக்குப் பக்கத்திலேயே வயலினும் வைக்கப்பட்டது. பாட்டிதான் சகலகலாவல்லி மாலை படித்து ஒவ்வொரு பாட்டு முடிந்தவுடன் வெண்தாமரை இதழ்கள் மற்றும் மல்லிகைப் பூவால் அர்ச்சனை செய்தாள்.

எல்லாப் பாட்டும் முடிந்த பிறகு நிவேதனமாகப் பால் பாயசம், அரிசி மாவு கொழுக்கட்டை, பால் பணியாரம், வெண் பொங்கல், வெள்ளையப்பம் என்று பண்டங்களை நிவேதனம் செய்தார்கள்.

கற்பூர தீபம் காட்டி எல்லோரும் கீழே விழுந்து வணங்கினார்கள். எல்லோருக்குமாகச் சேர்த்து பாட்டி "பிச்சியம்மா உன் அருள் தொடர்ந்து இருக்க வேணும்" என்று உருகி பிரார்த்தனை செய்ய, பூஜை நிறைவு பெற்றது.

நிறைந்த மனதுடன் எல்லோரும் மவுனமாக இருந்தார்கள்.

பாட்டி "இந்த சமயத்தில் வயலினை எடுத்து வாசித்து, கூடவே பாடுவது வழக்கம் என்று என்னுடைய பாட்டி சொல்லிக்

கேட்டிருக்கேன். நம்ம குடும்பத்துல இப்ப சங்கீத வாசனையே இல்லாம போச்சு" என்றாள். இது ஒவ்வொரு வருடமும் சொல்லுவதுதான். அம்மாவுக்கு அது பிடிக்கவில்லை.

"நாம எதுவும் நிறுத்தலயே, பல தலைமுறைகள் முன்பே நின்னு போச்சுன்னு நீங்கதானே சொன்னீங்க" என்றாள்.

"நல்லபடியா பூஜை முடிஞ்சுது, சந்தோஷமா நாம பிரசாதம் சாப்பிடலாம். ஏய் விக்ரம், டம்ளர் எடு பாயசம் பார்க்கவே நல்லா இருக்கு, கூடவே மொறுமொறுன்னு வடை இருக்கலாம்" என்றார் அப்பா.

"போடா, உனக்கு எப்பவுமே தீனிதான் கவனம்" என்றார் பாட்டி.

அருகே வந்து மெல்லிய குரலில், "விக்ரம், நீ வயலின் வாசிக்கக் கத்துக்கிட்டு, அடுத்த பூஜையில வாசிக்கறயா?" என்று கேட்டாள்.

"போங்க பாட்டி, நீங்களும் உங்க ஆசைய என் மேல போடாதீங்க, நான் என்னுடைய லைஃப் என் இஷ்டப்படி இருக்கேன்."

"விக்ரம், நல்ல முடிவு, உன்னோட லைஃப் உன் ஆசைப்படி என்னன்னு முடிவு செஞ்சிருக்க?"

விக்ரம், "அம்மா, எனக்கும் பாயசம்" என்று நகர்ந்தான்.

10

விக்ரமுக்கு அன்று இரவு ஆழ்ந்த தூக்கம் வரவில்லை. விசித்திரமான கனவுகள் வந்தன.

விக்ரம் தன்னுடைய பணியிடத்தில் இருக்கிறான். சான்ஃப்ரான்சிஸ்கோ பே ஏரியாவில் அலுவலகக் கட்டடம்தான். நாலாவது மாடியில் பெரிய கான்ஃபரன்ஸ் அறையில் கூட்டம் நடந்துகொண்டிருக்கிறது. விக்ரம் நின்றுகொண்டு பேசிக் கொண்டிருக்கிறான். அவ்வப்போது அறையின் கண்ணாடிச் சுவரில் எழுதுகிறான். நிறைய கணிதக் குறியீடுகள், சமன்பாடுகள், விக்ரம் ஒரு கடினமான ஏ ஐ அல்காரிதத்தை விளக்கிக் கொண்டிருக்கிறான். அவன் வேலை செய்துகொண்டிருக்கும் அடானாமஸ் கார் - தானாக இயங்கும் கார் பற்றியது. பல நாட்களாகத் தீர்வு காண முடியாத ஒரு சிக்கலுக்கு விக்ரம் தீர்வு கண்டுபிடித்திருக்கிறான். அதை பேடன்ட் செய்ய வேண்டும் என்று சொல்லுகிறான்.

பட்டையான ஃப்ரேம் போட்ட கண்ணாடியுடன் அவனுடைய பிஸினஸ் யூனிட்டின் தலைவர் புன்னகையுடன் ஆமோதிக்கிறார் "விக்ரம், நீ எப்போதும் அவுட் ஆஃப் த பாக்ஸ் தீர்வுகளைக் கண்டுபிடிப்ப, இப்ப என்ன கண்டுபிடிச்சிருக்க சொல்லு, நாங்க எல்லோரும் ஆர்வமாகக் காத்திருக்கோம்" என்கிறார்.

“தாங்க்ஸ், இந்த முறை நிஜமாகவே அவுட் ஆஃப் த பாக்ஸ் தீர்வுதான்” என்று சொல்லிவிட்டு, நாடகீயமாகத் திரும்பி பக்கத்திலிருந்த பெட்டியிலிருந்து எதையோ எடுக்கிறான். அது ஒரு வயலின். விக்ரம் அறையின் முன்னால் நின்றுகொண்டு அந்த வயலினை வாசிக்கிறான். விவால்டியின் நான்கு பருவங்களிலிருந்து ஸ்ப்ரிங், வசந்த காலம் என்று பெயரிட்ட இசைக் கோவை.

பட்டையான ஃப்ரேம் போட்ட கண்ணாடியை இடது கையில் கழற்றிப் பிடித்தபடி பிஸினஸ் யூனிட் தலைவர் கோபமாகக் கத்துகிறார். அவர் முகம் சிவந்திருப்பதும், நெற்றியில் நரம்புகள் புடைத்திருப்பதும் தெரிகிறது. அவர் வாய் துடிக்க ஏதோ கத்துவது தெரிகிறது ஆனால் ஒலி கேட்கவில்லை. அவர் கையை நீட்டி சுட்டு விரலால் விக்ரமின் முகத்துக்கு அருகே அசைக்கிறார். விக்ரம் ஏதோ பதில் சொல்ல ஆரம்பிக்கிறான், வாய் கிட்டித்துப் போய்விட்டது, பேச முடியவில்லை.

அவன் மனதுக்குள்ளேயே, “இது என்ன வயலின் தெரியுமா? பிச்சியம்மா எங்க குடும்பத்துக்குக் கொடுத்தது, புரியாம கத்தறீங்களே?” என்று சொல்லுகிறான்.

அந்த வயலினை பெட்டிக்குள் வைத்து, எடுத்துக் கொண்டு கான்ஃபரன்ஸ் அறையிலிருந்து வெளியே ஓடுகிறான். கீழே வந்து, விமான நிலையத்துக்கு, தானாகச் செல்லும் காரில் போகிறான். கார் 101 விரைவுச் சாலையில் போய்க் கொண்டிருக்க, விக்ரம் வயலினை எடுத்து வாசிக்கிறான்.

விமான நிலையம் போய்ச் சேர்ந்த பிறகுதான் டிக்கட் இல்லை, முன்பதிவும் செய்யவில்லை என்று நினைவுக்கு வருகிறது. கவுன்டருக்கு ஓடி டிக்கெட் கிடைக்குமா என்று கேட்கிறான். அந்தப் பெண் எங்கே செல்ல வேண்டும் என்று கேட்கிறாள். விக்ரம் யாரும் இதுவரை போகாத, யாரும் இல்லாத ஏதாவது தீவுக்கு என்று சொல்லுகிறான். எந்தத் தீவாக இருந்தாலும் பரவா இல்லையா என்று அவள் மறுபடியும் கேட்கிறாள். விக்ரம் தீர்மானமாக, ஆமாம் யாரும் இதற்கு முன்பு போயிருக்கக்கூடாது என்று சொல்லுகிறான். அவள் அப்படி எதுவும் இல்லை என்று சொல்லுகிறாள். எனக்கு யாரும் போகாத தீவுக்குப் போக வேண்டும் என்று மறுபடியும் கேட்கிறான்.

என்ன ஆச்சரியம், அந்தப் பெண்ணுக்கு பதில் சிரித்த முகத்துடன் வெள்ளைப் பட்டுப் புடவை அணிந்த ஒரு பெண், "நான் எப்போதும் கூடவே இருக்கேன், கவலைப்படாதே" என்று சொல்லுகிறாள்.

விமானத்தில் ஏறி இருக்கைக்கு மேலே வயலினை பத்திரமாக வைக்கிறான். இத்தனை நேரம் ஓடிய களைப்பு உடனே தூங்கியும் விடுகிறான். விமானம் கிளம்பி விளக்குகளையும் அணைத்துவிடுகிறார்கள். எல்லோரும் ஆழ்ந்த தூக்கத்தில் இருக்க, திடீரென்று விமானம் பயங்கரமாக ஆடுகிறது. விமானி சீட்பெல்ட் கட்டிக் கொள்ளச் சொல்லுகிறார். விக்ரம் இன்னும் தூங்கிக்கொண்டிருக்கிறான். விமான பணிப் பெண் உலுக்கி எழுப்புகிறாள். விக்ரம் திடுக்கிட்டு விழித்துக்கொண்டான்.

பாட்டிதான் அருகில் இருந்தாள். "விக்ரம், என்ன ஆச்சு, தூக்கத்துல ஏதாவது கெட்ட கனவா, நீ ஏதோ சத்தம் போட்ட மாதிரி இருந்தது, அதான் வந்து பார்த்தேன்" என்றாள்.

"பாட்டி ஏதோ கனவு, என்ன அர்த்தம்னு புரியல" என்றான்.

பாட்டி அவனுக்கு விபூதி இட்டு விட்டு, தண்ணீர் எடுத்து வந்து "சரி தண்ணீர் குடிச்சுட்டு தூங்குப்பா, நாளைக்கு எல்லாம் பேசலாம்" என்றாள்.

விக்ரம் உடனே தூங்கவில்லை. யாரும் போகாத தனித் தீவு என்ன என்று யோசித்துக்கொண்டிருந்தான்.

11

தூக்கம் வரவில்லை. விக்ரம் படுத்துக்கொண்டே சும்மா மொபைல் போனில் சோஷியல் மீடியாவை நிரடிக்கொண்டிருந்தான். எதையும் படிக்காமல் , சில வினாடிகளுக்கு மேல் பார்க்காமல் கவனச் சிதறலாக அப்படியே விரலால் தள்ளிக்கொண்டே இருக்கும்போது நடுவே அந்த வயலினின் உள்ளே பார்த்த லேபிள் நினைவுக்கு வந்தது.

"அன்டோனியஸ் ஸ்ட்ராடிவாரியஸ் க்ரெமோனென்ஃபெஸ் ஃபகியபத் ஆன்னோ 1685"

அது என்ன என்று அப்போது புரியவில்லை. ஒருவேளை வருடமாக இருக்குமோ என்று தோன்றியது, என்ன வருடம், எதைப் பற்றியது இணையத்தில் தேட ஆரம்பித்தான். நிறைய விவரம் கிடைத்தது. அந்த வயலின் 1685 இல் ஸ்ட்ராடிவாரியால் இத்தாலியில் க்ரிமோனாவில் செய்தது என்று தெரிந்து கொண்டான். அவ்வளவு பழைய வயலினா என்று நினைத்துக் கொண்டான். மேலும் படித்த போது சுமார் 700 வயலின்கள் மட்டும் கிடைத்திருப்பதாகவும், இப்போது மதிப்பு பல மில்லியன் டாலர் என்றும் தெரியவந்தது. அவ்வளவு விலையா என்று ஆச்சரியப்பட்டான்.

இணையத்தில் கடந்த சில வருடங்களில் நடந்த ஏலம் பற்றியும், என்ன விலைக்கு விற்கப்பட்டது என்றும் விவரங்கள் கிடைத்தன. அதுவும் சென்ற வருடம் ஒரு ஏலத்தில் நாற்பத்தேழு மில்லியன் டாலருக்கு விற்கப்பட்டது என்பதை நம்ப முடியவில்லை. கூடவே ஸ்ட்ராடிவாரியின் லேபில் பொறித்த போலி வயலின்கள் பற்றியும் நிறையக் கிடைத்தது. பெரும்பாலானவை 19ம் நூற்றாண்டில் செய்யப்பட்ட போலி பிரதிகளாம். அசல் மாதிரியே அளவுகளுடன், உள்ளே ஸ்ட்ராடிவாரியின் லேபில் ஒட்டி தொழிற்சாலைகளில் செய்தார்கள். பாட்டி சொன்ன பிச்சியம்மா காலத்தைப் பார்த்தால் அதற்குச் சரியாக இருந்தது. அவர்களுக்கு வயலின் எப்படிக் கிடைத்தது? போலியாகவும் இருக்கலாம், உண்மையானதாக இருக்கலாம் என்று தோன்றியது.

கூடவே இன்னொரு கேள்வி எழுந்தது. வயலின் போலியாகவே இருக்கட்டுமே, அதனால் இப்போது என்ன? அது குடும்ப சொத்து, குடும்பத்தைக் காப்பாற்றிய யோகினி கொடுத்தது. பூஜைக்கு உரியது என்று பார்த்தால் விலை மதிப்பில்லாதது. அது உண்மையா போலியா என்ற கேள்வி பொருள் அற்றது. அடுத்த கணம் ஒரு வேளை உண்மையான ஸ்ட்ராட் வயலினாக இருந்தால், இதுவும் பல மில்லியன் டாலர் விலை பெறும் என்று தோன்றியது.

உண்மையானதாக இருந்தால்? பல மில்லியன் டாலர் கிடைத்தால்? மவுன்டன் வ்யூவில் வீடு வாங்கலாம், வீடு இருந்தால் டேடிங் ஆப்பில் நிறைய பெண்கள் விரும்புவார்களா? ரிடையர் ஆகி விடலாம். தினமும் கால்ஃப் விளையாடப் போகலாம். அது எதுவும் வசீகரமாக இல்லை. நிறையப் பயணம் செய்யலாம், உலகம் முழுவதும் எல்லா நாடுகளுக்கும் போகலாம், எல்லாவற்றையும் விட விருப்பம் இல்லாத வேலையில் பணத்துக்காக இருக்க வேண்டாம். அந்த எண்ணம் உற்சாகமாக இருந்தது.

ஆர்வத்தை நிறுத்த முடியவில்லை. ஒரு ஸ்ட்ராட் வயலினை எப்படி உண்மையானதா இல்லை போலியானதா என்று கண்டுபிடிப்பது பற்றித் தேடினான். நிறைய இணைப்புகள் கிடைத்தன. சரித்திர ஆவணங்கள் மற்றும் அறிவியல் பூர்வமான ஆதாரங்கள் இருந்தால் மட்டுமே சாத்பி, க்ரிஸ்டி போன்ற பெரிய நிறுவனங்கள் ஏலம் விடுவார்களாம். பாட்டியிடம் இதற்குமேல் சரித்திரம் எதுவும் கிடைக்காது. நம்பிக்கை என்று சொல்லி விடுவாள்.

இந்தியாவிலிருந்து இதுவரை ஸ்ட்ராட் வயலின் கிடைத்திருக்கிறதா என்று தேடினான். கொச்சியில் யாரோ ஒருவருக்கு ஸ்ட்ராடிவாரி லேபிலுடன் வயலின் கிடைத்ததாகவும், அது அவருடைய அப்பாவுக்கு யாரோ ஆங்கிலேயன் கொடுத்ததாகவும், அவர் அதை பாங்க் லாக்கரில் பூட்டி வைத்திருப்பதாகவும் செய்தித்தாளில் வந்திருந்தது. மேலும் விவரங்கள் கிடைக்கவில்லை. ஒருவேளை தன்னுடைய குடும்ப சொத்தும் அதே மாதிரி யாராவது வெளி நாட்டவர் கொடுத்திருக்கலாம் என்று தோன்றியது.

அறிவியல் பூர்வமான ஆதாரம் என்ன என்று தேட ஆரம்பித்தான். வயலினின் கட்டமைப்பு, அளவுகள், லேபிலில் எழுதி இருப்பவை, அந்தக் காகிதத்தின் காலம், எக்ஸ்-ரே மற்றும் எக்கோ டாப்ளர் எடுத்து உள் அமைப்பு, அதன் ஒலியை டிஜிடலாகப் பதிவு செய்து ஒலி ஆய்வு, எல்லாவற்றுக்கும் மேலாக உலக அளவில் பரிசோதித்துச் சொல்லக்கூடிய நிபுணர்கள், வயலினைப் பழுது பார்க்கும் லூதியர்கள், நிறுவனங்கள் என்று பல தகவல்கள் கிடைத்தன. அவ்வளவையும் தேடித் தேடிப் படித்துப் பார்த்து வந்த விக்ரம், “ஆகா! இவ்வளவு இருப்பதே தெரியவில்லையே,” என்று நினைத்துக்கொண்டான்.

தேடிப் படித்துக்கொண்டிருக்கும்போது ஒரு இணைப்பில் ஆன்லைனிலேயே முதல் கட்ட பரிசோதனை செய்ய முடியும் என்று தெரியவந்தது. அந்த இணைப்பில் சென்று பார்த்தால், அமெரிக்காவிலிருந்து ஒரு லூதியர் கொடுத்திருந்தார். அதில் கொடுத்திருந்தபடி கோணங்களில் படம் எடுத்து அனுப்பி, கேட்டிருந்த நூறு டாலர் பணமும் கட்டினால் முதல் கட்ட பரிசோதனை செய்து சொல்லப்படும் என்று இருந்தது. அந்த லூதியர் க்ரிமோனாவில் பயிற்சி பெற்றவராம், சர்வதேச அளவிலான வயலின் செய்யும் போட்டிகளில் பங்கு பெற்று பரிசு பெற்றவர். பார்த்தால் நம்பிக்கையாகத்தான் இருந்தது. உடனே படம் எடுத்து அனுப்பலாம் என்று தோன்றியது. மணி காலை நான்கு, விக்ரம் வெளிச்சம் வந்த பிறகு பார்க்கலாம் என்று நினைத்தான். ஆனால் ஒரு நிமிடத்திலேயே காத்திருக்க முடியாது என்று தோன்றியது.

வயலின் இன்னும் பூஜை அறையில்தான் இருந்தது. உள்ளே சென்று வயலினை எடுத்துத் தன்னுடைய அறைக்கு வந்தான்.

ட்யூப் லைட்டைப் போட்டு நல்ல வெளிச்சத்தில், மொபைல் போனிலேயே பல படங்களைக் கேட்டிருந்த கோணங்களில் எடுத்தான். அந்த இணையதளத்தில் பதிவேற்றி, பணமும் கட்டினான். கடைசியாக அந்தத் தளத்தில் ஒரு மாதத்துக்குள் முடிவு தெரிவிக்கப்படும் என்று செய்தி காண்பிக்கப்பட்டது.

சற்று நேரத்தில் உறக்கம் வந்துவிட்டது.

12

காலை எழுந்திருக்கவே எட்டு மணிக்கு மேல் ஆகிவிட்டது. அம்மாவும் அப்பாவும் தாத்தாவுடன் அகிலாண்டேசுவரி கோயிலுக்குச் சென்றிருந்தார்கள். பாட்டி மட்டும் வீட்டில் இருந்தாள்.

“பாட்டி, வீட்டுல யாரும் இல்லயா?”

“இல்லையே, என்ன விஷயம், காலையிலயே உற்சாகமா இருக்க?”

ஸ்ட்ராடிவாரி வயலினுடைய பாரம்பரியத்தைப் பற்றியும், அது உண்மையாக இருந்தால், பல மில்லியன் டாலர் விலை போகும் என்பதையும் சொன்னான்.

“ஆனால். இது ஒரிஜினலா இல்ல டூப்ளிகேட்டான்னு தெரியல பாட்டி.”

“அப்படியா, ஆச்சரியமாக இருக்குது. எனக்கு எல்லா விவரமும் அனுப்பு. ஆமாம், அடுத்தது என்ன செய்யப் போற?”

“ஆன்லைனிலயே போட்டோ அனுப்பிச்சிருக்கேன். எக்ஸ்பர்ட் ஒருத்தர் செக் பண்ணி சொல்லுவாராம்.”

“அவர் ஒரிஜினல்னு சொல்லறாருன்னு ஒரு பேச்சுக்கு வெச்சுக்கலாம், அடுத்தது என்ன செய்யலாம்?”

“தெரியல பாட்டி, யோசிக்கணும்.”

பாட்டியும் ஒரு கணம் மவுனமாக இருந்தாள்.

“உங்கப்பா கிட்ட மட்டும் எதுவும் இப்ப சொல்லிடாத, உடனே வயலின வித்துட்டு நீலாங்கரை வில்லா வாங்கிடலாம்னு கனவு காணுவான்.”

“இல்ல பாட்டி, சொல்ல மாட்டேன், நீங்க என்ன நினைக்கறீங்க?”

“அவ்வளவு மதிப்பானது நாம சும்மா அட்டத்துல போட்டு வெச்சுருக்கோம். வருஷத்துக்கு ஒரு முறை பூஜை செய்யறோம். அவ்வளவு சரித்திர முக்கியமானது, அது நம்ம குடும்ப ஹெரிடேஜ், நிறைய யோசிக்கணும், பார்க்கலாம்.”

“பாட்டி, நீங்க இதைப்பத்தி யோசிக்கலாமுன்னு சொல்லறதே ஆச்சரியம். நீங்க என் மேல கோவிச்சுக்கப் போறீங்களோன்னு பயந்தேன்.”

“விக்ரம், இதுல கோவிச்சுக்க என்ன இருக்கு ? நாம எல்லோரும் ஆலோசிச்சு முடிவு செய்யலாம்” விக்ரம் பாட்டியைக் கட்டிக் கொண்டான்.

“உனக்கு காபி போட்டு எடுத்து வரட்டுமா?”

“ஓ, குடுங்க, நீங்க பித்தளைத் தம்ளர் டபராவில காபி குடுங்க. அதற்குத் தனி ஃப்ளேவர்.” பாட்டி சமையல் அறைக்குச் சென்றாள். விக்ரமும் பின்தொடர்ந்தான்.

“விக்ரம், வேற ஏதோ பேசணும்னு நேற்றைக்கே சொன்னியே?”

“பாட்டி, எனக்கு ஒரு கேள்வி, நீங்க சிரிக்காம, மழுப்பாம பதில் சொல்லணும்.”

பாட்டி அடுப்பைப் பற்ற வைத்தாள்.

“சொல்லப் பார்க்கிறேன்.”

“நம்ம லைஃப் பர்பஸ் என்ன?”

பாட்டி சிரித்தாள்.

“பெரிய கேள்வியா கேட்டுட்ட. இதெல்லாம் உன் அம்மா அப்பா கிட்டயோ, சாட் ஜிபிடி கிட்டயோ கேட்கலாமே?”

“இல்ல பாட்டி, அவங்களுக்கு இன்னும் கவலை அதிகமாயிடும். நீங்க இன்னும் ஒரு ஜெனெரேஷன் முன்பாக இருந்தாலும், நீங்க வேற மாதிரி. சாட் ஜிபிடி அப்படினு கிண்டல் செய்யாம பதில் சொல்லுங்க.”

"சொல்லறேன். பாட்டி பேரன் உறவுங்கறது, தனியானது. அதுல நீ படிச்சு மார்க் வாங்கணும், பெரிய வேலைக்குச் சேரணும் அப்படின்னு பெரிய எதிர்பார்ப்பு, கவலை இல்ல. அதே செல்லப் பேரன்தானே."

பால் காய்ந்துகொண்டிருந்தது.

"சரி நீ வாழ்க்கையின் குறிக்கோள் பற்றிக் கேட்ட கேள்விக்கு பதிலா நான் ஒரு ஸென் தத்துவம் சொல்லறேன். மனித வாழ்க்கையில இரண்டே கேள்விகள்தான்."

"என்ன கேள்விகள் பாட்டி?"

"முதலாவது நீ கேட்டது, வாழ்க்கையின் குறிக்கோள் என்ன?"

"இரண்டாவது?"

"இன்றைக்கு சாப்பாடு என்ன?" இப்போது விக்ரம் சிரித்தான்.

"பாட்டி நீங்க இப்படித்தான் ஏதாவது சொல்லுவீங்க. இதுல என்ன தத்துவம்?"

"காலம் காலமா மனுஷர்களுக்கு இதே கேள்விதான்" அப்போது வீட்டு அழைப்பு மணி அடித்தது.

"வேலைக்காரம்மா வள்ளிதான், போய்த் திற, இங்க பால் பொங்கிடும்."

விக்ரம் சென்று கதவைத் திறந்தான்.

"தம்பி எப்ப வந்தீங்க? உங்களைப் பார்த்தே பல வருஷம் ஆயிடுச்சு. நல்லா இருக்கீங்களா?"

"நல்லா இருக்கேம்மா, நீங்க எப்படி இருக்கீங்க?"

"ஏதோ கடவுள் புண்ணியத்துல பொழச்சு இருக்கோம் தம்பி" செயற்கையாகப் புன்னகைத்தாள்.

"வள்ளி, என்ன வர வர இப்ப லேட் ஆகுது?"

"பின் தெருவில புதுசா ஒரு வீட்டு வேலைக்குப் போறேம்மா. ஊட்டுக்காரருக்கு ஆக்சிடென்ட் ஆயிடுச்சுன்னு சொன்னேன் இல்ல, அதுக்கு வேலைக்குப் போக முடியல. சாப்பாட்டுக்கு வழி?"

13

பாட்டி காபி எடுத்துக் கொண்டுவந்து கொடுத்தாள்.

கூடத்தில் ஊஞ்சலில் உட்கார்ந்து பித்தளை டபராவில் காபியை ஆற்றினான்.

"பாட்டி, சூப்பர் காபி, இதுக்காகவே நான் இந்தியா திரும்பி வந்து உங்க கூடவே இருந்துடலாம்."

"வா வா, ஆனால் எங்க கூட இந்த வீட்டுலதான் இருக்கணும், பரவா இல்லயா?"

"பாட்டி, தாத்தா ஏன் இந்த வீட்டை விட்டு வர மாட்டேன்னு அடம்பிடிக்கறாரு?"

"அவரு ரிடையர் ஆன பிறகு, பி எஃப்ல வந்த பணம் எல்லாம் போட்டு எப்போதோ கைவிட்டுப் போன நம்ம மூதாதையர் வீட்டைத் திரும்ப வாங்கி ரிப்பேர் செஞ்சாரு. பல வருஷங்களாக அவருக்கு அதுதான் குறிக்கோள். இங்கதான் இருக்கணும்ன்னு அவர் விருப்பம்."

"ஓ, அப்படி ஒரு இமோஷனல் அட்டாச்மென்டா?"

"வீடு மட்டும் இல்ல, எல்லாமேதான். காலையில எழுந்தா காபிய ருசிச்சு அரை மணி நேரம் வாசல்ல திண்ணையில வேடிக்கை பார்த்துக்கிட்டு உட்கார்ந்திருப்பாரு. அப்போது ஏதாவது காக்கா

வந்து கழுத்தை வளைச்சுப் பார்த்துக் கத்தினால் புன்னகை, பவள மல்லி தரை முழுக்க உதிர்ந்திருந்தால் அதிசயம், மல்லிகைக் கொடி காற்றில் அசைந்தால் சந்தோஷம். பிறகு நிதானமா கிணத்தடியில பம்பு செட் போட்டுக்கிட்டு அருவி மாதிரி தண்ணியில குளிப்பார். உடனே கொல்லையிலிருந்து வாழை இலை நறுக்கிட்டு வந்து பலகாரம். இட்லி, கூடவே வெள்ளை வெளேர்ன்னு தேங்காய்ச் சட்டினி, அதில தாளிச்ச பருப்பு நாக்குல நெருட, அரைச்ச பச்சைமிளகாய்த் துணுக்குகள் தெரிய கூடவே வெங்காய சாம்பார் இருந்தால் மிக நல்ல நாள், ருசிச்சு சாப்பிடுவாரு."

"இப்படி எல்லாத்தையும் உங்க கிட்ட ரசிச்சு சொல்லுவாரா?"

"சொன்னால்தான் ரசனையா?"

"அவரு கோயிலை விட்டு வர முடியாதுன்னு சொல்லுவாரே?"

"ஆமாம், அவருக்கு தினம் தவறாமல் கோயில். ஆனால் பெரிசா பக்தி அப்படின்னு கிடையாது. நேரா அம்மன் சன்னிதியில போய் "அம்மா, தாயே அகிலாண்டேசுவரி" அப்படின்னு விழுந்து வணங்கி, விபூதி குங்குமம் இட்டுக்கிட்டு, கோவில் மண்டபத்துல ஃப்ரண்ட்ஸ் பார்த்துப் பேசிட்டு வீட்டுக்குப் பத்து மணிக்கு வருவாரு. வந்தவுடன் மறுபடியும் ந்யூஸ் பேப்பர், பிறகு டிவி, சாப்பாடு, மதியம் தூக்கம், நாலு மணிக்கு மறுபடியும் காபி, டிவி பார்த்துச் சாப்பிட்டால் நாள் சந்தோஷமாகக் கழிந்தது."

"பாட்டி, அவருக்கு போரடிக்காதா?"

"அப்படி எல்லாம் யோசிச்சால்தானே."

14

“ரேடியோ வை, காலையில ஒன்பது மணிக்கு நல்ல கச்சேரி வரும்.”

விக்ரம் ரேடியோவை ஆன் செய்தான்.

“ரேடியோ எதற்கு பாட்டி, என்ன பாட்டு வேணுமானாலும் யு ட்யூபில் இருக்குது.”

“என்னவோப்பா, பல வருஷப் பழக்கம், அதுல அறிவிப்போட கேட்டால்தான் ஒரு திருப்தி.”

ரேடியோவில் அன்று எம்எஸ் சுப்புலட்சுமி கச்சேரி. பாட்டி மிகவும் ரசித்துக்கொண்டிருந்தார்.

கச்சேரி இறுதியில் “குறை ஒன்றும் இல்லை” என்ற பாடலை எம் எஸ் பாடினார். பாட்டி கண்களில் நீர் மல்க கேட்டார். விக்ரமுக்கும் நெகிழ்வாக இருந்தது.

“பாட்டி, எப்படி இந்தப் பாட்டை அவ்வளவு உணர்ச்சியோட பாடறாங்க? நமக்கும் கேட்டால் அதே உணர்ச்சி வருது?”

“அது ஒரு தவம், அதுலயே பல வருஷம் ஆழ்ந்து, அதிலேயே கரைந்து ஒரே பாட்டையே பல நூறு முறை பாடினால், சொல்லும் பொருளும் இசையும் குரலும் சேர்ந்து வாய்க்கும் அப்படின்னு சொல்லுவாங்க.”

"பல வருஷம், பல நூறு முறையா?"

"ஆமாம், பல வருஷம் முனைப்பா இருந்தால் ஆழமாப் போக முடியும். நீ எத்தன கத்துக்க ஆரம்பிச்சு விட்டிருக்க ? உங்கம்மாவும் உன்னைக் கொண்டுபோய் சேர்க்காத க்ளாஸ் இல்ல. க்ரிக்கெட், டென்னிஸ், செஸ், கராத்தே, குமான், கிடார் அப்படின்னு ஒவ்வொரு வருஷமும் சேர்த்து விடுவா. பழைய காலத்துல அரச குமாரர்களுக்கு அறுபத்து நாலு கலைகள் கற்றுக் கொடுப்பாங்களாம். உன்னையும் அரச குமாரன் மாதிரி வளர்க்க முயற்சி செய்தாங்க. நீ ஆறு மாசத்துல விட்டுடுவ."

"பாட்டி, எனக்கு அதெல்லாம் வரல."

"ஆறு மாசத்துல வராதுன்னு எப்படி முடிவுசெய்ய முடியும்?"

"பின்ன, வருஷக் கணக்கா ஒண்ணையே செய்ய முடியுமா?"

"செய்யலாம், பொறுமை வேணும். இப்ப அரை மணி நேரம் முன்ன என்ன செஞ்ச? பித்தளை டபரா தம்ளர் காபியுடன் ஊஞ்சல் மேல செல்ஃபி எடுத்தபோதே பார்த்தேனே. அதை உடனே இன்ஸ்டாவில் 'வாட் எ வொண்டர்ஃபுல் மார்னிங் வித் ட்ரெடிஷனல் ஃபில்டர் காஃபி' அப்படின்னு போட்ட இல்லயா?"

விக்ரம் எழுந்து போய் ஜன்னல் கதவின் கொக்கியைச் சரி செய்தான்.

"போட்ட பிறகு இரண்டு நிமிஷத்துக்கு ஒரு தரம் என் கூட பேசிக்கிட்டே செக் செஞ்சிட்டிருந்தயே? எவ்வளவு பேர் பார்த்தாங்க, எத்தனை லைக் வந்திருக்குது?"

விக்ரம் மொபைலைப் பார்க்கக் கூடாது என்று நினைத்துக் கொண்டு, அதையே செய்தான்.

"வேலையில சேர்ந்த அன்றைக்கே உலகத்த மாத்தற மாதிரி ஏதாவது பெரிய சாதனை செய்யணும். ஆனால் அது என்னன்னு தெரியாது. ஆறு மாசத்துல வேலை போர் அடிக்குது. வேலை மாறணும். எல்லாமே வேகம்."

விக்ரம் கேட்டுக்கொண்டிருந்தான்.

"அதேதான் மனித உறவுகளுக்கும். பார்த்தவுடன் காதல்

அப்பபடின்னு நெனச்சுக்கறீங்க, ஆனால் கூடவே அழகா இருக்கணும், புத்திசாலியா இருக்கணும், நல்ல வேலை, நிறைய சம்பளம், அது என்ன சொல்லுவீங்க - ப்ரோக்ரெஸ்ஸிவ் தாட், இப்படி நிறைய எதிர்பார்ப்பு."

விக்ரம் சிறிது நேரம் பேசாமல் இருந்தான்.

"விக்ரம், சரி, உனக்கு இப்ப என்ன பிரச்சனை? வேலை போரடிக்குதா இல்ல காதல் ப்ரேக்கப்பா?"

"பாட்டி அதெல்லாம் இல்லை. வேலைதான் போரடிக்குது."

"ம், நீங்க எப்படி அவ்வளவு வருஷம் ஒரே வேலையில இருந்தீங்கன்னு கேட்டபோதே நெனச்சேன்."

"ஆமாம் பாட்டி, எனக்கு லைஃப்ல ஒரு எய்ம் இல்லாம, எதையும் சாதிக்காம வீணடிக்கறேன்னு தோணுது. அங்க அமெரிக்கா போய் இன்னும் மோசமா ஆயிடுச்சு. நான் மட்டும் இல்ல, என் கூட வேலை பார்க்கறவங்க, இந்தியாவிலிருந்து வந்த என் வயசுக்காரங்க, பல வருஷம் அங்கேயே வேலையில் இருக்கறவங்கன்னு எல்லோரையும் தினமும் பார்க்கறேன். எல்லோருமே அப்படிதான்னு தோணுது."

"அமெரிக்கால மட்டும்தானா? இங்கயும்தான்."

"பெரும்பாலானவங்க சலிச்சுப் போய், வேற வழி இல்லாம இருக்கற மாதிரி தோணுது. பணத்துக்காக மட்டும் வேலை செய்யறாங்க. எனக்கு அப்படி இருக்க விருப்பம் இல்ல."

"எல்லோருக்கும், செய்யற வேலையும் தன்னுடைய விருப்பமாகச் செய்ய நினைக்கறதும் ஒண்ணா அமையாது, அமைஞ்சா அது பெரிய அதிர்ஷ்டம்."

"ஆமாம் பாட்டி, அப்படித்தான் வேற வேலை தேடலாமுன்னு தோணுது."

"தேடலாம், நமக்கு நூறு ஆசை. வேலை விருப்பமானதா இருக்கணும், அந்த வேலையில நிறைய பணம் கிடைக்கணும், மத்தவங்க மதிக்கணும், சோஷியல் ஸ்டேடஸ் இருக்கணும், இப்படி நிறைய. எல்லாமே கூடி வந்தாலும் சில சமயம் ஏதோ இல்லாத மாதிரி இருக்கும். வாழ்க்கைக்கு மீனிங் என்ன, பர்பஸ் என்னன்னு தேடுவோம்."

"பாட்டி சரியா சொன்னீங்க, நான் வேலை செய்யறது லேடஸ்ட் டெக்னாலஜி, இருக்கறது ஃபேமஸ் கம்பெனி, நிறையவே டாலர்ல கொடுக்கறாங்க, ஆனாலும் என்னன்னு விளங்காமல் ஏதோ குறை."

"விக்ரம், நீ கேட்ட இல்லையா, எப்படி அத்தனை வருஷம் போரடிக்காம வேலை செஞ்சேன் அப்படின்னு."

"ஆமாம், சொல்லுங்க பாட்டி."

"நீ எல்லாமே எது விருப்பம் இல்லை எது வேண்டாம் அப்படின்னு அதிகம் யோசிக்கற, உனக்கு வாழ்க்கையில என்ன வேணும் அப்படின்னு யோசிச்சிருக்கியா?"

விக்ரம் புதிராகப் பார்த்தான்.

அதற்குள் வீட்டில் மற்றவர்கள் கோயிலிலிருந்து திரும்பி வந்தார்கள்.

அம்மா "விக்ரம், நீ இன்னிக்குக் கோயிலுக்கு வரல, ஒரே பக்தர்கள் கூட்டம், க்யூ இருந்தது, உங்கப்பா கூட்டத்துல நிற்க முடியாதுன்னு மண்டபத்துல போயி உட்கார்ந்துட்டாரு, நான் விடல, எவ்வளவு நேரம் ஆனாலும் பரவா இல்லைன்னு இருந்தேன். உள்ளே சன்னிதி மூடி இருந்தாங்க, காத்திருந்தோம், கூட்டம் நெரிச்சுது, கடைசியில திரை திறந்தாங்க. அம்மனுக்கு என்ன மாதிரி அலங்காரம் தெரியுமா ? அடுக்கு தீபாராதனை, எத்தனை தடவை பார்த்தாலும் அலுக்காத அப்படி ஒரு தரிசனம், மெய் சிலிர்க்குது. நீ இங்கதானே இருக்கப் போற, நீயும் போய் தரிசனம் செஞ்சுட்டு வா" என்றார்.

"சரிம்மா" என்றான் விக்ரம்.

பாட்டி புன்னகைத்தாள்.

15

மாலை அம்மாவும் அப்பாவும் மலை வாசல் தெப்பக்குளம் எல்லாம் போய்வருவதாகக் கிளம்பினார்கள். தாத்தாவும் கோவிலுக்குப் போனார்,

பாட்டியும் பேரனும் மட்டும்தான் வீட்டில்.

"சொல்லு என்ன செய்யப்போற?"

"பாட்டி, இந்த மாதிரி மீனிங், பர்பஸ் கேள்வி எல்லாம் இப்பதான் வருது. சின்ன வயசில எதனால சந்தோஷமா இருந்தேன்னு யோசிச்சேன். அப்ப எல்லாமே புதுசா இருந்துச்சு, எல்லாமே இன்டரஸ்டா செஞ்சேன், ஒவ்வொரு நாளும் ஏதாவது புதுசா கத்துக்கிட்டேன். அப்பா, அம்மா என்னை கன்ட்ரோல் செஞ்சாலும், என் இஷ்டத்துக்கு நிறைய செய்தேன், நிறைய ஃப்ரீடம்."

"இப்ப என்ன ஆச்சு?"

"புதுசா கத்துக்க ஆர்வம் இல்ல, எல்லாமே தெரிஞ்ச மாதிரி ஒரு ஃபீலிங்."

"எல்லாமே தெரிஞ்ச மாதிரி?"

"பாட்டி, இப்ப கையில மொபைல் போன் இருந்தால் போதும். எதையும் நினைவுல வெச்சுக்க அவசியம் இல்ல. இப்ப என்ன கேள்வி கேட்கணுமுன்னு தெரிஞ்சால் போதும். புதுசா கத்துக்க

இன்ட்ரஸ்டே இல்லை. நீங்க நேற்றைக்கு வாழ்க்கையில என்ன வேணும் அப்படின்னு கேட்டீங்க இல்லையா? அதனால முதல்ல என் விருப்பப்படி புதுசா ஏதாவது, எனக்கு சேலஞ்சா ஏதாவது கத்துக்கணும், புதிசா இதுவரை செய்யாததைச் செய்யணும்."

பாட்டி பாராட்டாகக் கை தட்டினாள்.

"சரி, என்ன செய்யப்போற?"

"பாட்டி, சின்ன வயசுல இருந்த மாதிரி நிறைய கத்துக்கணும், நிறைய செய்யணுமுன்னு ஆசை. நான் எதையுமே உருப்படியா செய்யல, அப்பா அம்மா சொன்னபடி எஞ்சினியரிங் சேர படிச்சு, ராங்க் வாங்கி , மாஸ்டர்ஸ் முடிச்சு, நல்ல வேலையில சேரணும் அப்படின்னு செஞ்சது படிப்பு ஒண்ணுதான். ஏதாவது புதுசா செய்யப்போறேன்."

"என்ன மாதிரி?"

"பாட்டி, அது என்னன்னு இப்ப சரியா தெரியல. இப்ப நான் ஹைகிங், ட்ரெக்கிங் அப்படின்னு சின்ன மலை ஏறி இருக்கேன். எவரெஸ்ட் ஏறணும் அப்படின்னா, எவ்வளவு ட்ரெயினிங் வேணும்? மூணு வருஷத்துல எவரஸ்டு ட்ரை செய்யலாம்ன்னு இருக்கேன்."

"விக்ரம், நல்ல முயற்சி, உனக்கு எவரஸ்ட் உச்சியில நிற்கறதைக் கற்பனை செஞ்சு பார்த்தால் மகிழ்ச்சியா இருக்குதா? அதிகம் யோசிக்காம தொடங்கிடு."

"பாட்டி, இன்னும் நிறைய ஆசை. ஸ்க்யூபா டைவிங் கத்துக்கணும், டீப் ஓஷன்ல கீழ இறங்கணும், ஸ்கை டைவிங் செய்யணும், ஸ்கீயிங் இப்படி நிறைய."

"எல்லாமே அட்வென்ட்சர் ஸ்போர்ட். நல்லதுதான், அது மட்டும்தான் உனக்கு ஆர்வமா? நீ எஞ்சினியரிங் படிக்கணும்ன்னு உங்கப்பா முடிவு செஞ்சு, நீ சயன்ஸ், டெக்னாலஜி தவிர எதுவும் தீவிரமா படிச்சதில்ல. லிடரேச்சர் இலக்கியம் படிக்கணும்ன்னு ஆசை எதுவும் இல்லையா? அதுவும் நீ செய்யாதது."

"செய்யலாம் பாட்டி, நான் யோசிச்சதில்ல. சின்ன வயசில நீங்க சொன்ன கதைகள் நல்லா இருக்கும். இப்ப நீங்க கேட்கும்போது ஆசையாத்தான் இருக்குது."

"நான் ஒரு பட்டியல் போட்டுத் தரேன். வேர்ல்டு லிடரேச்சர் எல்லாம் இங்க்லிஷ்ல படி, தமிழ்ல சங்க இலக்கியம் முதல் படிக்கலாம், நான் சொல்லித் தரேன். தினமும் படிச்சா, ஆறு மாசத்துல நீயே கவிதை எழுத ஆரம்பிச்சாலும் ஆச்சரியப்பட முடியாது. கூடவே வயலினும் கற்றுக் கொள்."

விக்ரம் வெற்றுப் பார்வை பார்த்துக்கொண்டிருந்தான்.

"சரி, அப்படியே திகைச்சுப் போயிட்ட, இன்னும் என்ன கனவுகள் உனக்கு? சொல்லு."

"பாட்டி, எனக்கு ஒரே இடம், ஒரே வேலை எதுவும் சரிப்பட்டு வராது."

"அதனால என்ன செய்யப்போற?"

"உலகம் முழுக்க சுற்றிப் பார்க்கணுமுன்னு எனக்கு ஆசை. வெறும் டூரிஸ்டா போகற மாதிரி இல்ல, ஒவ்வொரு நாட்டையும், கல்ச்சரையும், தெரிஞ்சுக்கணும். யாரும் அதிகம் போகாத இடங்களுக்குப் போகணும்."

"நல்ல கனவுதான். கூடவே நம்ம நாட்டையும் சேர்த்துக்கோ, லடாக் மேகாலயான்னு நீ பார்க்காத ஊர் நிறைய உண்டு, இந்தியப் பண்பாடு பற்றித் தெரிஞ்சுக்கலாம். சரி, வேலையையும் விட்டுவிட்டால் அதற்கெல்லாம் நிறையப் பணம் வேணுமே, என்ன செய்யப் போற? ஸ்ட்ராடிவாரி வயலின விித்துடலாமுன்னு திட்டமா?"

"பாட்டி இன்னிக்கு என்ன டின்னர்?" என்று விக்ரம் முடித்தான்.

16

நல்ல தூக்கத்தில் இருந்த விக்ரம் படுக்கையிலிருந்து திடுக்கிட்டு விழித்தான். இன்னும் இருட்டுதான். எதனால் எழுந்தான் என்று அவனுக்குத் தெரியவில்லை. உடலும் மனமும் நன்றாக விழித்திருந்தன. எந்தக் காரணமும் இல்லாமல் மனம் தளும்பியது.

எழுந்து ஏதோ விசையால் உந்தப்பட்டதுபோல நேராக பூஜை அறைக்குள் சென்றான். அம்மன் படத்துக்கு அருகில் வெள்ளிக் குத்துவிளக்கு முத்துப் போன்ற சுடருடன் ஒளிர்ந்து கொண்டிருந்தது. சண்பகம், பவள மல்லியின் மணம் விரவி இருந்தது. தரையில் உட்கார்ந்தான். தரை குளிர்ச்சியாக இருந்தது. வயலின் இருந்த பெட்டியைத் திறந்தான். அதிலிருந்து அபூர்வமான மணம் எழுந்தது. அந்த வயலின் தீப விளக்கின் ஒளியில் மிக அழகாகத் தெரிந்தது.

கையில் அந்த வயலினைத் தொட்டான். கைகளில் எடுத்தான். ஒவ்வொரு தந்தியாக விரலால் சுண்டினான். தந்தியின் அருமையான ஒலி எழும்பியது. விக்ரமுக்கு உடல் சிலிர்த்தது. அந்த நாதத்துக்கு தீபத்தின் சுடர் மெலிதாக அசைந்தது மாதிரி தோன்றியது.

அவனுக்கு அது மிக இனிமையான நாதமாகத் தோன்றியது. இன்னொரு முறை தந்தியை ஒலித்தான். தலையைச் சாய்த்துக் காதின் அருகில் வயலினை வைத்துக் கேட்டான். நீண்ட கார்வை

ஒலித்தது. அந்த நாதத்தில் வயலின் ஏதோ சொல்லுவது போல இருந்தது. என்ன என்று புரியாவிட்டாலும், மதுரமாக ஒலித்தது. விளக்க முடியாத உணர்வுகள், மறுபடியும் உடல் சிலிர்த்தது.

வயலினைக் கையில் வைத்துக்கொண்டான். அது உடலில் படும்போது ஏதோ உயிருள்ளது போலத் தோன்றியது. வயலின் வில்லை எடுத்துக் கண்களை மூடிக்கொண்டு தந்திகளின் மேல் வருடினான், அழுத்தினான், இழைத்தான். அபூர்வமான நாதம் எழுந்து அவன் இதயத்தை நிரப்பியது. ஒரு தந்தியில் மழை மேகம் உறுமுவது போலவும் இன்னொரு தந்தியில் கானக பறவையின் குரல் போலவும் ஒலி எழுந்தது. அந்த அறை, தீப ஒளி, மலர் மணம், தரையின் குளிர்ச்சி எல்லாம் மறந்தான். மறுபடியும் மறுபடியும் வில்லை இழைத்தான். அடுக்கு அடுக்காய் நாதம் எழும்பியது. ஏதோ ஒரு மாய உலகில் சஞ்சரித்தான்.

எவ்வளவு நேரம் சென்றது என்பதே தெரியவில்லை. சுய நினைவு வந்தபோது விக்ரம் உடல் வியர்த்து உடை நனைந்திருப்பதை உணர்ந்தான். வயலினைக் கீழே வைக்க மனம் வரவில்லை. பெட்டியில் வைப்பதற்கு முன் இன்னும் ஒருமுறை தந்திகளைச் சுண்டினான்.

எழுந்து வெளியே வந்தபோது, காலை கதிரவனின் முதல் ஒளி பரவ ஆரம்பித்திருந்தது. மேகச் சிகரங்களில் பொன்னிறத்து தீக் கங்குகள், கீழே பொங்கி வழியும் செந்நிறத்து ஓடைகள் என வானத்தின் வண்ணக் களஞ்சியத்தைப் பார்த்து விக்ரமின் மனம் எழுச்சி அடைந்தது. அந்த மாயத் தருணத்தில் இயற்கையின் சிவந்த ஓவியங்களுடன் அவனுக்குப் புதிய எண்ணங்கள் உதித்து எழுந்தன.

17

விக்ரமுக்கு யாருடனும் பேசத் தோன்றவில்லை. அம்மாவும் அப்பாவும் குளித்துவிட்டு ஊருக்குக் கிளம்பத் தயார் செய்து கொண்டிருந்தார்கள். பாட்டி சமையல் அறையில் வேலையாக இருந்தாள்.

மொபைல் எடுத்தான். ஈ மெயில் வந்திருப்பதை நோடிஃபிகேஷன் காண்பித்தது. கூடவே அமெரிக்காவிலிருந்து சில தவறிய அழைப்புகள்.

வயலின் உண்மையானதா இல்லை போலியா என்று கண்டுபிடிக்க படங்கள் அனுப்பி பணம் கட்டிய இணையதளத்தில் இருந்து மெயில் வந்திருந்தது. அவர்கள் ஒரு மாதம் என்று சொல்லி இருந்தார்களே, அதற்குள் என்னவாக இருக்கும் என்று யோசித்தான்.

ஓர் எண்ணம் உதித்தது. அவர்கள் இவ்வளவு விரைவில் பதில் அளித்திருப்பதால் ஒரு காரணம்தான் இருக்க முடியும். கூடவே தவறிய அழைப்புகளும் அவர்களாகத்தான் இருக்க வேண்டும். வயலின் உண்மையில் ஸ்ட்ராடிவாரி கையால் செய்ததாக இருந்தால்? உண்மையாகவே முன்னூறு வருடம் பழமை வாய்ந்த, மகத்தான கலைஞனால் செய்யப்பட்ட வாச்சியமாக இருந்தால்? ஏலத்தில் எத்தனைக்குப் போகும்? ஐம்பது மில்லியன் டாலர்? ஒரு மிலியன் டாலர் வந்தால்கூட போதும். இனி வேலையே

செய்ய வேண்டாம். ஐம்பது கிடைத்தால்? இப்படியாக மனம் பறந்தது. திறந்து என்னதான் எழுதி இருக்கிறார்கள் என்று பார்க்க பரபரப்பு அதிகம் ஆனது.

அப்போது விக்ரம் ஒரு கணம் தயங்கினான். காலையில் நடந்த அற்புத அனுபவம் நினைவுக்கு வந்தது. உடனே உடல் சிலிர்த்தது. அடுத்த கணம் அந்த ஈ மெயிலைத் திறக்காமல் அழித்தான். அழிக்கப்பட்ட ஈ மெயில் இருக்கும் கோப்பில் சென்று இன்னொரு முறை அழித்தான்.

மனம் அடங்கியது.

18

எட்டு மணிக்கு அம்மாவும் அப்பாவும் சென்னைக்குக் கிளம்பி விட்டார்கள். தாத்தா வழக்கம்போல கோயிலுக்குப் போயிருந்தார். பாட்டியும் விக்ரமும்தான்.

"சொல்லுப்பா, உன் முகத்தைப் பார்த்தா தெளிவா இருக்குது. வா பின்னால மாமரத்தடி ஊஞ்சல்ல காத்தாட உட்கார்ந்து பேசலாம்."

மாமரத்தடியில் நிழல் இருந்தது, காற்று இருந்தது, சற்று குளிர்ச்சியாக இருந்தது. இரண்டு அணில்கள் துரத்திக்கொண்டு மேலும் கீழும் ஓடிக்கொண்டிருந்தன. மரத்தில் சிவந்த காம்புகளுடன் பொன்னிறப் பூங்கொத்துகளுக்கு நடுவே சிறு மாவடுகள். தூரத்தில் எங்கோ ஒரு குயில் விடாமல் கூவிக்கொண்டிருந்தது. வீட்டின் பின்கட்டில், மாமரத்தைப் பார்த்தபடி திறந்த தாழ்வாரத்தில் ஒரு ஊஞ்சல் இருந்தது. அதில் உட்கார்ந்துகொண்டு மெதுவாக ஆடினார்கள். ஊஞ்சலின் அசைவு பேசுவதற்கு ஏதுவாக இருந்தது.

"பாட்டி, யோசிச்சேன். அந்த வயலின் ஒரிஜினலா போலியா அப்படின்னு கூட எனக்குத் தெரிஞ்சுக்க விருப்பம் இல்ல. தெரியாமலேயே இருக்கட்டும். அது நம்ம குடும்ப சொத்துன்னு நீங்களே சொன்னீங்க. ஒரு நாள் நானோ, இல்லை அடுத்த ஜெனரேஷன்ல யாராவது சரியா கத்துக்கிட்டு வாசிக்கலாம்,

இந்த வயலினை என்னுடன் எடுத்துக்கிட்டு போகலாமுன்னு இருக்கேன்."

"ஆகா, நல்ல முடிவு, நானாகக் கட்டாயப்படுத்த வேண்டாமுன்னு இருந்தேன். எப்படி அந்த முடிவுக்கு வந்த?"

"பாட்டி இன்னிக்குக் காலையிலதான் இரண்டு நிமிஷத்துக்கு ஒரு முறை மொபைல் பார்க்காமல், நேரம் போவது தெரியாமல் வேற ஒரு உலகத்துல இருந்தேன். அது ஒரு அற்புத அனுபவம், என்னன்னு விளக்க முடியாதது."

பாட்டி புன்னகைத்தாள்.

"சரி, அப்ப உனக்குப் பணத்துக்கு என்ன வழி?"

"ஒவ்வொரு நாட்டுலயும் ஆறு மாசம் வேலை செய்யப்போறேன். கோவிட்டுக்கு அப்புறம், எங்கிருந்து வேணுமானாலும் வேலை செய்யலாம் அப்படின்னு ஆயிடுச்சு. டிஜிடல் நொமாட் விசா, அதாவது நாடோடி விசா அப்படின்னே நிறைய நாடுகள்ல குடுக்கறாங்க. ஜெர்மனி, இத்தாலி, ஸ்விட்சர்லாந்து இவை மட்டும் இல்லை, க்ரீஸ், ஹங்கேரி, பாலி, துருக்கி இப்படி உலகம் முழுவதும் சுற்றப்போறேன். நான் ஏதாவது ஸ்டார்டப்புக்கு வேலை செய்யலாம். தேவையான பணம் கிடைக்கும்."

"ஆறு மாசம் வேலைக்குப் பிறகு?"

"அந்த நாட்டுலயே ஊர் சுற்ற வேண்டியதுதான்."

"ஓ சரிதான்."

"ஆமாம் பாட்டி, நான் நிறைய யோசிச்சு, யாருமே செய்யாத ஒண்ணு செய்யப்போறேன்."

பாட்டி மெல்லச் சிரித்தாள்.

"ஓ அப்படியா! யாருமே செய்யாதது? ஆறு மாசம் வேலை, ஆறு மாசம் ஊர் சுத்தறது இதுவரைக்கும் யாருமே செய்யல அப்படீங்கற?"

"ஆமாம் பாட்டி."

"நான் உனக்கு விக்ரமாதித்தன் கதைகள் சொல்லி இருக்கேன் இல்ல?" பாட்டி மறுபடியும் சிரித்தாள்.

ஒரு கணம் கழித்து விக்ரம் சிரித்தான், "ஓ, அப்படியும் இருக்கலாம் பாட்டி."

"ம், நல்ல கனவு ! கட்டாயம் செய். ஆனால் உனக்குக் கல்யாணம், குழந்தைகள், குடும்பம் எல்லாம் ஆசை இல்லையா?"

"முதல்ல குழப்பமா இருந்துச்சு, என்னுடைய கிறுக்குத்தனம் எல்லாமே ஒத்துக்கிட்டு, பிடிச்சு ஒரு பெண் என்னைக் கல்யாணம் செஞ்சுக்குவாளா அப்படின்னு சந்தேகப்பட்டேன். இப்ப அப்படி சந்தேகம் இல்ல. என்னை மாதிரியே இன்னொரு கிறுக்கு இல்லாமலா போகும், பார்க்கலாம்."

பாட்டி சிரித்தாள்.

"இருக்கலாம். சரி, நீ உன்னுடைய விருப்பப்படி மாதம் வேற வேற நாட்டுல இருக்கப் போற. நீ சொன்ன மாதிரி கூடவே உனக்கு ஏற்ற கிறுக்கு மனைவி. உங்களுக்குக் குழந்தை, ஒரு மகனோ மகளோ பிறக்கும்போது எப்படி வளர்க்கப்போறீங்க?"

"பாட்டி, நல்ல கேள்வி கேட்டீங்க. அப்பா என்னை வளர்த்த மாதிரி என்ன படிக்கணும், என்ன வேலைக்குப் போகணும் அப்படின்னு என்னுடைய ஆசைகளைத் திணிக்க மாட்டேன். முழு சுதந்திரம் கொடுத்து வளர்ப்பேன். எங்க கூட வெவ்வேறு நாடுகள், வெவ்வேற கல்ச்சர், ஆர்ட்ஸ், லாங்குவேஜ், ஃபுட் அப்படின்னு வளருவது அந்தக் குழந்தைக்கு எவ்வளவு சந்தோஷமா இருக்கும், அப்படி வளர்க்கலாமுன்னு இருக்கேன்."

பாட்டி பெரிதாகச் சிரித்தாள், அடுக்கு அடுக்காகக் கிளம்பிய வெடிச் சிரிப்பு.

விக்ரம் குழப்பமாகப் பார்த்தான்.

"பாட்டி ஏன் சிரிக்கறீங்க?"

கண்களில் நீர் வரும்வரை சிரித்து முடித்த பாட்டி சற்று மவுனத்துக்குப் பிறகு விக்ரம் தலையைத் தடவி, கைகளைப் பிடித்துக்கொண்டாள்.

மாமரத்திலிருந்து மெல்லிய காற்று வீசியது.

ஊஞ்சல் ஆடிக்கொண்டிருந்தது.

★★★

சில சொற்கள்...

என்னுடைய முதல் சிறுகதைத் தொகுப்பு ‘மாயக்குரல்’ வெளியானபோது முன்னுரை கொடுத்து வாழ்த்திய இரா. முருகன், புத்தகக் கண்காட்சியில் நேரில் சந்தித்தபோது, “அடுத்தது நாவல் எழுத வேண்டியதுதான்” என்றார். அதுவரை என்னுடைய எழுத்துலகம் சிறுகதையில்தான் இருந்தது. வாசகனாக நாவல்கள் நிறையப் படித்திருந்தாலும், எழுத்தாளனாகக் கூர்ந்து கவனித்ததில்லை. மறுபார்வையில் மூத்தோர்களின் எழுத்துகளைப் படித்த போது நுட்ப சித்திரங்கள் மெல்லப் புலப்படத் துவங்கின. தொடர்கதைகளுக்கும், இலக்கியமாக போற்றப்படும் நாவல்களுக்கும் அடிப்படையில் என்ன வேறுபாடுகள், எதனால் இலக்கியத் தரம் மாறுபடுகிறது என்று சிந்தனை தொடர்ந்தது. ஜெயமோகன் நாவல் பற்றி எழுதியவை சில பாதைகளைக் காட்டின.

நான் எழுதும் முதல் நாவல் புதிய களமாக இருக்க வேண்டும் என்ற தீர்மானம் முதலிலேயே இருந்தது. அப்பா அறிமுகப் படுத்திய ஸ்ட்ராடிவாரி என்ற மாபெரும் கலைஞன், அவனுடைய மகத்தான வயலின்கள் என்னைச் சிறுவயதிலிருந்தே ஈர்த்த களம். அந்த வயலின்கள் அவ்வப்போது பல மில்லியன் டாலர்களுக்கு ஏலத்தில் விற்கப்படும்போது வந்த செய்தித்தாள் குறிப்புகளை அப்பா பத்திரமாகக் கத்தரித்து எடுத்துக் கொடுப்பார். அப்போது

ரீடர்ஸ் டைஜஸ்டில் ஒரு குறிப்பு வந்தது. ப்ரிட்டிஷ் இந்தியாவில் சில ஸ்ட்ராடிவாரி வயலின்கள் இந்தியாவுக்கு வந்தன என்றும் அவை இன்னும் கண்டுபிடிக்கப்படாமல் எங்காவது அட்டத்தில் இருக்கலாம் என்றும் எழுதப்பட்டிருந்தது. அதைப் படித்தபோது பரபரப்பாக இருந்தது. இருபதின்ம வயதில் அதை ஒரு துப்பறியும் மர்ம சிறுகதையாக எழுதி ஒரு பத்திரிகைக்கு அனுப்பி, நல்ல காலமாக அது திரும்பிக்கூட வரவில்லை.

பல வருடங்களுக்குப் பிறகு க்ரெமோனாவில் ஸ்ட்ராடிவாரியின் வீடு, பட்டறை, வயலின்கள் அருங்காட்சியகம் என்று ஆழ்ந்து, அங்கே வயலின் செய்யும் கலையைக் கற்பிக்கும் கல்லூரிகள், விற்பனைக் கடைகள் என்று தெருக்களில் நடந்த போது சில நூற்றாண்டுகள் பின்னே சென்றேன். தேடி வாங்கிப் படித்த ஸ்ட்ராடிவாரி பற்றிய ஆவணப்புத்தகங்களிலிருந்து வயலின் செய்வதையே வாழ்க்கையாகக் கொண்டு, தன்னுடைய கலையை ரகசியமாகக் காப்பாற்றி அதை மகன்களுக்குக் கற்பித்து அவர்களையும் தன் வழியில் செலுத்த முயன்ற தந்தையை அறிந்தேன். அவன் காட்டிய வழியில் சென்ற ப்ரான்செஸ்கோவையும் செல்லாமல் அகன்ற ஓமபோனோவையும் முதல் பகுதியாக விரித்தேன்.

வயலின் க்ரெமோனாவிலிருந்து இந்தியாவுக்கு வர முதலில் இங்கிலாந்து செல்ல வேண்டி இருந்தது. ஜெர்மனியில் வசித்த போது வெனிஸுக்குச் சென்று அங்கு கண்ட கலைகளின் உச்ச ஓவியங்களும், சிற்பங்களும் கட்டடங்களும் கால்வாய்களும் நள்ளிரவில் ஸன் மார்கோ சதுக்கத்தில் கேட்ட வயலின் செவ்விசையும் ஒரு மாய உலகத்துக்கு என்னை அழைத்துச் சென்றன. ஏதோ தேடிக்கொண்டிருந்தபோது இங்கிலாந்து உயர்குடி இளைஞர்கள் கல்வியின் இறுதியாக ஐரோப்பா கண்டம் சுற்றிப் பார்த்து வினோத பொருட்களைச் சேகரித்துச் செல்வதைப் படிக்க நேர்ந்தது. அதுவே இரண்டாம் பகுதி ஆனது.

ஈரோட்டில் பள்ளி நாட்களில் பலமுறை சென்ற பவானி சங்கமமும் அங்கே வேத நாயகி சன்னிதியில் வில்லியம் காரோ என்ற ப்ரிட்டிஷ் கலெக்டர் அளித்த தந்தக்கட்டிலும், அம்மன் அருளால் அவன் உயிர்பிழைத்த நிகழ்ச்சியும் பதிந்திருந்தது. அது மூன்றாம் பகுதியாக என்னுடைய கற்பனையில் விரிந்தது.

சாமானிய வாழ்க்கையில் அலுப்பும் தேடலும் காலம் காலமாக இருந்தாலும், எல்லாமே எளிதில் கிடைக்கப் பெற்ற இப்போதைய

தலைமுறையின் இளைஞர்களுடன் பழகும்போது அவர்களுடைய அலுப்பும் தேடலும் ஆச்சரியமாக இருந்தது.

தனக்கென்று கனவுகளும், கனவால் துரத்தப்படும் தேடல்களுமாக இளைஞர்கள் அலைக்கழிவது காலம் காலமாக நடந்து கொண்டேயிருப்பது. கூடவே மகன்களின் வாழ்க்கையை வழி நடத்த முயலும் தந்தைகளாலும் நிறைந்திருக்கிறது இவ்வுலகு. வாழ்க்கை நம் விருப்பத்தாலும் முயற்சியினாலும் அமைகிறதா இல்லை சூழ்நிலையினாலா, வாழ்க்கையில் காரண காரியம் ஆராய்ந்து அறிய முடியுமா? எல்லாவற்றுக்கும் மேலாக மனிதன் வெறும் கருவிதானா? என பல காலாதீதமான கேள்விகள் நான்கு நூற்றாண்டுகளின் சரித்திரத்துடன் விரிகின்றன .

முனைவர் சுதா சேஷய்யன் அவர்களின் “தமிழ் மூவர்” உரையில் கேட்ட “வாச்சியம்” என்ற சொல் ஓசை அழகும் பொருளழகுமாகப் பொருந்தியது.

தகவல் ஆவணமாக ஆகாமல் சரித்திரத்தைக் கதையாக எழுதும்போது எவ்வளவு சரித்திரம் எவ்வளவு கதை எத்தனை கற்பனைப் பாத்திரங்கள் என்று யோசிக்க வேண்டி இருந்தது. கல்கி சொன்ன “முக்காலே மூன்று வீசம் உண்மை” என்ற குறிப்பு பயனுள்ளதாக இருந்தது. ஆனால் நான் சமையல் குறிப்பை அப்படியே பின்பற்றுவது இல்லை. சற்று சர்க்கரை அதிகம் சேர்ப்பது வழக்கம்.

இறுதியாக எழுதுவதற்கு என்னுடைய விருப்பமும் முயற்சியும் இருந்தாலும், சூழ்நிலை அமைத்துக் கொடுத்த என் மனைவி கீதாவுக்கு முதல் நன்றி.

தனித் தனியாகப் பகுதிகளை எழுத ஆரம்பித்தாலும், இத்தனையும் சேர்த்து ஒன்றுகூடி வந்தது சான்ஃப்ரான்சிஸ்கோ மவுண்டன் வ்யூவில் சில வாரங்களுக்கு நீரோடையின் கரையில் மரத்தடியில் கிடைத்த அமைதியான தருணங்கள். அதற்கும், இன்றைய தலைமுறையின் கேள்விகளையும் தேடல்களையும் எனக்கு சற்றுப் புரிய வைத்த என் மூத்த மகன் தருண் ஆதித்யா, மருமகள் அம்ருதா மற்றும் இரண்டாவது மகன் ச்யமந்தக் எல்லோருக்கும் நன்றிகள்.

வெவ்வேறு நிலைகளில் இந்த நாவல் வளர்ந்துகொண்டிருக்கும் போதும், இறுதியில் முழுதாகவும் படித்து கருத்துகளைச் சொல்லி

மேம்படுத்த உதவிய பலருக்கும் நான் நன்றி உடையவனாவேன். வழக்கம் போல என்னுடைய முதல் விமர்சகரான என் மனைவி கீதா, விரிவாகப் படித்து அலசி ஆலோசனை வழங்கும் நண்பன் வெங்கடராகவன், பாராட்டி ஊக்கம் அளித்த ஷோபனா, இலக்கியப் பயணத்தில் கூட இருந்து உற்சாகப்படுத்தும் ஆங்கில எழுத்தாளர், கவிதாயினி உஷா, ஆலோசனைகள் வழங்கிய ப்ரொஃபசர் ராஜகோபாலன், கூர்மையாக படித்து கருத்துகள் சொன்ன இலக்கிய வட்ட நண்பர் சதீஷ்குமார், கல்லூரி நண்பன் கௌதம் என்று எல்லோருக்கும் எனது மனமார்ந்த நன்றி.

திரு. ஜா ராஜகோபாலன் ஒரு பன்முக இலக்கிய ஆளுமை. அவரிடம் வெள்ளி மலையில் வைணவ இலக்கியம் பயின்ற போது, நடுவே தமிழில் திருத்தர்களைப் பற்றியும் பேசினோம். பட்டியலில் தேர்வான பிறகு, இறுதியாக பதிப்புக்கு அனுப்புவதற்கு முன், நான் அவரை அணுகியபோது, அவர் தன்னுடைய பல பணிகளுக்கு இடையே குறுகிய காலத்தில் படித்து, தன்னுடைய அருமையான கருத்துகளை அளித்து செம்மைப்படுத்த உதவியதற்கு நான் உளமார்ந்த நன்றியைத் தெரிவிக்கிறேன்.

என்னுடைய முதல் நாவலைப் பிரசுரிக்கும் ஸீரோ டிகிரி பதிப்பகம் காயத்ரி மற்றும் ராம்ஜீக்கு எனது மனமார்ந்த நன்றி.

மனிதர்களும் அவர்களின் உறவுகளும் உண்டாக்கும் தருணங்களும் என்றைக்கும் ஆச்சரியம். பல்வேறு மனிதர்கள், நாடுகள், ஊர்கள், உணவுகள், ஓவியங்கள், கட்டடங்கள், புத்தகங்கள், இசை வழிகள் என, பல பேசுபொருட்களாக விரிந்த இந்த நாவலைத் திரும்பப் படித்துப் பார்க்கும்போது எனக்கு பல்வேறு உணர்ச்சிகள் வாய்த்தன. தீர்வு இல்லாத கேள்விகள், அதன் தொடர்ச்சியாக பலவித எண்ணங்கள், அனுபவங்கள் உங்களுக்கும் மலரும் என நம்புகிறேன்.

இப்படியாக ஒரு 'இளம்' எழுத்தாளனுடைய முதல் நாவலைப் படிக்கும் வாசகர்களாகிய உங்கள் எல்லோருக்கும் பல கோடி நன்றிகள்.

தருணாதித்தன்
பெங்களூரு

தருணாதித்தன் என்ற புனைபெயரில் எழுதும் ஸ்ரீ கிருஷ்ணன் ஒரு பொறியியல் பட்டதாரி. பெங்களூரில் இந்திய விண்வெளி ஆராய்ச்சி நிறுவனத்தில் விஞ்ஞானியாகவும் பின்னாளில் பன்னாட்டு நிறுவனத்தில் வாகன மென்பொருள் துறையில் உயர் பதவியிலும் இருந்தவர். விருப்ப ஓய்வு பெற்று இலக்கியத்திலும் இசைத்துறையிலும் கவனம் செலுத்தி வருகிறார்.

தருணாதித்தனின் முதல் சிறுகதை 1997இல் கல்கி வார இதழில் இளம் எழுத்தாளர்களுக்கான போட்டியில் சுஜாதாவால் முதலாவதாகத் தேர்ந்தெடுக்கப்பட்டது. இப்போது இணைய இதழ்களில் தொடர்ந்து சிறுகதைகள் எழுதுகிறார். 2016இல் எழுத்தாளர் ஜெயமோகனால் புதிய படைப்பாளர் வரிசையில் அறிமுகப்படுத்தப்பட்டு, சொல்வனத்தில் வெளியான 'பருவ மழை' என்கிற சிறுகதை வாசகர் கவனம் பெற்றது. 2023இல் 'அரூ' அறிவியல் சிறுகதைப் போட்டியில் இவர் எழுதிய 'இணை' என்ற சிறுகதை தேர்வாகியது.

சுஜாதாவில் ஆரம்பித்து அசோகமித்திரன், தி. ஜானகிராமன், சுந்தர ராமசாமி, லா ச ரா, கி. ராஜ நாராயணன், அ.முத்துலிங்கம் ஆகியோரை ஆதர்சமாகக் கொண்டவர்.

இவரது சிறுகதைத் தொகுப்பான 'மாயக்குரல்' எழுத்து பிரசுரத்தால் வெளியிடப்பட்டது.

www.ingramcontent.com/pod-product-compliance
Lightning Source LLC
LaVergne TN
LVHW090314051026
849518LV00005B/1776
* 9 7 8 9 3 4 7 2 0 6 8 0 1 *